अमानुष

'दिलीपराज प्रकाशन प्रा. लि.'च्या नवीन पुस्तकांची यादी व माहिती हवी असल्यास आपला पत्ता, दूरध्वनी क्रमांक किंवा Email आमच्या *diliprajprakashan@yahoo.in* या Email address वर पाठवावा किंवा आमच्याशी दूरध्वनी क्रमांक फॅक्ससहित : ०२०-२४४८३९९५/२४४९५३१४ / २४४७१७२३ यावर संपर्क साधावा.

आमच्या वेबसाईटला एकदा अवश्य भेट द्या.

Website: *www.diliprajprakashan.com*

अमानुष

उमेश कदम

दिलीपराज प्रकाशन प्रा. लि.
२५१ क, शनिवार पेठ, पुणे - ४११ ०३०.

अमानुष / Amanush

प्रकाशक
राजीव दत्तात्रय बर्वे,
मॅनेजिंग डायरेक्टर,
दिलीपराज प्रकाशन प्रा. लि.,
२५१ क, शनिवार पेठ,
पुणे - ४११ ०३०

प्रकाशन दिनांक : १५ सप्टेंबर २०११

प्रकाशन क्रमांक : १९००

ISBN : 978 - 81 - 7294 - 853 - 5

मुद्रक
रेप्रो नॉलेज कास्ट लिमिटेड, ठाणे

टाईपसेटिंग
पितृछाया मुद्रणालय,
९०९, रविवार पेठ,
पुणे - ४११ ००२

मुखपृष्ठ
अनिल उपळेकर

अर्पण पत्रिका ?

सुदान व शेजारी राष्ट्रे

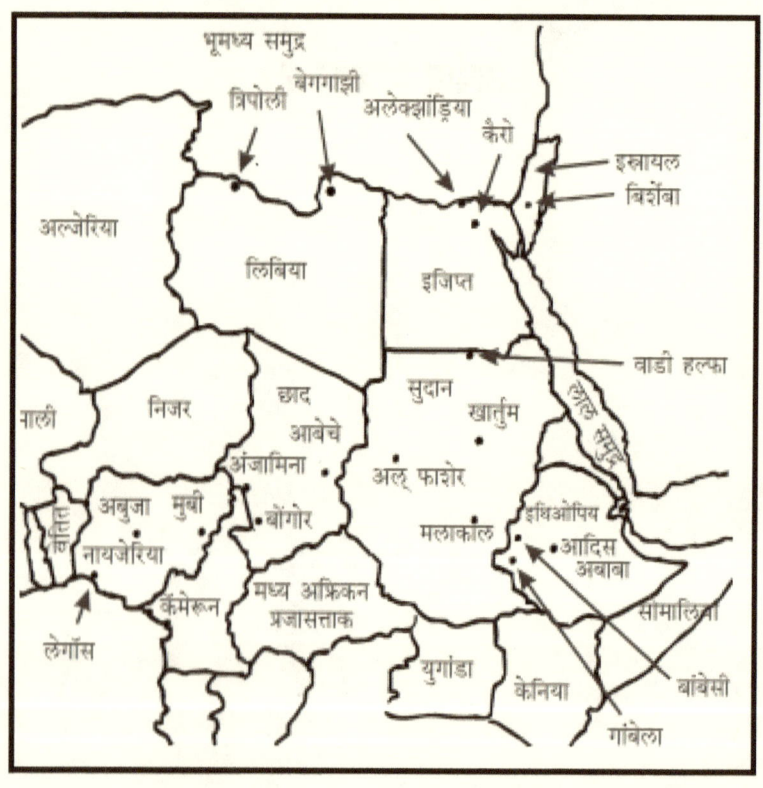

← १००० किमी →

छाद व सुदान

तिने

छाद

झिवे

माझरून

हेग्लिग

अल् फाशेर

बुरंगा

आबेचे   आद्रे

गेनैना

लांग्या

नौरी

झालिंगे

देलैग

दार्फुर

सुदान

←२०० किमी →
१०० कि. मी.

अमानुषविषयी...

सुदानच्या दार्फुर प्रांतात २००३ सालापासून सुरू असलेल्या अंतर्गत युद्धावर व तेथील निरपराध रहिवाशांवर सुदानी सरकारने केलेल्या अनन्वित अत्याचारांच्या हृदयभेदक घटनांवर 'अमानुष' ही कादंबरी आधारित आहे. या कादंबरीतील मध्यवर्ती व्यक्तिरेखा श्री. दाऊद हारी या ध्येयनिष्ठ नि धाडशी दार्फुरी दुभाषा तरुणाच्या व्यक्तिमत्त्वावर आधारलेली आहे. त्यांच्या व्यक्तिमत्त्वाचे नि त्यांच्या आयुष्यात घडलेल्या काही विस्मयकारक घटनांचे तपशील त्यांनी लिहिलेल्या 'द ट्रान्सलेटर' या आत्मवृत्तपर पुस्तकातून (रँडम हाउस, २००८) घेतले आहेत. तथापि, वास्तवास कल्पिताची जोड देऊन कथानकामध्ये नाट्यमयता आणण्याचा प्रयत्न केला आहे. असे असले, तरी दार्फुरमधील अत्याचाराच्या नि हिंसाचाराच्या कथनामध्ये कसलीही अतिशयोक्ती नाही. किंबहुना तेथे घडलेल्या काही घटना शब्दबद्ध करण्याच्या पलीकडे आहेत. अद्याप संपुष्टात न आलेल्या अलीकडच्या काळातील एका अल्पज्ञात पण हृदयविदारक अध्यायावर नाट्यमय रीतीने प्रकाश टाकण्याचा 'अमानुष'-मध्ये प्रयत्न केला आहे. तो सफल झाला आहे किंवा नाही, हे केवळ वाचकांनीच ठरवावे.

– **उमेश कदम**
नैराबी

- १ -

टोयोटा लँड क्रुझर जीप वेगाने पश्चिम सुदानच्या वाळवंटी भागातून धावत होती. जिकडे पाहावे तिकडे बाभळीची खुरटी झुडपे, वालुकामय जमीन व तिच्यावर विखुरलेले दगड-धोंडे दिसत होते. वेळ दुपारी साडेबाराची होती. तळपत्या उन्हामुळे जीपमधील सर्वजण घामाघुम झाले होते. उष्म्यामुळे लालबुंद झालेला फिलिप पांढऱ्या टिश्यू पेपरने सतत घाम टिपत होता. सुलेमान नि ड्रायव्हर मुसा त्या भागातीलच रहिवासी असल्याने त्यांना उष्म्याची सवय होती. त्या दिवशी सकाळी सात वाजता त्या तिघांनी सुदानच्या पश्चिमेकडील शेजारी राष्ट्र छादमधील आद्रे या खेड्याजवळून बेकायदेशीरपणे सुदानच्या हद्दीत प्रवेश केला होता. त्या वेळी म्हणजे - जून २००७ मध्ये- पश्चिम सुदानच्या दार्फुर भागात युद्धसदृश परिस्थिती होती.

"सुलेमान, अंदाजे किती वाजेपर्यंत आपण माझरूबला पोचू?" फिलिपने नव्या टिश्यू पेपरने कपाळावरचा घाम टिपत विचारले.

"सर्व काही सुरळीत पार पडलं, तर दुपारी अडीच-तीन वाजेपर्यंत पोचायला हरकत नाही," सुलेमान घड्याळाकडे पाहत म्हणाला.

"आपला रस्ता बरोबर आहे ना?"

"त्याची तुम्ही मुळीच चिंता करू नका."

त्या भागात रस्ता असा नव्हताच. मधूनच पूर्वी गेलेल्या गाड्यांच्या टायर्सच्या खुणा दिसत; पण वाऱ्याने त्यांच्यावर वाळू

उडाली की, त्याही दिसायच्या बंद होत. सुलेमान नि मुसा यांना त्या भागाची सखोल भौगोलिक माहिती असल्यामुळे त्यांची दिशा चुकण्याचा प्रश्न उद्‌भवत नव्हता. पण सुलेमानच्या मनात एका दुसऱ्याच गोष्टीची भीती मधूनमधून डोकावत होती. तो फिलिपला म्हणाला,

"इकडे प्रवास करताना आम्ही कसलेही अंदाज करत नाही. मी तुम्हाला काल कल्पना दिली आहेच, की कोणत्या क्षणी कसली अडचण उद्‌भवलेल नि कसल्या बाक्या प्रसंगाला तोंड द्यायची वेळ येईल, हे सांगता येत नाही."

"त्याची मला पूर्णपणे जाणीव आहे. माझी मोहीम यशस्वी होण्यासाठी खूप मोठा धोका पत्करावा लागणार, याची मला पुरेपूर कल्पना आहे. चला, पहायचं कसं कसं सारं पार पडतंय!" फिलिप म्हणाला. दार्फुरला जायची ही त्याची दुसरी वेळ होती.

हॉलंडमधील महानगर ॲमस्टरडॅम येथील 'ब्युतेनहॉफ टी. व्ही.' या दूरदर्शन वाहिनीसाठी काम करणारा फिलिप व्हॅन होव्हर एक प्रसिद्ध पत्रकार होता. चाळिशीच्या फिलिपने कित्येक खळबळजनक घटनांवर नि आंतरराष्ट्रीय घडामोडींवर माहितीपट निर्मिले होते. ते खूप लोकप्रिय झाले होते. हॉलंडच्या राजकीय व सामाजिक क्षेत्रात त्याच्या नावाचा बोलबाला झाला होता. एक आठवड्यापूर्वी फिलिपने सुलेमानला फोन केला होता,

"हॅलो, मी ॲमस्टरडॅमवरून फिलिप व्हॅन होव्हर बोलतोय. हा नंबर मिस्टर सुलेमान खलील यांचाच आहे ना?"

"हो, बरोबर. मी सुलेमान बोलतोय."

"तुम्ही सध्या कोठे आहात?"

"मी छादच्या आबेचे शहरात आहे."

"मला तुमचा फोन नंबर माझ्या परिचयाच्या संयुक्त राष्ट्रसंघातील एका अधिकाऱ्याने दिला. मी एका डच दूरदर्शन वाहिनीसाठी काम करतोय. मला दार्फुरवर एक माहितीपट काढायचा आहे. त्यासाठी मला तुमची मदत हवी आहे. तुम्ही ८-१० दिवसांसाठी माझा दुभाषा नि मार्गदर्शक म्हणून काम कराल?"

"मी करू शकेन, मिस्टर फिलिप."

"थँक्स. मी येत्या पंधरा तारखेस अंजामिनाला पोचेन. पुन्हा फोन करून फ्लाइट नंबर व पोचायची वेळ कळवेन. आपण विमानतळावर भेटू."

त्या वेळी दार्फुरकडे जाण्यासाठी एकच मार्ग होता - शेजारील छादच्या हद्दीतून बेकायदेशीरपणे शिरायचा. सुदानच्या सरकारने दार्फुरमध्ये जाण्यावर निर्बंध लादले होते. परदेशी पत्रकारांना तिकडे जाण्यावर बंदी घातली होती. त्यास न

जुमानता काही पत्रकार नि सेवाभावी संस्थांचे कर्मचारी छादमधून दार्फुरकडे जात होते. त्यासाठी त्यांना छादची राजधानी अंजामिनास विमानाने व नंतर जीपने प्रवास करावा लागत होता.

"मिस्टर फिलिप, मी तुमच्या फोनची वाट पाहेन."

"तिकिटाचे आरक्षण केल्या केल्या मी तुम्हाला फोन करेन. बरे, मिस्टर सुलेमान, तुमचे मानधन किती?"

सुलेमान गेली जवळजवळ चार वर्षे दुभाषा व मार्गदर्शक म्हणून काम करत होता. सव्वीस वर्षांचा, साडेपाच फूट उंच, सावळा सुलेमान अस्खलित इंग्रजी बोलायचा. नवख्यावर त्याचे पाणीदार तीक्ष्ण डोळे व त्याच्या चेहऱ्यावरील आत्मविश्वास छाप पाडत. दार्फुर व छादच्या काही भागात वास्तव्य करणाऱ्या 'झाघवा' जमातीचा सुलेमान त्या प्रदेशात बोलल्या जाणाऱ्या सर्व भाषा नि बोलीभाषा जाणत होता. सुदानमध्ये बोलल्या जाणाऱ्या अरबी भाषेवरही त्याचे प्रभुत्व होते. त्याला त्या भू-प्रदेशाची सखोल माहिती होती. त्याच्या खास खबऱ्यांमार्फत त्याला तिकडे चालू असलेल्या चकमकींविषयी वेळोवेळी माहिती मिळत असे. यामुळे तो परदेशी पाहुण्यांसाठी भाषांतराचे नि मार्गदर्शनाचे काम आत्मविश्वासाने करत होता. गेल्या तीन वर्षांत त्याने काही आंतरराष्ट्रीय सेवाभावी संस्था, संयुक्त राष्ट्रसंघ व काही पाश्चात्त्य राष्ट्रांचे दूतावास यांच्या अधिकाऱ्यांसाठी नि पत्रकारांसाठी दुभाषा-मार्गदर्शकाचे काम केले होते. त्याच्या कामावर ते सारे खूप खूष होते. अल्पावधीतच एक कुशल दुभाषा व मार्गदर्शक म्हणून त्याने चांगले नाव कमावले.

आपल्या ज्ञानाच्या व कौशल्याच्या आधारे तो परदेशी संस्थांकडून भरपूर आर्थिक मोबदला उकळू शकत होता; पण त्याने तसे कधीच केले नाही. फक्त योग्य तो मोबदला घेऊन तो सदैव कामास तयार असे. पैशासाठी त्याने कधी कोणाचीही अडवणूक केली नाही. त्याने आपल्या मानधनाविषयी फिलिपला कल्पना दिली. फिलिपचा त्यावर विश्वासच बसला नाही.

"तुम्ही हे तुमचे एका दिवसाचे मानधन सांगितलेत की दहा दिवसांचे?"

"दहा दिवसांचे, साहेब."

"हे अगदीच मामुली आहे."

"साहेब, माझा जीव धोक्यात घालून मी हे काम एका खास कारणास्तव हाती घेतले आहे. तुम्ही इकडे आल्यावर खुलासा करेन."

ब्रिटिशांपासून १९५५ मध्ये स्वतंत्र झालेल्या सुदानमध्ये शेकडो वर्षांपूर्वी मध्य-पूर्वेतून अरबांनी स्थलांतर केलेले. त्या वेळी सुदानमध्ये पूर्वापार आदिवासी

जमातीही वास्तव्य करायच्या. पश्चिमेकडील दार्फुर भागात बऱ्याच सुलतानांची छोटीछोटी राज्येही होती. बहुतांश स्थानिक जमातींनी मुसलमान धर्म स्वीकारला, तर दक्षिणेकडील काहींनी ख्रिश्चन. वर्षानुवर्षे अरब, स्थानिक मुसलमान जमाती व ख्रिश्चन यांच्यात सामंजस्य होते, बंधुभाव होता; पण ब्रिटिशांनी स्वातंत्र्य देताना अल्पसंख्याक अरबांना सरकार स्थापण्यास पाचारण केलं नि त्यांच्यात व दक्षिणेकडील ख्रिश्चनांमध्ये संघर्षाची ठिणगी पडली. दक्षिणेकडे खनिज तेलाचे प्रचंड साठे मिळाले; पण त्याचा लाभ फक्त उत्तरेकडील अरबी सरकार घेऊ लागल्यामुळे ख्रिश्चन नाखूष झाले. त्यांच्यातील फुटीरवादी स्वातंत्र्याची मागणी करू लागले. त्यांच्या संघर्षाने हिंसक रूप धारण केले. सरकार व दक्षिणेकडील बंडखोर यांच्यात अधूनमधून समझोता व्हायचा; पण तो फार काळ टिकायचा नाही. अध्यक्ष निमेरी यांनी १९८३ मध्ये खूप कठोर पावले उचलून दक्षिणेकडील ख्रिश्चनांवर शरियत कायदा लावला. त्यामुळे ते अधिकच खवळले. अशातच तेथे १९८४ मध्ये दुष्काळ पडला. निमेरींचे सरकार उलथवून टाकण्यात आले. नवे अध्यक्ष सादिक अल् महदी यांनी शरियत कायदा मागे घेतला; पण खनिज साठ्यांवरील ताबा कायम ठेवला. त्यामुळे संघर्ष होतच राह्यला. पुढे १९८९ मध्ये सैन्याचे जनरल ओमार अल् बशीर यांनी अध्यक्ष महदींना पदच्युत करून सत्ता बळकावली. त्यांनी संपूर्ण देशात पुन्हा शरियत कायदा जारी केला, स्वतंत्र वृत्तपत्रे बंद करून टाकली, विरोधी पक्षांवर बंदी घातली नि राजकीय विरोधकांना गजाआड केले. सैन्याने साऱ्या देशावर आपला ताबा बळकट केला. जनरल अल् बशीर तेव्हापासून सुदानचे अध्यक्ष झाले.

अध्यक्ष अल् बशीर यांनी अरबांचे व दार्फुरी जनतेचे सशस्त्र गट स्थापायला प्रोत्साहन दिले व त्यांना दक्षिणेकडील ख्रिश्चनांवर हल्ले करायला उद्युक्त केले. त्यास कंटाळून दक्षिणेकडील फुटीरवादी बंडखोरांनी सरकारशी समझोता करायचे ठरवले. तो २००५ मध्ये फलद्रुप झाला. दरम्यान सरकारने उत्तरेकडील 'जंजाविद' नावाने ओळखल्या जाणाऱ्या अरब योद्ध्यांच्या टोळ्यांना दार्फुरी जमातींवर हल्ले करायला उद्युक्त केले. दार्फुरमध्ये भूगर्भातील पाण्याचे साठे मुबलक होते. तेथील जमीनही सुपीक. त्याउलट, अरबांचे वास्तव्य असलेल्या उत्तरेकडे पाण्याची चणचण असायची, जनावरांसाठी चराऊ कुरणे कमी पडायची. सरकारने अरब टोळ्यांच्या नेत्यांना चिथावणी दिली, की त्यांनी दार्फुरी जमातींवर हमले करून त्यांना तेथून हुसकून लावावे व त्यांच्या जमिनी बळकावाव्यात. त्यास सरकारी सैनिक मदत करतील, असे आश्वासनही दिले. पूर्वी पाण्याची व चाऱ्याची चणचण भासल्यावर अरब टोळ्या आपल्या जनावरांचे काफिले घेऊन दार्फुरकडे प्रयाण करत. तेथे

त्यांना आश्रय व साहाय्य मिळे. दार्फुरी जमाती व अरब यांच्यात बंधुभाव होता, त्यांच्यात रोटी-बेटी व्यवहारही व्हायचे; पण ते सारे विसरून सरकारच्या चिथावणीने अरब दार्फुरी जमातींविरुद्ध पेटून उठले. दार्फुरच्या निरपराध जनतेवर जंजाविद टोळ्या अत्याचार करू लागल्यामुळे त्यांच्यापैकी काहींनी स्वसंरक्षणासाठी सशस्त्र गट स्थापले. ते जंजाविद व सरकारच्या सैनिकांना प्रतिकार करू लागले; पण धूर्त सरकारने त्यांच्यात्यांच्यात दुफळी माजवून काही गटांना आपल्या गोटात सामावून घेतले. दार्फुरमधील दोन मोठे सशस्त्र गट - 'सुदान मुक्तिसेना' नि 'न्याय व समानता चळवळ' - यांनी २००३ मध्ये सरकारविरुद्ध उघड उघड युद्ध पुकारले. तेव्हापासून सुदानी सैन्य, जंजाविद, सरकारधार्जिणे सशस्त्र गट यांनी दार्फुरच्या जनतेला चिरडून टाकायला सुरुवात केली.

छादच्या आद्रे या खेड्यात असताना आदल्या दिवशी सुलेमानला असे समजले, की दार्फुरच्या माझरुब या खेड्यात नुकतेच एक मोठे हत्याकांड घडले आहे. सुलेमानने ते फिलिपला सांगितल्यावर तो म्हणाला, की आपण सर्वप्रथम माझरुबला जाऊन त्या हत्याकांडाच्या परिणामांचे चित्रण करू, त्यातून वाचलेल्यांच्या मुलाखती घेऊ नि त्या परिसराचे चित्रण करू.

जीप माझरुबच्या दिशेने धावत होती. त्यांनी नुकतेच हेग्लिग हे खेडे मागे टाकले होते. मुसा रानावनातून मार्ग काढत सावधानतेने जीप चालवत होता. इतक्यात झाडाझुडपांमागे लपवलेल्या चार जीप्सनी त्यांना घेरले. मुसाने जीप थांबवली. त्या चार जीप्समधून कलाशनिकोव्ह व एके-४७ बंदुका हातात असलेले पंधरा-वीस योद्धे बाहेर पडले. त्यांच्या म्होरक्याने त्या सर्वांना आपल्या बंदुका मुसाच्या जीपवर रोखायचे आदेश दिले. ते तिघे सावधतेने जीपच्या बाहेर पडले. त्यांनी आपले हात वर केले. सुलेमानने त्या सैनिकांकडे पाह्यल्यावर ते कोण असावेत, याचा अंदाज केला. मळकट जीन्स व टी शर्ट्स, कंबरेला काडतुसांचा पट्टा, हातात बंदुका व डोक्यावर ढिले मुंडासे हा पेहराव होता एखाद्या सशस्त्र गटाच्या सैनिकांचा. त्यांच्या अवतारावरून ते कित्येक दिवस चकमकींमध्ये व्यस्त होते, हे सहज समजून यायचे. त्यांच्या जीपवरील चिन्हांवरून ते सुदानच्या सरकारशी संगनमत करणाऱ्या एका दार्फुरी गटाचे होते, हे सुलेमान व फिलिपच्या लक्षात आले. फिलिपने दार्फुरची व तेथील गटांची खूप माहिती मिळवून ती अभ्यासली होती. जवळजवळ एक वर्षापूर्वी त्याने काही गटांच्या नेत्यांच्या मुलाखतीही घेतल्या होत्या.

त्यांचा म्होरक्या त्या तिघांजवळ गेला व सुलेमानकडे पाहत म्हणाला,

"जावेद इब्राहिम झारी, आम्हाला तुझ्याबद्दल सर्वकाही ठाऊक आहे. तू हेरगिरी करतोस याचा आमच्याजवळ पुरावा आहे. तू आमच्याप्रमाणे झाघवा जमातीचा आहेस; पण आम्ही तुला संरक्षण देऊ शकत नाही. आमचा नाइलाज आहे. आम्हाला सुदानच्या सैनिकी अधिकाऱ्यांनी तुला दिसताक्षणी गोळ्या घालून ठार मारायचे आदेश दिले आहेत." त्याने आपल्या एका सैनिकाला पुढे बोलावले व त्याला बंदुकीची नळी सुलेमानच्या डोक्याला टेकवायला सांगितले. सुलेमान झाघवा जमातीचा आहे हे लपवू शकत नव्हता. झाघवा जमातीतील मूल जन्मल्यावर एक वर्षभराने त्याच्या भिवयांना लागून कपाळावर धारदार चाकूने अवतरण चिन्हांसारख्या खुणा कोरायची प्रथा होती. त्या खुणा जन्मभर कपाळावर दिसत.

फिलिपला नेमके काय चालले आहे, हे समजेना. त्याने सुलेमानला त्याबद्दल विचारले. सुलेमानने तो म्होरक्या काय म्हणाला, हे त्याला सांगितले. त्यावर फिलिप त्या म्होरक्यास उद्देशून म्हणाला,

"तुमचा काहीतरी गैरसमज झालेला दिसतोय. याचे नाव जावेद इब्राहिम झारी नाही. हा सुलेमान खलील आहे. हा सुदानचा नाही, छादचा नागरिक आहे. त्याच्याजवळ ते सिद्ध करायला सरकारी कागदपत्रं आहेत. तो माझा दुभाषा व मार्गदर्शक आहे. मी हॉलंडहून एक माहितीपट तयार करण्यासाठी इकडे आलो आहे. कृपा करून आम्हाला जाऊ द्या."

सुलेमानने त्याचे भाषांतर केले. दरम्यान फिलिपने ते कोणत्या सशस्त्र गटाचे आहेत, हे त्यांच्या जीपवरील चिन्हांवरून ओळखले. फिलिपचा खुलासा ऐकल्यावर तो म्होरक्या जरा गांगरला. ते पाहून फिलिप पुढे म्हणाला,

"तुमच्या गटाचा प्रमुख उस्मान अली, बरोबर?"

ते ऐकल्यावर तो म्होरक्या चाट पडला. तो म्हणाला,

"हो, बरोबर."

"थांबा, आता त्याला फोन लावतो. माझा व त्याचा चांगला परिचय आहे." असे म्हणून फिलिप जीपमधला उपग्रहाधारे चालणारा 'सॅट-फोन' घेऊन आला. आपल्या डायरीतून त्याने उस्मान अलीचा फोन नंबर शोधला. गेल्या वर्षी त्याने उस्मान अलीची मुलाखत घेतली होती. फोन लावल्यानंतर थोड्या वेळाने उस्मान अलीचा फोन वाजू लागला. त्याने तो घेतल्यावर फिलिपने इंग्रजीत त्याच्याशी संभाषण केले.

त्यांचे संभाषण चालू असताना मधूनच तो हसत होता. तो म्होरक्या फिलिपवर बारकाईने लक्ष ठेवून होता. आपली काही दिशाभूल तर केली जात नसावी, अशी शंका त्याच्या मनात डोकावली. ते दोघे जर एवढ्या मोकळेपणाने गप्पा मारताहेत,

तर त्यांचा चांगलाच परिचय असणार, असे त्याला वाटले. थोड्या वेळाने फिलिपने फोन त्या म्होरक्याकडे दिला व त्याला म्हणाला,

"बोला, उस्मान अलीशी बोला."

काही वेळ त्यांचे बोलणे झाल्यावर त्या म्होरक्याने फोन फिलिपकडे परत दिला व म्हणाला,

"तुम्ही तिघे ताबडतोब आल्या वाटेने सुदानमधून निघून जा!"

हे ऐकल्यावर त्या तिघांनी सुटकेचे नि:श्वास टाकले. ते तिघे जीपमध्ये चढले. मुसाने जीप माघारी वळवली. तेथून काही अंतर दूर गेल्यावर फिलिप म्हणाला,

"थोडक्यावर निभावलं; नाहीतर आज काही खरं नव्हतं!"

"अगदी बरोबर. अहो, बऱ्याच वेळा सॅट-फोनदेखील काम करत नाहीत. माझं नशीब बलवत्तर म्हणायचं!" सुलेमान म्हणाला.

"पण काय रे, त्यांना तू जावेद नावाचा गुप्तहेर असल्याचा गैरसमज कसा काय झाला असावा?"

"माझं खरं नाव जावेद इब्राहिम झारी आहे नि मी दार्फुरी झाघवा आहे; पण छादमध्ये वावरताना मी सुलेमान खलील हे नकली नाव धारण करतो!" सुलेमान उर्फ जावेद थंडपणे म्हणाला. ते ऐकताच फिलिप चक्क उडालाच.

"म्हणजे तू हेरगिरी करतोस?" अविश्वासाने फिलिपने विचारले.

"मुळीच नाही. मी तुमच्यासारख्यांसाठी केवळ दुभाषा व मार्गदर्शकाचे काम करतो. त्यामुळे सुदानच्या सरकारने सुरू केलेला दार्फुरी जनतेचा छळ व त्यांचे निर्वंशीकरण करायची मोहीम साऱ्या जगासमोर येत असल्याने सरकार माझ्यावर चिडून आहे. मला पकडून तुरुंगात डांबायचा किंवा दिसेल तेथे गोळ्या घालून ठार मारायचा त्यांनी विडा उचलला आहे."

"हे सारं ठाऊक असूनदेखील तू हे काम करायचं थांबवलं नाहीस?"

"मुळीच नाही. सांगेन मी तुम्हाला त्याबद्दल नंतर."

संध्याकाळी सात वाजता जीप छाद-सुदान सीमेजवळील जुतुन या खेड्यात पोचली. त्या खेड्याचा प्रमुख, ज्याला 'शेख' असं संबोधलं जायचं, तो जावेदच्या परिचयाचा होता. त्याला पाहताच शेख म्हणाला,

"अरे जावेद, इकडे कसा काय? आणि हे पाहुणे कुठले आहेत?"

जावेदने खुलासा केला.

"बरं झालं आलास. दमला असाल खूप. अंघोळी करून घ्या, मी जेवणाची सोय करतो. आज इथेच राहायचं बरं का!" असे म्हणून शेखनी फिलिपशी

हस्तांदोलन केले. त्यांनी त्यांच्या साहाय्यकांना पाहुण्यांना काही हवंनको पाहायच्या सूचना दिल्या.

जावेदला नंतर समजले, की पस्तीस दार्फुरी लोक त्या दिवशी शेखांच्या घरी आश्रयासाठी आले होते. ते छादकडे निर्वासित छावण्यांकडे जाता जाता त्यांच्या घरी थांबले होते. रोज असे लोक त्यांच्याकडे आधारासाठी जात. शेख त्या सर्वांची जिव्हाळ्याने काळजी घेत, खाऊ-पिऊ घालत व त्यांना सीमेपर्यंत सोडून येण्यासाठी वाहनांची सोय करत. हे फिलिपला समजल्यावर तो भारावून गेला.

एका खोलीसमोर मोठी सतरंजी अंथरली होती. फिलिपने अंघोळीनंतर साऱ्या अंगावर डासप्रतिबंधक औषधी फवारा मारला. जवळच विस्तवावर त्यांच्यासाठी दोन कोंबड्या भाजायचे काम सुरू होते. फिलिपने आपल्या बॅगेतून बॅलंटाईन स्कॉच काढली. मुसा मद्य घेत नव्हता. जावेद नि फिलिप यांनी आपले ग्लास एकमेकांना भिडवून 'सहीसलामत सुटका झाल्याच्या खुशीबद्दल' असे म्हणून 'चिअर्स' केले. पौर्णिमा होऊन दोनच दिवस झाले होते. टिपूर चांदण्यात ते दोघे स्कॉचचा आस्वाद घेत गप्पा मारत बसले.

"जावेद, तू या व्यवसायाकडे कसा काय वळलास? युरोप-अमेरिकेतील कित्येक शोधक पत्रकार, आंतरराष्ट्रीय सेवाभावी संस्था नि संघटना यांच्या अधिकाऱ्यांना तुझ्याबद्दल माहिती आहे. ते तुझ्या कामाची खूप प्रशंसा करतात.'' फिलिपने जावेदला विचारले. काही क्षण विचार केल्यावर जावेद म्हणाला,

"ती एक मोठी कहाणी आहे. ऐकायची आहे तुम्हाला?''

"मला त्याबद्दल खूप उत्सुकता लागून राहिली आहे.''

जावेदने स्कॉचचा एक घोट घेतला व तो सांगू लागला. फिलिप ती चित्तथरारक कहाणी ऐकता ऐकता भान हरपून आपण कोठे आहोत, हे विसरून गेला!

❑❑❑

- २ -

"माझा जन्म १९८१ सालचा. आमचं खेडं झिवै, माझरुबच्या उत्तरेला जवळ जवळ शंभर किलोमीटरवर. झिवैची लोकसंख्या अडीच-तीन हजार. आमची वस्ती झिवैच्या उत्तरेला गावाबाहेर दोन-अडीच किलोमीटरवर. मी झिवैच्या प्राथमिक शाळेत जायचो. मला एक थोरला भाऊ अहमद व त्याच्यापेक्षा मोठी बहीण हमीदा नि माझ्यापेक्षा धाकटी आयेशा. आमची थोडी शेती होती. मका, गहू अशी पिके वडील करायचे. पंधरा उंट, वीसएक शेळ्या, कोंबड्या वगैरे आमची पाळीव जनावरे होती. मी जनावरे राखण्याऐवजी शाळा शिकावी, अशी वडलांची इच्छा होती. अहमद व बहिणींनी थोडी शाळा शिकून नंतर सोडून दिलेली.

"दार्फुरमध्ये २००३ पासून चकमकी वाढून युद्धसदृश परिस्थिती निर्माण झाली. पण त्यापूर्वी १९९३-९४ पासून दार्फुरी जमातींवर तुरळक हमले व्हायचे. मी झाघवा जमातीचा; पण दार्फुरमधील मसालित, बेर्ती, नुबा, बेर्गिद, फेर्तित अशा इतर जमातींनादेखील सुदानी सैन्याने, जंजाविद व त्यांना मदत करणाऱ्या सशस्त्र गटांनी लक्ष्य केलेले.

"मी पंधरा वर्षांचा असतानाची गोष्ट. त्या वेळी बरेच दार्फुरी तरुण संघटित होऊन दार्फुरी जनतेला थोडेफार संरक्षण द्यायचा प्रयत्न करत होते. सुदानी सैनिक खेडोपाडी जाऊन घरातील महिलांना तंबी देत होते, की त्यांनी त्यांच्या घरातील पुरुषांना त्यांच्याकडील शस्त्रास्त्रे सरकारजमा करायला व शहरांकडे स्थलांतर करायला भाग पाडावे; अन्यथा त्यांची घरे जाळण्यात

येतील. एके दिवशी सुदानी सैन्याची एक तुकडी आमच्या वस्तीजवळ आली. त्यांच्या कमांडरने मला व माझ्या दोन चुलतभावांना पकडले नि सांगितले, की आम्ही त्यांना रस्ता दाखवायचे व त्यांच्या अरबी भाषेतील दवंड्यांचे झाघवी बोलीभाषेमध्ये भाषांतर करून दवंड्या पिटायचे काम करावे. आम्हाला शाळेत अरबी भाषा सक्तीची होती. आम्ही नाही म्हणू शकतच नव्हतो. त्या कमांडरने आम्हाला जीपच्या फूटबोर्डावर उभे राहायला सांगितले. तो म्हणाला, की झिवैच्या आसपासच्या साऱ्या वस्त्या आम्हाला दाखवा. साऱ्या झिवैमध्ये दवंड्या पिटून झाल्या. आसपासच्या वस्त्यांकडेदेखील त्यांना घेऊन गेलो. ते सारे झाल्यावर तो कमांडर आम्हाला म्हणाला, की त्यांना जवळचेच खेडे जबिलाकडे जायचे आहे, पण त्यांना रस्ता ठाऊक नव्हता. त्याने आम्हाला रस्ता दाखविण्यासाठी त्यांच्याबरोबर यायला सांगितले. आम्ही जीपच्या आत बसलो. आमची जीप सर्वांत पुढे होती. आमच्या मागे तीन जीप्स होत्या. आम्ही एका घळीजवळ आलो नि आमच्या जीपच्या दिशेने अचानक मशीनगन्सच्या फैरी झाडण्यात आल्या. सैन्याला प्रतिकार करणाऱ्या सशस्त्र दार्फुरी तरुणांनी तो गोळीबार केला होता. घळीजवळील झाडा-झुडपांमध्ये ते लपून बसले होते. जीप थांबवून सैनिक पटपट खाली उतरले व जमिनीवर आडवे पडून ज्या दिशेने गोळीबार करण्यात आला, तिकडे बंदुकींच्या फैरी झाडू लागले. आम्ही जीपमध्येच बसलेलो. आमच्या दिशेनेदेखील गोळ्या येतच होत्या. आम्ही झाघवीमध्ये ओरडलो, 'आम्ही येथे आहोत, गोळीबार थांबवा.'

"आमचा आवाज ऐकल्यावर सुदानी सैनिकांनी आम्हाला जीपच्या बाहेर काढले व आमचा संरक्षक ढालीसारखा उपयोग केला. त्या वेळी आमच्या आजूबाजूला रक्ताच्या चिळकांड्या उडत होत्या. आम्ही भयभीत होऊन वाळूत डोके खुपसून पडलो होतो. छातीतील ठोक्यांची धडधड स्पष्ट ऐकू येत होती. काही मिनिटांनी आमच्या दिशेने होणारा गोळीबार थांबला. प्रतिकार करणारे तेथून दूर गेले असावेत. त्या सैन्याच्या तुकडीतील वीस सैनिकांपैकी सहाजण ठार तर आठजण जखमी झाले होते. इतर सैनिकांनी मृतदेह व जखमींना गाड्यांमध्ये घेतले. त्यांचा कमांडर माझ्याकडे आला. त्याने आपली बंदूक माझ्या डोक्याकडे रोखली व म्हणाला, 'आमच्यावर हल्ला करण्यासाठी तुम्ही मुद्दाम आम्हाला इकडे आणून सापळ्यात फसवलं. हे सारं पूर्वनियोजित असणार! एवढ्या लहान वयात तुमची ही तयारी, तर मोठे झाल्यावर नक्कीच बंडखोर होऊन आमच्याशी लढणार. त्यापूर्वीच तुम्हाला संपवलं पाहिजे!' त्याने बंदुकीचा नेम माझ्या डोक्यावर धरला. मी भीतीने थरथरत होतो. डोळे मिटून घेतले, पण बंदूक उडालीच नाही. मी डोळे उघडून पाहतो, तर तो कमांडर तोंडातल्या तोंडात काहीतरी पुटपुटत आमच्यापासून दूर गेला. त्याने

मान हलवत बंदूक खाली केली, आमच्याकडे एक रागीट कटाक्ष टाकला व जीपमध्ये बसून निघून गेला.''

"अगदी थोडक्यात वाचलास तू, जावेद. लहानपणापासून तू दुभाषाचं काम करतोस वाटतं!'' फिलिप हसत म्हणाला.

"खरं आहे ते एका अर्थी. त्या घटनेनंतर माझ्या वडलांनी मला दार्फुरमधील मोठे शहर अल् फाशेर येथे शिकायला पाठवायचा निर्णय घेतला. एका नातेवाइकाच्या घरी माझी राहण्याची सोय केली. दार्फुरी लोकांत तशी खूप एकी. जगात कोठेही गेलात तरी एकमेकाला मदत करतील. मला झिवै सोडताना खूप वाईट वाटले. मी शहरात कधीच राह्यलो नव्हतो. अल् फाशेर खूप मोठं गाव. सर्वत्र मातीची घरे नि वालुकामय रस्ते. तेथे बऱ्याच सरकारी इमारती व एक प्रचंड तुरुंग होता. मला शहरी राहणीमान मानवेना. तेथे मला करमेनासे झाले. आई-वडलांच्या नि भावंडांच्या आठवणीने व्याकूळ झालो. त्यामुळेच की काय, मी आजारी पडलो. गावाकडे ते समजल्यावर अहमद मला भेटायला आला. थोडे बरे वाटल्यावर गावाकडे निघून गेला. त्याचा माझ्यावर खूप जीव होता. जाण्यापूर्वी मी शाळा शिकणे किती महत्त्वाचे आहे, हे त्याने मला समजूत काढून पटवून दिले. माझं नशीब म्हणून मला खेड्यातून बाहेर पडायची व शाळा शिकायची संधी मिळतेय, असं म्हणाला. पुढे मला हळूहळू शहरात राहायची सवय झाली. शाळा सुटल्यावर मी एका उपाहारगृहात प्लेट, कपबशा उचलायचे व टेबल्स साफ करायचे काम करू लागलो. अशीच अडीच-तीन वर्षे गेली. मला नवे मित्र मिळाले. माझ्यापेक्षा मोठ्या मुलांकडून मला हळूहळू राजकारणातले बारकावे समजू लागले. एके दिवशी माझा झाघवा मित्र इरफान मला म्हणाला, 'शेजारील छादमध्ये डेबी इद्रिस नावाचा एक झाघवा नेता आहे. त्याने त्यांच्या अन्यायकारी सरकारविरुद्ध बंड पुकारले आहे. आपल्यासारख्या झाघवा तरुणांनी त्या लढ्यात उतरून त्याचे हात बळकट करावेत, असे आवाहन केले आहे. त्याचा तेथील लढा यशस्वी झाल्यानंतर तो सुदानमधील झाघवांना व इतर दार्फुरी जनतेला मदत करणार आहे म्हणे! आपण त्याला जाऊन मिळू.'

"हे ऐकल्यावर मला खरोखरच त्या धडाडीच्या नेत्याचे हात बळकट करावेसे वाटले. त्या वेळी मी अठरा-एकोणीस वर्षांचा असेन. एके दिवशी मी शाळेतून घरी गेलोच नाही. त्या वेळी बारावीत होतो. आम्ही चार-पाच मित्र छादला लपूनछपून जायची तयारी करत होतो. त्यात आठ-दहा दिवस गेले. आम्ही तेथून निघणार, त्याच्या आदल्या दिवशी अहमद अल् फाशेरला आला व त्याने मला शोधून काढले. त्याने माझी समजूत काढली. मी छादला जायचे खूळ डोक्यातून काढून टाकले व पुन्हा शाळेत जाऊ लागलो. शाळेत मला इंग्रजीची आवड निर्माण

झाली ती एका प्रेमळ शिक्षकामुळे. त्यांची शिकविण्याची हातोटीही खूप चांगली होती. मी इंग्रजी कथा-कादंबऱ्या वाचू लागलो, हॉलिवूडचे चित्रपट नि दूरदर्शनवरील इंग्रजी कार्यक्रम पाहू लागलो. बारावी झाली तरी अल् फाशेरमध्ये लहानसहान कामे करत राहू लागलो. अशीच दोन-तीन वर्षे गेली. वाचनाची गोडी निर्माण झाली होती. त्यामुळे बाहेरचे जग कसे आहे, हे समजू लागले. ते पाहायची उत्सुकता वाढली. मी एकवीस वर्षांचा झाल्यावर एके दिवशी वडलांचा निरोप आला- त्यांनी माझ्यासाठी एक मुलगी पाहून ठेवली आहे, मी तिच्याशी लग्न करावे व गावाकडेच राहून उंट पाळावेत. मी झिवैला गेलो व त्यांना सांगितले की, 'मला उंट पाळायचे नाहीत व त्या मुलीबरोबर लग्नही करायचे नाही. मला बाहेर कुठेतरी नोकरी करायची आहे व पुढे स्वत: पसंत केलेल्या मुलीशी लग्न करायचे आहे.'

"पण तुला बाहेर जायची संधी मिळायची शक्यता होती?" फिलिपने विचारले.

"मी सुदानमधून लिबियाला जायचा मनसुबा रचला होता. काही प्रवास पायी, काही उंटावरून व काही ट्रकने करायचा होता. मी मजुरी करून बऱ्यापैकी पैसे त्यासाठी साठवले होते. अल् फाशेरमधील एक माणूस त्यासाठी पैसे घेऊन मदत करायचा. घरच्यांनी विरोध केला, पण मी ठाम होतो."

"तू गेलास लिबियाला?"

"हो. पण प्रवास खूप खडतर. दिवसा उष्म्याने हैराण व्हायचे तर रात्री वाळवंटातील बोचरी थंडी! अल् फाशेरपासून लिबियाची हद्द चारशे किलोमीटर अंतरावर. त्या हद्दीपासून मला उत्तरेच्या भूमध्य समुद्रकाठावरील बेनगाझी या शहराकडे जायचे होते. ते अंतर होते जवळजवळ १४०० किलोमीटर. बेनगाझीमध्ये काही झाघवा तरुण उपाहारगृहात काम करतात, असे माझ्या ऐकण्यात आले होते. मी मोठ्या खडतर प्रवासानंतर तेथे पोचलो. चार झाघवा तरुण तेथे भेटले. त्यांनी मला त्यांच्याकडे ठेवून घेतले व एका उपाहारगृहात कामासही लावले. असेच तीन महिने गेले. माझ्या एका मित्राने मला बोलता बोलता सांगितले, की शेजारील इजिप्तमध्ये उपाहारगृहात काम करणाऱ्यांना चांगले पगार मिळतात. मी लिबियातून इजिप्तला गेलो. तेथे उत्तरेकडील समुद्रकाठावरील ॲलेक्झांड्रियात पोचलो. तेथील लष्करी अकादमीच्या मेसमध्ये मला नोकरी मिळाली. अकादमीत लष्करी अभ्यासक्रम पुरा करायला आलेले तरुण मला त्यांच्या वाचनालयातील इंग्रजी पुस्तके वाचायला देऊ लागले. त्या वेळी एकोणिसाव्या शतकातील अभिजात इंग्रजी लेखक एच. जी. वेल्स, जॉर्ज एलियट, चार्ल्स डिकेन्स व लेखिका जेन ऑस्टेन यांची व दुसऱ्या महायुद्धानंतर अमेरिकेत प्रकाशित झालेली व खूप प्रसिद्धी मिळालेली हार्पर ली,

नॉर्मन मेलर, सॉल बेलो, विल्यम बरो, जॉन अपडाईक् यांची व इतर अनेक लेखकांची पुस्तके मी अधाशासारखी वाचली. मी रोज रात्री वाचन करायचो. दहा वाजता अकादमीच्या आवारातील छोट्या खोलीत गेलो, की पहाटे दोनपर्यंत माझे वाचन चालायचे. त्याचे दोन फायदे झाले. इंग्रजी तर सुधारलेच, पण त्याचबरोबर वैचारिक बैठकही मिळाली. आपण कोण आहोत, आपल्यात काय करण्याची क्षमता आहे नि आपले ध्येय काय असावे, याचा विचार करू लागलो. नाहीतर आज उंट राखत बसलो असतो.''

फिलिपने स्वत:चा व जावेदचा रिकामा ग्लास भरला. एका छोट्या दार्फुरी खेड्यातील या तरुणाच्या आयुष्यात कुठे कुठे भटकंती करायचा योग होता कुणास ठाऊक, असा विचार त्याच्या मनात आला. जावेदचे रोमांचकारी आत्मवृत्त ऐकण्यात तो तल्लीन झाला होता.

''या भागात परत कसा काय आलास? इकडची परिस्थिती एवढी बिकट आहे, तर तिकडेच इजिप्तमध्ये राहायचा विचार केला नाहीस?''

''केला होता. पण माझ्या अधिक शिकण्याच्या हव्यासापोटी मी अडचणीत आलो नि माझी पोलीस बंदोबस्तात छादला रवानगी करण्यात आली!'' जावेद हसत हसत म्हणाला.

''ते कसे काय?'' फिलिपने विचारले.

''सांगतो ना!'' जावेदने स्कॉचचा एक घोट घेतला व तो सांगू लागला.

❑❑❑

- ३ -

जावेदला पहाटे पहाटे स्वप्न पडलं, की तो झिवै येथील त्यांच्या शेतातील झाडाखाली दुपारी डुलकी घेत पडला आहे व त्याच वेळी काही सुदानी सैनिकांनी तेथे येऊन त्याच्या डोक्याला बंदुकीची नळी टेकवली आहे. त्याला त्या नळीच्या धातूचा थंडगार स्पर्श अगदी खरा वाटला. भेदरलेल्या जावेदने दचकून डोळे उघडले अन पाहतो तर खरंच चार सैनिक त्याच्याकडे रोखून पाहत होते व एकाने त्याची बंदूक जावेदच्या कपाळावर टेकवली होती. पण त्या वेळी तो दार्फुरमध्ये नव्हता. सुदानपासून जवळ जवळ दोन हजार किलोमीटर दूर, इस्त्रायलमध्ये!

"सहा महिन्यांतच अलेक्झांड्रियातील लष्करी अकादमी सोडावी लागली. कारण माझ्याकडे कामाचा परवाना नव्हता. अकादमीच्या नव्या संचालकांनी मला नोकरीवर ठेवता येणार नाही, असे सांगितले. माझी पुन्हा भटकंती सुरू झाली. मी इजिप्तच्या पूर्वेला सायनाय भागातील लाल समुद्राच्या काठावरील शार्म-अल्-शेख या गावी पोचलो. तेथे नोकऱ्या मिळतात, असे मला माझ्या एका मित्राने सांगितले होते. तेथील एका बेदावी अरबाच्या उपाहारगृहात मला नोकरी मिळाली. त्याचा जाडाजुडा मालक शेरीफ आलम काही काळ्या धंद्यात गुंतला असावा, अशी मला शंका येत होती. पण मी तिकडे काणाडोळा केला. माझ्या वाचनावर बंधन आले होते. तरीही मी जुनी मासिके, वर्तमानपत्रे व रद्दीत घातलेली पुस्तके पैदा करून माझी इंग्रजी

वाचनाची हौस भागवत होतो. एकदा माझ्या हातात चार वर्षांपूर्वीचा 'द मिडल ईस्ट क्रॉनिकल' या मासिकाचा अंक पडला. त्यात इस्रायलच्या बिर्शेबा या शहरातील बेन गुरियन विद्यापीठाची माहिती वाचनात आली. ते एक उत्कृष्ट विद्यापीठ आहे, असे त्यात म्हटले होते. पूर्वी मला असं समजलं होतं, की इस्रायलमध्ये उपाहारगृह कर्मचाऱ्यांना इजिप्तपेक्षा खूप चांगले पैसे मिळतात. माझ्या मनात एक कल्पना आकार घेत होती. बिर्शेबास जाऊन नोकरी शोधायची, काटकसरीने राहून पैसे साठवायचे व एक वर्षभराने विद्यापीठात प्रवेश घ्यायचा. अभ्यासक्रम सुरू झाला, की अर्धवेळ नोकरी करायची. पण माझी सर्वांत मोठी समस्या ही होती, की बिर्शेबास जायचे कसे? एके दिवशी माझ्याबरोबर काम करणारा नाहुद मला म्हणाला, की 'आपला मालक शेरीफ आलम मानवी तस्करी करतो. तो इजिप्तमधून नोकरीच्या शोधातील तरुणांना इस्रायलमध्ये गुपचूपपणे पाठवतो.' मी एकदा शेरीफला विश्वासात घेऊन आपल्याला इस्रायलकडे स्थलांतर करायचे आहे, असे सांगितले. मी बऱ्यापैकी पैसे साठवले होते. तो मला इस्रायलमध्ये पाठवायला तयार झाला. त्याचा एक साथीदार मला एके रात्री इजिप्तमधून पॅलेस्टिनींच्या गाझामध्ये घेऊन गेला. तेथून दुसऱ्या रात्री त्याने मला इस्रायलच्या हद्दीजवळ आणून सोडले. रात्रीपासून पहाटेपर्यंत मी चालत होतो. खूप दमछाक झालेली होती. एका फार्मच्या बांधाजवळील झाडाखाली बसलो. बसल्या बसल्या केव्हा डोळा लागला, कळले नाही. जाग आली ती त्या भयानक स्वप्नाने, बंदुकीच्या नळीचा डोक्याला स्पर्श झाल्याचा भास झाला तेव्हा.''

''तुझ्या डोक्याचा व बंदुकीच्या नळ्यांचा अगदी घनिष्ट संबंध असावा, असं दिसतंय, अगदी तू पंधरा वर्षांचा असल्यापासून!'' फिलिप हसत हसत म्हणाला.

''तुम्हाला आता हसू येतंय, पण त्या वेळी माझी बोबडी वळली होती. मी भीतीने थरथर कापत होतो. त्या सैनिकांनी मला जवळच्या पोलीस स्टेशनवर पोलिसांच्या ताब्यात दिले. पोलिसांनी माझा जाबजबाब घेतला. मी खरं ते सारं सांगून टाकलं. इंग्रजी भाषेचा त्या वेळी खूप उपयोग झाला. ते पोलीस तसे दुष्ट नव्हते. त्यांच्यापैकी एकजण म्हणाला, की बेकायदेशीरपणे इस्रायलच्या हद्दीत प्रवेश केल्याबद्दल तुझ्यावर फौजदारी खटला चालवून तुला आम्ही तुरुंगात डांबू शकतो; पण आम्ही तसे न करता तुला इजिप्तच्या हद्दीपर्यंत घेऊन जातो नि इजिप्शियन पोलिसांच्या स्वाधीन करतो. मला त्यांना 'हो' म्हणण्यावाचून पर्याय नव्हता. त्या दिवशी संध्याकाळी ते मला इजिप्त-इस्रायल सीमेजवळील निझ्झाना या गावानजीकच्या चेक-पोस्टकडे घेऊन गेले. त्यांनी इजिप्शियन पोलिसांना माझ्याबद्दल सांगितले व मला त्यांच्याकडे सोपवले. इजिप्शियन पोलिसांनी माझी चौकशी सुरू

केली. त्यांनी माझ्यावर लिबियामधून बेकायदेशीरपणे इजिप्तमध्ये प्रवेश केल्याचा गुन्हा दाखल केला व कैरोच्या मध्यवर्ती तुरुंगाकडे माझी रवानगी केली.

"कैरोचा तुरुंग म्हणजे पृथ्वीवरचा नरक म्हणायला हरकत नाही. तेथे पोसलेले जाडेजुडे गुंड दादागिरी करून नव्या कैद्यांना मारहाण करायचे, त्यांच्यावर लैंगिक अत्याचार करायचे, त्यांचे जेवण काढून घ्यायचे नि त्यांचा करमणुकीसाठी वेगवेगळ्या पद्धतीने छळ करायचे. तुरुंगातील गार्ड व अधिकारी त्यांना काबूत ठेवू शकत नव्हते. तुरुंगात सर्वत्र अस्वच्छता होती. ज्या कोठडीत फक्त दहा लोक राहू शकतील, तेथे तीस-चाळीस जणांना कोंबले जायचे. त्याच कोठडीत एका बादलीचा उपयोग टॉयलेट म्हणून केला जायचा. मलमूत्राच्या दुर्गंधीने जीव नकोसा व्हायचा. कोठडीत आडवे पडायलाही जागा नव्हती. बसल्या बसल्या डुलक्या हीच झोप. मारहाणीमुळे काही कैदी मृत्युमुखीसुद्धा पडायचे. तेथे मी दीड महिना होतो. मला एके दिवशी न्यायालयात नेण्यात आले. मी गुन्हा कबूल केला. मला तीन वर्षांच्या कैदेची शिक्षा झाली, पण सुदैवाने माझी रवानगी इजिप्तच्या दक्षिणेकडील अस्वान येथील तुरुंगात करण्यात आली. तो तुरुंग त्यातल्या त्यात बरा होता. कैरो येथील तुरुंगासारखे अत्याचार होत नव्हते. तेथील रेहमत नावाच्या साठीच्या एका गार्डशी माझी चांगली ओळख झाली. मी माझी सारी कहाणी त्याला ऐकवली. तो खूप दयाळू होता. माझ्या शिकण्याच्या हव्यासापोटी मी अडचणीत येऊन आता तुरुंगात खितपत पडलो आहे, हे समजल्यावर त्याला माझ्याविषयी खूप दया आली. तो अधूनमधून माझ्याशी गप्पा मारायचा, मला धीर द्यायचा, घरून एखादा पदार्थ माझ्यासाठी आणून मला गुपचूप खायला द्यायचा."

एके दिवशी रेहमत जावेदला म्हणाला,
"जावेद, तू कैरोच्या तुरुंगातून सहीसलामत सुटलास, पण आता तुझ्यापुढे एक नवी समस्या 'आ' वासून उभी आहे."
"कसली, रेहमतचाचा?" जावेदने आश्चर्याने विचारले.
"आज कैरोहून संदेश आला आहे, की तुला सुदानच्या सीमेवर घेऊन जायचे व सुदानी पोलिसांच्या स्वाधीन करायचे. अलीकडे सुदानच्या सरकारने इजिप्तच्या सरकारला विनंती केली आहे, की त्यांचे काही नागरिक बेकायदेशीरपणे इजिप्तमध्ये राहत असल्यास त्यांना सुदानकडे परत पाठवण्यात यावे. ती इजिप्तच्या सरकारने मान्य केली आहे. त्यांनी आता तुरुंगातील सुदानी नागरिकांचा शोध घेणे सुरू केले आहे. परवा या तुरुंगाच्या अधीक्षकांना तशी विचारणा केली, त्या वेळी त्यांनी तुझी माहिती कैरोला पाठवली."

हे ऐकल्यावर जावेद घाबरला. सुदानच्या सरकारने आपल्या नागरिकांनी नोकऱ्यांच्या शोधात बेकायदेशीरपणे परदेशी जाण्यावर कठोर निर्बंध घातले होते. तसे केल्याने आपल्या देशातील गरिबी इतरांच्या लक्षात येते, याचे सरकारला वैषम्य वाटत होते. अशा प्रकारांना आळा घालण्यासाठी सरकार त्या नागरिकांवर हेरगिरी, देशद्रोह असे खोटेनाटे आरोप लावून, खटले चालवून त्यांना फाशी द्यायचे. जावेदला याची पुरेपूर माहिती होती. काही वर्षांपूर्वी जॉर्डन व सिरीया इकडून हकालपट्टी केलेल्या आठ सुदानी तरुणांना फाशी दिल्याची बातमी जावेदच्या कानावर आली होती. एकदा आपण सुदानी पोलिसांच्या हाती पडलो, की आपले दिवस भरले समजायचं!

"कधी पाठवणार आहेत मला तिकडे?" जावेदने चिंताग्रस्त चेहऱ्याने विचारले.

"पाच-सहा दिवसांत आदेश येतील, असे अधीक्षकसाहेब म्हणत होते." रेहमत म्हणाला.

"कसे घेऊन जाणार आहेत मला?"

"नाईलमधून पोलिसांच्या लाँचने."

सुदानमधून वाहत आलेली नाईल इजिप्तमधून भूमध्य समुद्राकडे गेली होती. अस्वानजवळ तिच्यावर मोठे धरण होते. तेथून जवळजवळ पावणेचारशे किलोमीटर अंतरावर सुदानची हद्द वाडी-हल्फा या सीमेवरील गावाजवळ लागायची. तेथे पोलिसांचे चेक-पोस्ट होते. सुदान व इजिप्तमध्ये नाईल नदीतून बरीच मालवाहतूक व्हायची.

"तुम्ही माझ्यावतीने कैरोतील माझ्या एका झाघवा मित्राला फोन कराल?" जावेदने रेहमतला विचारले.

"करायला माझी काही हरकत नाही; पण इकडून दूर पल्ल्याच्या फोनला पैसेही खूप लागतात. माझ्या गरिबाकडे असते, तर मी नक्कीच केला असता रे पोरा!"

केव्हाच कफल्लक झालेला हताश जावेद आपल्या नशिबाला दोष देत मनाची तयारी करत होता. आता त्याच्या डोळ्यांपुढे खार्तुमचा तुरुंग दिसत होता. त्याची फाशी अटळ होती. शिवाय सुदानी पोलीस त्यांच्या क्रूरपणाबद्दल प्रसिद्ध होते. नावापुरते एखाद्या न्यायालयात घेऊन जाऊन फाशीचा मार्ग खुला करून घेतील व कसलीही दयामाया न दाखवता पटकन फासावर लटकवतील, यात शंका नव्हती. शिवाय तो झाघवा तरुण म्हटल्यावर त्यांच्याकडून दयेमायेची अपेक्षा करणे मूर्खपणाचे ठरले असते.

संध्याकाळचे सहा वाजत आले होते. जावेद चिंताग्रस्त चेहऱ्याने कोठडीत फेऱ्या मारत होता. अचानक त्याचा हात त्याच्या जीनच्या पँटच्या उजव्या खिशात एक छोटा खिसा असतो त्यात गेला. त्याच्या हाताला कसलातरी कागद लागला. तो त्याने बाहेर काढला व पाहतो तर अगदी लहान चौकोनी घडी केलेली शंभर इजिप्शियन पौंडांची नोट! जवळजवळ तीन महिने ती पँट त्याच्या अंगावर होती. कित्येक वेळा त्याने खिशात हात घातला होता; पण ती नोट कधीच त्याच्या हाताला लागली नव्हती. शिवाय कैरोच्या तुरुंगात ठेवताना तेथील गार्डनी त्याची झडती घेतली होती, तेव्हादेखील ती त्यांच्या हाताला लागली नव्हती. जावेदने रेहमतला हाक मारली. ती नोट त्याला दिली व पाठ असलेला एक फोन नंबर त्याला लिहून घ्यायला सांगितला.

"त्याचे नाव आहे शकुर. त्याला सारं काही सांग. बरं, उरलेल्या पैशांचं आपल्याला खायला काहीतरी चांगलं घेऊन ये."

थोड्या वेळाने रेहमत परतला.

"शकुरला मी सारी कल्पना दिली. तो प्रयत्न करून पाहतो म्हणाला. बरं, चल, जेवून घेऊ." रेहमतने एका उपाहारगृहातून कुशारी, फलाफेल व शवार्मा आणला होता. कित्येक दिवसांनी जावेद चांगले जेवण जेवत होता. शकुरचा फोन झाल्यापासून आशेचा एक किरण त्याला दिसत होता. त्याची आशा फलद्रुप होईल की नाही, याची त्याला खात्री नव्हती; पण एक निकराचा प्रयत्न करून पाहण्यात धोकाही नव्हता.

शकुरला फोन करून चार दिवस झाले होते. रेहमत त्याला सांगत होता, की अधीक्षकसाहेबांना अजूनतरी तुला सुदानला पाठवू नये, असा काही संदेश आलेला नाही. शेवटी पाचव्या दिवशी जावेदला पोलीसबंदोबस्तात अस्वानच्या नाईल नदीवरील बंदराकडे पाठवण्यात आले. हातापायांत बेड्या घातलेल्या व दोरखंडाने बांधलेल्या जावेदचा निरोप घेताना रेहमत आपले अश्रू आवरू शकला नाही.

पोलिसांची गस्त घालायची वेगवान नौका तयार होती. जावेद व त्याच्या पहाऱ्यावरील चार पोलीस त्या नौकेत चढल्यावर ती सुरू झाली. प्रचंड तलावासदृश नाईलच्या पात्रातून ती वेगाने सुदानच्या दिशेने चालली होती. पोलीस आळीपाळीने जावेदवर लक्ष ठेवून होते. दुपारी चारच्या सुमारास त्याच्या पाळतीवरील गार्ड म्हणाला,

"चला, संपली आता आमची जबाबदारी. या जोखमीच्या कामातून मोकळे व्हायची वेळ आली."

"सुदानच्या हद्दीजवळ पोचलो आपण?"

"ते काय समोर, ती घरे दिसतात ती वाडी-हल्फांचीच आहेत. त्यांच्या समोर नदीच्या दोन्ही बाजूंना चेक-पोस्ट आहेत."

जावेदने तिकडे पाह्यले. नदीच्या काठावरील चेक-पोस्ट व तेथील पोलिसांची वाहने त्याला दिसली. इजिप्शियन चेक-पोस्टपासून काही मीटर्स अंतरावर सुदानी चेक-पोस्ट होते. ते केवळ शंभर मीटर अंतरावर असताना अचानक नौकेची दिशा बदलली व ती आल्या मार्गाकडे वळवण्यात आली. जावेदला व त्याच्या पाळतीवरील पोलिसाला काय चालले आहे समजेना. इतक्यात तेथे दुसरा एक पोलीस आला व त्यांना म्हणाला,

"अस्वानवरून बिनतारी संदेश आला आहे, की याला सुदानी पोलिसांच्या ताब्यात द्यायचे नाही. त्याला कैरोला पाठवायचं आहे."

हे ऐकल्यावर जावेदचा जीव भांड्यात पडला. ही रेहमतने केलेल्या फोनची करामत असावी, अशी त्याची खात्री झाली. त्यांची नौका पहाटे दीड वाजता अस्वानला पोचली. जावेदला तुरुंगाकडे न पाठवता पोलीस चौकीतील एका कोठडीत झोपवले. सकाळी एक पोलीसअधिकारी जावेदला म्हणाला,

"तुला आज संध्याकाळच्या रेल्वेने कैरोला पाठवण्यात येईल. रेल्वे स्टेशनवर कैरोचे पोलीस तुला घ्यायला येतील. तुझ्यावर पाळत ठेवायला दोन पोलीस तुझ्याबरोबर कैरोला येणार आहेत."

अस्वान ते कैरो हा चौदा तासांचा रेल्वेचा प्रवास संपत आला होता. कैरोची उपनगरे जावेदला खिडकीतून दिसत होती. रेल्वेच्या रुळांच्या दोन्ही बाजूंना दाटीवाटीने बांधलेली साधी घरे व मधूनच एखाद्या मशिदीचे मनोरे दिसत होते. सकाळचे सात वाजत आले होते. स्टेशनवर पोलिसांची गाडी हजर होती. जावेदला तेथे घेऊन गेल्यावर आश्चर्याचा धक्काच बसला. तेथे शकुर होता. जावेदने त्याला मिठी मारली.

"मला खात्री होती, की तू काहीतरी हालचाल करणार. कसं शक्य झालं हे?"

"सारं काही सांगतो. चल, आधी यांच्याबरोबर आपल्याला गिंझा पोलीस स्टेशनवर जायचं आहे."

जावेदला कैरोचे पोलीस त्या दिवशी दुपारी दीड वाजता सुटणाऱ्या इथिओपियन एयरलाइन्सच्या विमानाने आदिस अबाबामार्गे अंजामिनाला पाठवणार होते. विमानतळ अधिकाऱ्यांकडे जावेदला सोपवायचे होते. त्यांनी शकुरला जावेदसोबत थांबायची परवानगी दिली होती. शकुर दोघांसाठी पोलीस स्टेशनजवळील एका उपाहारगृहातून नाश्त्यासाठी ऐश बलादी नि फुल-मिदामेस घेऊन आला. नाश्ता करता करता शकुर

म्हणाला,

“त्या रेहमतचाचाचा फोन आल्यावर मी येथील ‘ॲम्नेस्टी इंटरनॅशनल’ या मानवी हक्कांसाठी काम करणाऱ्या आंतरराष्ट्रीय सेवाभावी संस्थेशी संपर्क साधला. त्यांना सांगितले, की तुला जर सुदानला पाठवलं, तर तुझ्या जिवाला धोका आहे. त्यांनी तुझ्या प्रकरणाची सखोल चौकशी केली. त्यांच्या लक्षात एक गोष्ट आली, की इस्रायली अधिकाऱ्यांनी तुला इजिप्शियन पोलिसांच्या ताब्यात देताना एक अट घातली होती, की ज्या देशात याच्या जिवाला धोका आहे त्या देशात याची हद्दपारी करायची नाही. या अटीचा त्यांनी गृहमंत्रालयात पाठपुरावा केला. सारा कारभार हळूहळू चालला होता. शेवटी तुला ज्या दिवशी सुदानकडे नेण्यात येत होते, त्याच दिवशी गृहमंत्रालयाने तुला छादला पाठवायला मंजुरी दिली. तुझे तिकीट ‘ॲम्नेस्टी’नेच काढले. त्यांचे अधिकारी एवढ्यात येतील इकडे.”

जावेदला खुलासा झाला. तो म्हणाला,

“शकुर, हे सारं तुझ्यामुळे शक्य झालं.”

“बरं, ते असू दे. हे तीनशे अमेरिकन डॉलर्स तुझ्याजवळ ठेव. अंजामिनाला गेल्यानंतर लागतील. कैरोतील दार्फुरी कामगारांनी वर्गणी गोळा करून जमा केलेत.”

ते ऐकल्यावर जावेदच्या डोळ्यांत पाणी तरळले. ओळखपाळख नसलेल्या, काबाडकष्ट नि मजुरी करून उदरनिर्वाह करणाऱ्या कैरोतील त्याच्या बांधवांच्या प्रेमाने तो भारावून गेला.

त्या वेळी म्हणजे नोव्हेंबर २००३ मध्ये छादमधील सरकार दार्फुरी निर्वासितांना आश्रय देत होते. त्यांचा सुदानच्या दार्फुरविरोधी धोरणाला विरोध होता. त्यांनी जावेदला छादमध्ये प्रवेश करायला परवानगी दिली होती. इजिप्तच्या गृहमंत्रालयाने जावेदच्या हद्दपारीचे कागदपत्र पोलिसांकडे दिले होते.

अंजामिनाच्या विमानतळावर पोचायला रात्रीचे साडेदहा वाजले. विमानतळावरील एक इमिग्रेशन अधिकारी जावेदला म्हणाला,

“आम्ही तुला छादमध्ये आश्रय द्यायचं ठरवलं आहे. तू उद्या निर्वासित उच्चायुक्त कार्यालयात जा. ते तुला एखाद्या निर्वासित छावणीकडे पाठवतील.”

“साहेब, मला माझ्या दार्फुरमधल्या झिवै या गावी जायचं आहे. मला छावणीत राहायचं नाही.”

“काय मूर्ख आहेस की काय? अरे, तिकडे खेड्यांवर सातत्याने हल्ले होत आहेत. सुदानचे सैनिक, त्यांना मदत करणारे सशस्त्र गट नि जंजाविद यांनी तेथील लोकांचं जिणं मुश्कील केलं आहे. छादकडे निर्वासितांचा लोंढा लागला आहे.

तिकडे जायचा विचार डोक्यातून काढून टाक. इतक्या मुश्किलीने वाचला आहेस, आता पुन्हा आपला जीव धोक्यात घालू नकोस!''

''नाही साहेब. मला माझ्या माणसांची ओढ लागून राहिली आहे. त्यांना पाहून तीन वर्षे झाली. अल् फाशेरमध्ये असताना तीन वर्षांपूर्वी गावाकडे गेलो होतो, ती शेवटची भेट. त्यांना पाह्यल्याशिवाय आता मला चैन पडणार नाही.''

अंजामिनापासून जावेदचे झिवै हे खेडे जवळजवळ एक हजार किलोमीटर अंतरावर होते. रस्ता बऱ्याच ठिकाणी कच्चा होता. प्रवास तीन-चार दिवसांचा होता. त्यासाठी खासगी जीप ठिकठिकाणी बदलून जावे लागायचे. शिवाय छादच्या हद्दीतील तिने या खेड्यापासून सुदानमधील कौसूपर्यंत पंधरा किलोमीटर चालत जावे लागायचे. पण जावेदला त्या खडतर प्रवासाचा त्रास वाटत नव्हता. आता त्याला आपल्या माणसांची ओढ लागली होती.

❑❑❑

- ४ -

सुदानच्या हद्दीत गेल्यानंतर जावेदला झिवैकडे जाणारी जीप मिळाली नाही; पण त्याच्या वस्तीपासून वीस किलोमीटर अंतरावरून एक जीप त्या भागात जाणार होती. दिवसभर तळपत्या उन्हातून बारा तास प्रवास केल्यानंतर त्याने जीप सोडली व तो झिवैच्या दिशेने चालू लागला. संध्याकाळी सातच्या सुमारास तो एका वस्तीवर पोचला. तेथून त्याची वस्ती सहा किलोमीटरवर होती. त्या वस्तीचे शेख जावेदला ओळखायचे. त्याला पाहताच शेख म्हणाले,

"अरे जावेद, कसा आहेस तू? कोठे होतास तू गेली काही वर्षे?"

जावेदने खुलासा केला.

"बरं, आज येथेच रहा माझ्याकडे. दमला असशील. अंघोळ करून घे, मग बोलत बसू आपण."

"माझ्या घरी ठीक आहेत ना सारे?"

"हो, ठीक आहेत सारे. पण इकडची परिस्थिती फारच बिकट झाली आहे."

जावेदने अंघोळ केली. शेख व तो एकत्र बसून जेवले.

"जावेद, ऐन चकमकींदरम्यान तू इकडे आलास. तुला आपल्या लोकांवर होत असलेल्या अत्याचारांच्या किती कथा सांगू?" अशी सुरुवात करून शेखनी जावेदच्या नातेवाइकांच्या नि त्याच्या मित्रांच्या बाबतीत काय काय घडले आहे, याचा वृत्तांत सांगितला. प्रत्येक घरातील कोणी ना कोणी ठार झाले

होते, महिलांवर बलात्कार झाले होते, खेडी नि वस्त्या बेचिराख झाल्या होत्या. काही कुटुंबे नि हल्ल्यातून वाचलेल्यांनी जंगलामध्ये व घळींमध्ये आश्रय घेतला होता. काहींनी आपली घरेदारे सोडून छादच्या दिशेने आश्रयासाठी प्रयाण केले होते.

"जावेद, तुझ्या वस्तीवर अजून हल्ला झाला नाही. पण केव्हा काय होईल, सांगता येत नाही. तुम्ही सर्वांनी सावधगिरी बाळगायला हवी.''

जावेदच्या जिव्हाळ्याच्या माणसांच्या बाबतीत ज्या भयानक गोष्टी घडल्या होत्या, त्या ऐकून त्याचे मन विषण्ण झाले. अंथरुणावर पडल्यावर त्याच्या डोळ्यांसमोर वारंवार घोड्यांवरून येणाऱ्या जंजाविदच्या टोळ्या, सशस्त्र गटांचे क्रूर योद्धे, बाँब-वर्षाव करणारी सुदानच्या हवाई दलाची अंतानॉव्ह विमाने व त्यांच्यापासून बचाव करायचा प्रयत्न करणाऱ्या असाहाय्य दार्फुरी बांधवांचे भेदरलेले चेहरे येत होते.

सकाळी चहा झाल्यावर जावेद जायला निघाला. कधी एकदा आपल्या वस्तीवर जाऊ, असे त्याला झालेले. त्याची वस्ती येण्यापूर्वी अडीच-तीन किलोमीटर अंतरावर एक वस्ती लागली. तेथील लहान मुले जावेदला पाहिल्यावर त्याच्याकडे पळत आली. त्यांच्यापैकी काही त्याला ओळखत होती. त्या वस्तीतील काही घरांची पडझड झालेली पाहून जावेदने त्यांना विचारले,

"काय रे मुलांनो, काय झालं येथे?''

"पाच दिवसांपूर्वी दुपारी आम्ही खेळत होतो, इतक्यात सारे पक्षी एकाएकी उडून गेले. आमच्या आयांनी ते पाहताच आम्हाला पटपट घळीकडे पळायला सांगितले. काहीजण शेळ्या, कोंबड्या नि गाढवे घेऊन पळू लागले. आकाशातून खूप मोठ्या आवाजाची घरघर ऐकू येऊ लागली. तीन भलीमोठी हेलिकॉप्टर्स खूप खालून उडत होती. त्यांचा रोख आमच्या वस्तीकडेच होता. वस्तीच्या वरती आल्यावर त्यांनी पाण्याचे हातपंप नि विहिरींवर बाँब टाकले. नंतर घरांच्या दिशेने व घळीच्या दिशेला मशीनगनच्या फैरी झाडल्या.''

"कितीजण ठार झाले?''

"फक्त सात. कारण आम्ही बरेचजण घळीत लपून बसलो होतो. पण त्यांचे बाँब इतके शक्तिशाली होते, की त्यांच्या ठिकऱ्या आमच्यापर्यंत येत होत्या. हे पाहाना!'' असे म्हणून त्या मुलाने आपल्या शर्टाच्या बाह्या वर केल्या. दोन्ही हात लाल फोडांनी भरले होते. ती मुले जावेदशी खूप मोठ्याने बोलत होती. खूप जवळून बाँबचा कानठळ्या बसवणारा आवाज ऐकल्यामुळे त्यांची श्रवणक्षमता कमी झाली असणार, हे जावेदने ओळखले.

जावेद तेथून निघाला. वाटेत बाँबहल्ल्यात ठार झालेल्या जनावरांचा एक ढीग त्याला दिसला. तिकडून येणाऱ्या दुर्गंधीने जावेद कासावीस झाला. मुकी

जनावरे काय नि निरपराध रहिवासी काय, सर्वांचीच निर्दयपणे कत्तल करावयास निघालेल्या सुदानच्या सरकारच्या कारस्थानाची जावेदला उबग आली.

दुरून येणाऱ्या जावेदला पाहून अहमद त्याच्याकडे पळत सुटला. पळता पळता 'जावेद आला, जावेद आला...' असे तो ओरडत होता. जावेदला घट्ट मिठी मारून तो म्हणाला,

"जावेद, माझा विश्वासच बसत नाही, की तू घरी आलास! कोठे गायब झाला होतास?"

अहमदच्या डोळ्यांत आनंदाश्रू दाटले होते. जावेदचेही डोळे पाणावले.

"सांगतो सारं काही. आई-बाबा कसे आहेत?"

"ठीक आहेत. बरं, चल. घरी चल आधी." अहमद तीन वर्षांत खूप पोक्त झाला होता. जावेदच्या हाताला धरून तो त्यांच्या वस्तीकडे निघाला. एव्हाना आई व धाकटी आयेशा बाहेर आल्या होत्या. जावेदला पाहताच आईने रडायला सुरुवात केली. जावेद सुखरूप घरी परत आला आहे, यावर अजूनही तिचा विश्वास बसत नव्हता. जावेदने आईला जवळ घेतले. जावेदच्या दोन्ही गालांवरून हात फिरवत आई म्हणाली,

"किती वाळला आहेस रे? अहमदने सांगितले नसते, तर मी तुला ओळखलंच नसते!"

"बाबा कोठे आहेत? कसे आहेत ते?"

अहमद म्हणाला,

"टेकडीजवळच्या चिंचेच्या झाडाखाली काही वडीलधारी मंडळी बोलत बसली आहेत, तेथे आहेत. चल आपण जाऊ तिकडे!" अहमद उत्साहाने म्हणाला. ते दोघे तिकडे गेले. त्या दोघांना पाह्यल्यावर जावेदचे वडील काठीचा आधार घेऊन उठले. ते खूप थकल्यासारखे दिसत होते. जावेदला जवळ घेऊन त्याला म्हणाले,

"अल्लाचे आभार मान, की तू सुखरूप घरी पोचलास. गेली दीड-दोन वर्षे आम्ही तर तुझी आशाच सोडून दिली होती. तुझ्या आठवणीने तुझी आई किती झुरली आहे पाह्यलं असशीलच. बरं, ते राहू दे. चल, घरी जाऊ."

तेथून जाण्यापूर्वी जावेदने इतर वडीलधाऱ्या मंडळींशी हस्तांदोलन केले. घरी गेल्यावर सर्वांना जावेदने आपल्याला गेल्या जवळजवळ दीड वर्षांत आलेल्या अडचणी व त्यांतून तो कसा सहिसलामत सुटला, हे सविस्तरपणे सांगितले. घरातील सारे त्याची अविश्वसनीय कहाणी ऐकून अवाक् झाले.

"आता कोठे जायचा विचार करू नकोस. रहा इथेच." आई जावेदला म्हणाली. त्यावर वडील म्हणाले,

“आता इथे काय राह्यलं आहे? बाहेर राह्यलास तर सुरक्षित तरी राहशील. बाहेरच्या सुरक्षित वातावरणात राहायचे सोडून ऐन चकमकींच्या वेळी परतला आहेस.”

“आई, बाबा, मला तुमची चिंता लागून राहिली होती. मला छादमध्ये राहायची संधी होती, पण मी ती नाकारली. तुम्हा सर्वांना कधी एकदा पाहीन, असं झालं होतं.”

“वेड्या, आमचं काय जिणं आहे हे? क्षणोक्षणी मृत्यू आसपास वावरत असतो. आज आहे तर उद्या नाही, अशी इथली परिस्थिती आहे. बरं, ते जाऊ दे. आराम कर आता. खूप दमला असशील.” जावेदच्या वडलांनी आपली खंत व्यक्त केली.

दार्फुरच्या खेड्यातील घर म्हणजे झोपड्यांचे एक संकुलच असते. लहान मुले सोडली, तर प्रत्येकाची एक स्वतंत्र झोपडी असते. अगदी नवरा-बायकोचीदेखील. जावेदची झोपडी अहमद नेहमी स्वच्छ ठेवायचा. आज ना उद्या तो परतणार, अशी त्याची खात्री होती. झोपड्यांच्या संकुलाच्या मधोमध प्रशस्त मोकळे पटांगण असते. ती जागा सर्वांनी एकत्र बसून जेवण्यासाठी, गप्पा मारत बसण्यासाठी किंवा इतर वेळी लहान मुलांनी खेळण्यासाठी वापरली जायची.

जावेदला वस्तीवर येऊन चार दिवस झाले होते. एकदा तो, अहमद नि आई-वडील पटांगणात बोलत बसले होते.

“बाबा, जवळजवळ शंभर-सव्वाशे लोक झिवै सोडून गेले आहेत. राह्यलेल्या जवळजवळ दीडशे लोकांनी काही दिवसांसाठी जंगलात आसरा घ्यावा, असं मी काही लोकांना सांगत होतो. काही लोक तयार आहेत; पण काही वृद्ध त्याला तयार नाहीत. म्हणतात की आमच्या वाड-वडलांचे येथेच दफन केले आहे. त्यांना सोडून आम्ही जाऊ शकत नाही.”

“खरं आहे, जावेद. आमच्यासारख्यांचे आता किती दिवस राह्यलेत? ज्या मातीत वाढलो त्याच मातीत विलीन व्हावे, अशी या वयात प्रत्येकाची शेवटची इच्छा असते.”

“आता कोणत्या क्षणी आपल्यावर हल्ला होईल, हे सांगता येत नाही. आपल्याला काही पूर्वतयारी करावी लागेल, जावेद म्हणाला.”

“हे पहा जावेद, मी एक गाठोडं बांधून ठेवलं आहे. त्यात तीन-चार दिवसांचा शिधा नि काही भांडी आहेत. हमल्याची चाहूल लागली रे लागली, की टेकडीजवळच्या घळीकडे पळायला हवे. बरे, सर्वांनाच पटपट घळीकडे जाता येणार नाही. तुम्ही मुलं आमच्यासाठी थांबायचं नाही. काही बकऱ्या सोबत घेऊन

तुम्ही निघायचं'', आई म्हणाली.

"जावेद, माझ्या पंचवीस मित्रांनी व मी शस्त्रास्त्रे पैदा करून हल्ला झाल्यास स्वसंरक्षणाची तयारी केली आहे. आम्ही कोणी कोठे जाऊन टेहळणी नि गरज पडल्यास हल्ला करायचा, याची मोर्चेबांधणी केली आहे. आमच्यापैकी काही टेहळणीच्या कामगिरीवर असतात. शत्रूला परतवून लावायचा आम्ही निकराचा प्रयत्न करू,'' अहमद म्हणाला.

ही चर्चा होऊन फक्त तीनच दिवस उलटले. जावेद सकाळी ९ च्या सुमारास वडलांच्या झोपडीतून चहा घेऊन बाहेर पडला. झिवैमध्ये एक चक्कर टाकून येण्यासाठी बाहेर चाललो आहे, असे वडलांना म्हणाला. हवा स्वच्छ होती. ऊन अजून कडक झाले नव्हते. जावेद झिवैच्या दक्षिणेकडील एका वस्तीजवळून जाताना त्याला आकाशातून घरघर ऐकू आली. दोन प्रचंड नि भयावह अंतॉनॉव्ह हेलिकॉप्टर्स पाहता पाहता झिवैजवळ पोचली. जावेद त्याच्या वस्तीपासून खूप दूर होता. त्याला समजेना, की कोणत्या दिशेला पळावे? तेथून टेकडी दूर होती. तरीही तो गावापासून दूरच्या दिशेने पळत सुटला. आता हेलिकॉप्टर्सला जोडलेल्या मशीनगनमधून फैरी झडू लागल्या. जनावरे सैरावैरा पळू लागली. बायका लहान मुलांना शोधून, त्यांना कडेवर घेऊन रानाच्या दिशेने पळत सुटल्या. सर्वत्र कोलाहल नि गोंधळ माजला. जावेद एका भल्यामोठ्या शिळेमागे लपला. हेलिकॉप्टर्स झिवैवरून फिरत होती, मशीनगनच्या फैरी झडत होत्या. काही वेळाने हेलिकॉप्टर्स निघून गेली. जावेद आजूबाजूच्या लोकांना घळींकडे लपायला पळा, असे ओरडून सांगत होता. आता कोणत्याही क्षणी जंजाविद येणार, यात शंका नव्हती. जंजाविद कधीही घळींकडे जायला धजत नसत. तेथे त्यांच्यावर हल्ला करायला खूप सोपे होते. बऱ्याच लोकांना घळींकडे पाठवल्यावर तो स्वत: एका घळीकडे गेला. अपेक्षेप्रमाणे वीस-पंचवीस जंजाविद घोडेस्वार तलवारी पाजळीत नि बंदुका नाचवीत दाखल झाले. त्यांनी लूटमार सुरू केली. त्यांच्यावर झिवैमधील सशस्त्र तरुण गोळीबार करत होते. जंजाविद त्याला प्रत्युत्तर देत होते. जवळजवळ एक तासाने जंजाविद निघून गेले. त्यांच्यापैकी काही गोळीबारात ठार झाले होते. सारे काही शांत झाल्यावर भयभीत लोक घळींमधून बाहेर पडले. ताटातूट झालेली मुले आई-वडलांना, भावंडांना शोधू लागली.

जावेद आपल्या वस्तीकडे पळत सुटला होता. वस्तीजवळील घळीतून त्याला त्याची आई व आयेशा येताना दिसल्यावर हायसे वाटले.

"जावेद, तुझे बाबा कोठे दिसत नाहीत.'' आई म्हणाली.

"पाहतो, थांब.'' असे म्हणून जावेद त्याच्या घराकडे गेला. वडील कोठेच

दिसत नव्हते. त्याने घळीमध्ये त्यांचा शोध घ्यायचे ठरवले. बराच वेळ त्यांचा शोध घेतल्यावर त्यांचा मृतदेह एका झुडपामागे आढळला. ते पाहून जावेदच्या अश्रूंचा बांध फुटला. काही क्षणांतच तो सावरला. त्याने वडलांचा मृतदेह उचलला. तो घेऊन तो वस्तीवर पोचला व त्याच वेळी अहमदचे दोन मित्र अहमदचा मृतदेह घेऊन तेथे पोचले. दोघांचे मृतदेह पटांगणात शेजारीशेजारी ठेवले होते. जावेदच्या आईने नि आयेशाने हंबरडा फोडला होता. जावेदने आईला नि आयेशाला जवळ घेतले, त्यांची समजूत काढायचा प्रयत्न केला. जावेदवर जिवापाड माया करणारा मित्रासारखा थोरला भाऊ नि प्रेमळ वडील यांचा सहवास त्याला कित्येक वर्षांनंतर केवळ एक आठवडाभरच मिळाला.

झिवैतील पन्नासजण त्या हल्ल्यात प्राणास मुकले होते. साऱ्या गावावर शोककळा पसरली होती. शोकाकुल गावकऱ्यांनी दफनभूमीत खड्डे खणायला सुरुवात केली.

ती दुर्घटना होऊन आठ दिवस उलटले. जावेद, त्याची आई नि आयेशा अजून त्या धक्क्यातून सावरले नव्हते. जावेद बऱ्याच वेळा पटांगणाशेजारील बाभळीच्या झाडाला टेकून विचार करत बसलेला असे. त्याच्या मनात एक योजना तयार होत होती. त्या संध्याकाळी तो आईला म्हणाला,

''आई, मी छादला जायचं ठरवलं आहे; पण आता तू नि आयेशाने येथे राहू नये, असं वाटतंय. तुम्ही दोघी हमीदादीदीकडे राहायला जा. मी अधूनमधून तुम्हाला भेटायला येत जाईन.''

हमीदा जावेदची सर्वांत मोठी बहीण. आठ वर्षांपूर्वी तिचा विवाह झाला होता. ती, तिचे पती व दोन मुले झिवैच्या दक्षिणेला जवळजवळ दीडशे किलोमीटरवरील बुरुंगा या खेड्यात राहत होते. आईला काय उत्तर द्यावे समजेना. तिचे मन बधिर झाले होते. तरीही ती जावेदला म्हणाली,

''अजूनही आपली काही जनावरं आहेत. शेतात आपल्यापुरता मका होतोय. कशाला जातोस हे सोडून? आपण तिघे काढू दिवस कसेतरी.''

''नको आई, ऐक माझं. आपल्यावर पुन्हा कधी हल्ला होईल, सांगता येत नाही. माझी एक योजना आहे. नंतर मी सांगेन तुला त्याबद्दल. तुम्ही आता येथे राहायचं नाही हे पक्कं!'' जावेद ठामपणे म्हणाला.

दुसऱ्या दिवशी सकाळी दहा उंट, पंधरा शेळ्या नि एका उंटाच्या पाठीवर लादलेल्या आठ कोंबड्यांच्या खुराड्यासह ते बुरुंगाकडे जायला निघाले. वाटेत थांबत थांबत त्यांना तिकडे पोचायला एक आठवडा लागला. जावेदने जंजाविदची चाहूल घेत आडमार्गाने सावधपणाने ते अंतर कापले होते. हमीदाने त्या तिघांना

पाहताच काय ओळखायचे ते ओळखले. आपल्या शंकेची खात्री झाल्यावर तिने हंबरडा फोडला. तिच्या दुःखाचा आवेग थोडा कमी झाल्यावर जावेदने विचारले,

"कमाल कोठे आहेत?"

"गेले दोन महिने झाले, सशस्त्र संरक्षक गटात दाखल झाले आहेत. जमेल तसे इकडे चक्कर टाकतात. मी शेतात जे काही थोडे फार पिकते, त्यावर गुजराण करते आहे. आठ उंट नि बारा शेळ्या आहेतच."

"तुझी खूप ओढाताण होत असेल. मुखत्यार नि रूबेदा अजून किती लहान आहेत," जावेद म्हणाला.

"काय करायचं बाबा? आल्या परिस्थितीला तोंड द्यायचं झालं. पण तू एक बरं केलंस, आईला नि आयेशाला इकडे घेऊन आलास. मला त्यांचा आधार मिळाला."

"एकंदरीत इकडची परिस्थिती कशी आहे?"

"या भागात चार-पाच महिन्यांपूर्वी हमल्यांचं प्रमाण वाढलं होतं. पण हल्ली त्यांचं प्रमाण बरंच कमी झालं आहे." हमीदा म्हणाली.

"इकडे पुन्हा हमले होऊ लागले, तर तुम्हा सर्वांना छादमधील एखाद्या निर्वासित छावणीकडे जायची मनाची तयारी करावी लागेल." जावेद म्हणाला.

"अरे बाबा, तसल्या छावणीत चार घास खायला कोणाकडे तरी हात पसरण्याऐवजी येथे जसे आहे, तसे राहू आम्ही. जे काही व्हायचे आहे ते टळणार आहे थोडेच?"

आईच्या त्या प्रश्नाला जावेदजवळ समाधानकारक उत्तर नव्हते. त्या रात्री जेवण झाल्यावर तो हळूच हमीदाला म्हणाला,

"दीदी, आई नि आयेशा झोपी गेल्यावर तू माझ्या झोपडीकडे ये. मला तुझ्याशी काही महत्त्वाचं बोलायचं आहे."

"बरं", असं म्हणून हमीदा स्वयंपाकाच्या तयारीला लागली. जावेदने त्या दिवशी बुरुंगा येथील खाटकाकडून बकऱ्याचे मटण आणले होते. जेवण उरकल्यावर त्या रात्री आई व आयेशा एकाच झोपडीत झोपी गेल्या. त्यानंतर हमीदा जावेदकडे गेली.

"काय म्हणतोस रे जावेद?" हमीदाने उत्सुकतेने विचारले.

"हे पहा दीदी, सुदानी सैन्य नि जंजाविदांच्या निरपराध दार्फुरी जनतेवरील अत्याचारांनी कळस गाठला आहे. येथे जे काही चालले आहे, त्याच्या बातम्या बाहेरच्या जगापर्यंत म्हणाव्या तशा पोचत नाहीत. माझी खात्री आहे, की युरोप-अमेरिकेतील वृत्तपत्रे, दूरदर्शनवाहिन्या, आंतरराष्ट्रीय सेवाभावी संस्था नि संघटना

यांचे अधिकारी हळूहळू येथे चालू असलेल्या संहाराकडे नि विध्वंसाकडे लक्ष वळविणार. येथील सत्य परिस्थिती सुदानचे सरकार काटेकोरपणे अंधारात ठेवत आहे. ती उजेडात आल्याशिवाय सुदानच्या सरकारवर त्यांचे धोरण बदलण्यासाठी दबाव येणार नाही. तसा दबाव जोपर्यंत येत नाही, तोपर्यंत येथील परिस्थिती सुधारणार नाही. अत्याचार नि हिंसाचार चालूच राहणार. येथील रहिवाशांना हुसकून लावण्याच्या सरकारच्या कारस्थानाला व त्यासाठी चालू असलेल्या अत्याचार नि हिंसाचार यांना वाचा फोडण्याच्या कार्याला मी आता वाहून घेणार आहे.''

"अरे जावेद, तू तर एक झाघवा तरुण. तुला बाहेर कोण विचारतंय? आणि तू करणार तरी काय?''

"दीदी, मला सर्व दार्फुरी बोलीभाषा, अरबी भाषा नि इंग्रजी भाषा उत्कृष्ट बोलता येतात, लिहिता येतात. इकडे येऊन येथे काय चालले आहे याची ज्यांना माहिती काढायची असेल, त्यांना दुभाषा नि मार्गदर्शकाची नक्कीच गरज भासेल. मी ते काम करायचं ठरवलं आहे.''

"जावेद, सुदानच्या सरकारला तू बेकायदेशीरपणे परदेशी गेलास म्हणून हवा आहेस. शिवाय तू छाद ते दार्फुर असा खडतर प्रवास सतत करत राहणार. इकडच्या चकमकी, अचानक होणारे हवाई हल्ले, जंजाविदचे हमले यांत किती मोठे धोके आहेत. तू असला हा विचित्र विचार डोक्यातून काढून टाक. कमाल इथे नाहीत. तू राहा येथेच, आमच्याबरोबर. उंट, शेळ्या नि कोंबड्या आहेत, जमिनीचा एक तुकडा आहे. आपण मिळून काढू दिवस कसेतरी. पुढेमागे परिस्थिती बदलेल. ते दुभाषाचं वगैरे खूळ डोक्यातून काढून टाक.''

"नाही, दीदी. मी जो संकल्प सोडला आहे, त्यात कोणीही आडकाठी आणू नये. माझा निर्धार ठाम आहे. दार्फुर संपूर्णपणे उद्ध्वस्त होण्यापूर्वी येथील निर्दयता जगासमोर यायलाच हवी!''

◼◼◼

- ५ -

"जावेद, ज्या तळमळीने तू हे कार्य हाती घेतलं आहेस, त्याचं मला कौतुक वाटतं. मला वाटतं की तुझ्यासारख्यांच्या प्रयत्नांमुळे नि माझ्यासारख्या काहींनी हाती घेतलेल्या उपक्रमांमुळे दार्फुरमधील अन्यायाला वाचा फुटू लागली आहे. कधी ना कधी त्याची परिणती सुदानच्या सरकारवर दबाव येण्यात होणार, यात शंकाच नाही. पण जावेद, तुझ्या जिवास त्यामुळे धोका उत्पन्न झाला आहे. सरकार तुझ्या मागावर आहे. मला तुझी चिंता वाटते." जावेदची कहाणी ऐकल्यावर फिलिप म्हणाला.

"तुम्ही म्हणता ते खरं आहे. सरकार माझ्या उपक्रमांमुळे माझ्यावर चवताळले आहे. केव्हाही मला ठार मारलं जाईल किंवा खोटेनाटे आरोप लावून फासावर लटकावलं जाईल. पण माझा एक निर्धार आहे. जोपर्यंत तसे होत नाही, तोपर्यंत मी माझे काम चालू ठेवणारच!"

"पण तुला खूप सावधगिरी बाळगायला हवी. चकमकींपासून धोका तर आहेच; पण तुझ्यावर सुदानी गुप्तहेरही लक्ष ठेवून असणार. तुझ्या छादमधील व इकडे मोहिमेवर असतानाच्या हालचाली सैन्याच्या अधिकाऱ्यांपर्यंत नक्कीच जात असणार."

"त्याची मला कल्पना आहे, फिलिप. पाहायचं अजून किती दिवस जमतंय!"

नऊ वाजत आले होते. शेख, फिलिप, जावेद नि मुसा यांनी एकत्र बसून जेवण घेतले. त्यांच्या गप्पा जेवणानंतरही थोडा वेळ चालू होत्या. सकाळी आठच्या सुमारास नाश्ता झाल्यानंतर

जुतुन सोडून आद्रेकडे प्रयाण करायचे ठरले.

ठरल्याप्रमाणे ते शेखसाहेबांचा निरोप घेऊन निघाले. त्यांना जुतुनहून गेनैनामार्गे आद्रेला जायचे होते. गेनैनापासून आद्रे ६८ किलोमीटर अंतरावर होते. त्या दोन्ही खेड्यांच्या मध्ये छाद-सुदानची सीमा होती. ती त्यांना थोड्या अंधारातच पार करायची होती. ते गेनैनामध्ये संध्याकाळी ५ वाजता पोचले. तेथे थोडावेळ आराम करून व काही जेवण पॅक करून घेतल्यावर ६ वाजता ते सीमेच्या दिशेने निघाले. सातच्या सुमारास एका आडवळणी रस्त्याने त्यांनी सीमा पार करून छादच्या हद्दीत प्रवेश केला. तेथून आद्रे फक्त पंचेचाळीस किलोमीटरवर होते. जवळजवळ दीड तासाने ते आद्रेपासून दहा किलोमीटर अंतरावर होते. त्या वेळी समोरून येणाऱ्या एका वाहनाच्या चालकाने दिव्यांची उघडझाप करून त्यांना थांबायचा इशारा केला. मुसाने जीप थांबवली. मुसाच्या शेजारी बसलेल्या जावेदने समोरून आलेल्या जीपच्या ड्रायव्हरला विचारले,

"काय झाले? थांबायला का सांगितले?"

त्यावर तो ड्रायव्हर म्हणाला,

"मी आद्रेकडे चाललो होतो, पण वाटेत दरोडेखोरांच्या टोळ्या लूटमार करत असल्याचे समजले म्हणून माघारी फिरलो. आता दिवसाउजेडीच तिकडे गेलेलं बरं. मुद्दाम तुम्हाला सतर्क करण्यासाठी थांबवलं."

जावेदने त्याचे आभार मानले. त्या भागातील वाहनचालक सुरक्षिततेबाबत एकमेकांना साहाय्य करत. त्या वेळी छादच्या काही भागात दरोडेखोरांच्या टोळ्या होत्या. त्यांचे छादमधील काही बंडखोर गटांशी संगनमत होते. त्या टोळ्या बंडखोरांना शस्त्रास्त्रे विकायच्या. कित्येक वेळा छादच्या सैन्याच्या तळावर हल्ला करून त्या शस्त्रास्त्रे लंपास करीत व बंडखोरांना विकत. जावेदने हे जेव्हा फिलिपला सांगितले, तेव्हा तो काळजीत पडला.

"जावेद, सकाळ होईपर्यंत गाडीतच बसून राहण्यापेक्षा दुसरा एखादा मार्ग नाही आद्रेस जायला?"

"मलातरी ठाऊक नाही."

"मला एक ठाऊक आहे, पण तो खूप खाचखळग्यांचा आहे." मुसा म्हणाला.

"तुझी गाडी जाण्यासारखा आहे ना?" फिलिपने विचारले.

"असावा. मी खूप दिवसांत त्या भागात गेलेलो नाही."

"तुझी तयारी आहे जायची?"

मुसाने विचार केला, की रात्रभर गाडीत बसण्यापेक्षा घरी बायकोमुलांकडे

जावे नि आराम करावा.

"ठीक आहे, पाहू कसा आहे तो रस्ता," असे म्हणून मुसाने मुख्य रस्त्याच्या डाव्या बाजूला जीप वळवली. सावधपणाने तो एका माळरानातून निघाला. तेथे काही गाड्यांच्या चाकांच्या खुणा दिसत होत्या. रस्त्यावर खूप खड्डे होते. जवळजवळ अर्धा तास गेल्यानंतर दूरवर आद्रेचे दिवे दिसू लागले. मुसाने ते पाहून जीपचा वेग वाढविला. इतक्यात जीप रस्त्याला लागून असलेल्या उतारावर कलंडली. भुसभुशीत वाळूमुळे मुसाचा अंदाज चुकला होता. तो उतार जवळजवळ चाळीस-पन्नास फूट होता. दोन कोलांट्या मारून जीप एका बाजूस कलंडली. त्या तिघांना काय होते आहे, हे समजायच्या आत सारा प्रकार घडलेला. मुसा व त्याच्या शेजारील जावेदने सीटचे पट्टे लावले होते. त्यामुळे ते आपल्या जागेवरच राह्यले; पण मागे बसलेला फिलिप मात्र दोन-तीन वेळा जीपच्या दारांवर व छतावर आपटला. मागील बाजूचा सीटबेल्ट काम करत नव्हता. मुसा व जावेद यांना किरकोळ खरचटीशिवाय काहीच झाले नव्हते. मुसा त्याच्या बाजूचे दार उघडून बाहेर पडला. त्याच्या पाठोपाठ जावेदही. त्यांनी पटपट मागील दार उघडून फिलिपला बाहेर काढले.

"फिलिप, तुम्ही ठीक आहात ना?"

एका दगडावर बसलेला, धक्याने स्तिमित झालेला फिलिप म्हणाला,

"ठीक आहे असं वाटतंय. पण डोकं दोन-तीन वेळा कशावर तरी जोरात आपटलं. खूप दुखतंय आता."

"आपण जाऊ आद्रेच्या दवाखान्यात," जावेद म्हणाला. तो व मुसा जीपकडे गेले. जीप सरळ करायला आठ-दहा माणसांची मदत लागणार होती. जावेद फिलिपकडे परतला व पाहतो तर फिलिप जागच्या जागी कलंडलेला. जावेदने त्याला हाका मारल्या, गाडीतून पाणी आणून त्याच्या कपाळावर शिंपडले; पण फिलिप शुद्धीवर यायची शक्यता दिसत नव्हती. जावेदला फिलिपचे शेवटचे शब्द आठवले. डोकं खूप दुखतंय, असं तो म्हणाला होता. जावेदला शंका आली, की त्याच्या डोक्याला चांगलाच मार बसला असणार. त्याने मुसाला हाक मारली,

"मुसा, मामला जरा गंभीर दिसतोय. तू असं कर, इथेच थांब. गाडीत सामान आहे. आता उजाडल्याशिवाय गाडी सरळ करता येणार नाही. मी फिलिपला घेऊन दवाखान्याकडे जातो."

"पण जाणार कसे?"

"आता दुसरा पर्याय नाही. मी त्याला खांद्यावरून घेऊन जाईन."

जावेदने अधिक वेळ वाया न घालवता फिलिपला उचलले व खांद्यावर

घेतले. फिलिप तसा जाडा नव्हता. आद्रे दोन किलोमीटरवर होते. जावेद अंधारातून त्या दिशेने चालू लागला. जवळजवळ पाऊण तासाने तो आद्रेच्या सरकारी दवाखान्यात पोचला. तेथील डॉक्टर दवाखान्याच्या आवारातच राहायचे. जावेदने त्यांना उठवले. रात्रीचे अकरा वाजले होते. डॉक्टरांनी फिलिपला तपासले.

''मी याला एक इंजेक्शन देतो, पण तात्काळ आबेचेला हलवायला हवे. आमच्याकडे रेड क्रॉसची रुग्णवाहिका आहे, तिच्यातून घेऊन जा. मेंदूला धक्का पोचला असावा, असे वाटते.''

एक लाखाच्या आसपास वस्ती असलेल्या आबेचेमध्ये एक सरकारी इस्पितळ होते. तेथे रुग्णवाहिका पोचली तेव्हा पहाटेचे चार वाजले होते. त्या वेळी ड्युटीवर असलेल्या डॉक्टरांनी फिलिपला तपासले. त्याला आणखी दोन इंजेक्शन्स दिली. ते जावेदला म्हणाले,

''मेंदूला इजा झाली असल्याची शक्यता आहे. स्कॅनिंग करावे लागेल. ती सोय छादमध्ये फक्त अंजामिनामध्ये आहे. सकाळी सातच्या फ्लाइटने तिकडे घेऊन जायला हवे.''

आबेचे ते अंजामिनादरम्यान रोज तीन फ्लाईट्स होत्या. जावेदने रुग्णवाहिका सरळ छोट्या विमानतळाकडे नेली. जावेदला ठाऊक होते की, फिलिपने त्याचे सारे पैसे त्याच्या जाड्या कंबरेच्या पट्ट्यात लपवून ठेवले होते. रुग्णवाहिकेतून जाण्यापूर्वीच जावेदने तो पट्टा काढून घेतला होता.

आबेचेहून सात वाजता सुटलेले विमान सव्वा तासाने अंजामिनाला पोचले. जावेदने आपल्या एका मित्राला फोन करून विमानतळावर रुग्णवाहिकेची सोय करायला सांगितले होते.

अंजामिनामध्ये काही फ्रेंच डॉक्टर्स 'क्लिनिक मेडिको शिरुजिकेल् ला प्राव्हिदांस' हे हॉस्पिटल चालवायचे. त्याचा मेंदूवरील उपचाराचा विभाग साऱ्या छादमध्ये अत्याधुनिक होता. तेथे मेंदूच्या स्कॅनिंगची सोय होती. फिलिपला तेथील अतिदक्षता विभागात ठेवले होते. दहा वाजता चाचण्या पार पडल्यावर डॉ. जाँ मारी देमिए यांनी जावेदला आपल्या खोलीत बोलावले.

''मिस्टर सुलेमान, पेशंटची परिस्थिती गंभीर आहे. तो कोमामध्ये गेला आहे.''

''अरे बापरे! आता पुढे काय?''

''आम्ही उपचार सुरू केले आहेत. वेळीच वैद्यकीय उपचार सुरू केल्यामुळे तो वाचण्याची शक्यता आहे; पण आम्ही खात्री देऊ शकत नाही. त्याच्या काही नातेवाइकांशी संपर्क साधता येईल?''

"हो. त्याने गंभीर परिस्थिती असल्यास कोणाला फोन करायचे, हे मला सांगून ठेवले होते. बरे, किती दिवस लागतील कोमातून बाहेर पडायला?"

"ते आम्ही सांगू शकत नाही. मेंदूच्या डाव्या बाजूला इजा झाली आहे. बऱ्याच वेळा असा पेशंट कोमातून बाहेर न पडताच दगावतो."

हे ऐकल्यावर जावेद खूप घाबरला. तो तेथून फोन करण्यासाठी बाहेर पडला. फिलिप अविवाहित होता. त्याची एक मैत्रीण होती. ती हॉलंडमधील एका खासगी कंपनीत काम करायची.

के. एल. एम. रॉयल डच एअरलाइन्सचे विमान सकाळी सव्वादहा वाजता अंजामिनाच्या विमानतळावर पोचले. जावेद स्वागतकक्षात 'सास्किया रॉकमेन्सेन' असे नाव लिहिलेला कागद आलेल्या प्रवाशांना दिसेल अशा बेताने हातात धरून उभा होता. पंधरा-वीस मिनिटांनी एक पस्तिशीची, मध्यम उंचीची व गंभीर चेहऱ्याची तरुणी त्याच्याजवळ आली व म्हणाली,

"मी सास्किया. तुम्ही मि. सुलेमान?"

"हो. चला, टॅक्सीकडे जाऊ," जावेद तिच्या हातातील सूटकेस घेत म्हणाला.

"कसा आहे फिलिप?" सास्कियाने चिंताग्रस्त चेहऱ्याने विचारले.

"फारसा फरक नाही. आता डॉक्टर तुम्हाला सारं काही सांगतीलच." टॅक्सी हॉस्पिटलकडे चालली होती.

"तुम्ही फिलिपला तातडीने उपचारांसाठी घेऊन गेलात व पुढची सारी धावपळ केलीत, याबद्दल तुमचे आभार कसे मानू?" सास्किया डोळ्यांत पाणी आणून म्हणाली.

"मी काही फारसं केलं नाही. आता त्यांच्या प्रकृतीत सुधारणा व्हावी, एवढीच अल्लाला प्रार्थना करत आहे मी!" जावेद म्हणाला.

डॉक्टर देमिएनी सास्कियाला फिलिपबाबत सारी कल्पना दिली. शेवटी ते म्हणाले, "ज्या वेळी पेशंट कोमातून बाहेर येईल, त्या वेळी मी तुम्हाला सांगू शकेन, की त्याला तुम्ही केव्हा हॉलंडला हलवू शकता. तोपर्यंत मी डिस्चार्ज देऊ शकत नाही." सास्कियाला डॉक्टरांविषयी व फिलिपला दिल्या जाणाऱ्या औषधोपचारांविषयी मुळीच शंका नव्हती. त्याच्यावर योग्य ठिकाणी योग्य उपचार होत आहेत व केवळ 'सुलेमान' मुळे ते तातडीने सुरू करता आले, यावर तिचा विश्वास होता. आता ती फक्त फिलिप 'कोमा'तून बाहेर येण्याची वाट पाहत होती. डॉक्टरांनी तिला अतिदक्षता विभागात पाच मिनिटे जायची परवानगी दिली. जावेद

व ती फिलिपच्या बेडजवळ गेले. नाकामध्ये प्राणवायूची नळी व हातात सलाईन असलेला फिलिप निश्चेष्ट पडला होता. गळ्यापर्यंत हिरवी चादर होती. चेहरा शांत झोपी गेल्यासारखा वाटत होता. सास्कियाने त्याच्या सोनेरी केसांवरून हात फिरवला. काही मिनिटे त्याच्याकडे पाहून घेतले. ती दोघे अतिदक्षता विभागातून बाहेर आल्यावर सास्कियाने आतापर्यंत आवरलेल्या अश्रूंचा बांध फुटला. ती जावेदच्या खांद्यावर डोके टेकून ओक्साबोक्शी रडू लागली.

"तुम्ही काळजी करू नका सास्किया, सारं काही ठीक होईल."

"तरी मी त्याला म्हणत होते, की आता धोकादायक ठिकाणी जायचं कमी कर. पण माझं ऐकेल तर खरं ना!" सास्किया डोळे पुसता पुसता म्हणाली,

"त्यांना धाडस करून पत्रकारितेच्या क्षेत्रात काम करायची आवडच होती. त्यात त्यांना 'थ्रिल' वाटायचं."

"हो, पण आज तुमच्यासारखी जबाबदार व्यक्ती त्याला अपघात झाला तेव्हा नसती, तर जिवावर बेतलं असतं की नाही?"

फिलिपला कोमातून बाहेर यायला आठ दिवस लागले. ज्या दिवशी डॉ. देमिएनी सास्कियाला सांगितले, की 'दोन दिवसांनी तुम्ही पेशंटला हॉलंडला घेऊन जाऊ शकता' तेव्हा तिला हर्षवायूच झाला. जावेद व ती फिलीपकडे गेले. फिलिपने त्यांच्याकडे शून्य नजरेने पाह्यले. सास्कियाने त्याच्याशी बोलायचा प्रयत्न केला, पण त्याने प्रतिसाद दिला नाही. दोन दिवसांनी जावेद फिलिपची व्हील चेअर विमानतळावरील टॅक्सी स्टँडपासून चेक-इन् काउंटरकडे ढकलत चालला होता.

"मला वेळोवेळी यांच्या प्रकृतीविषयी फोन करून कळवा."

"मी तुम्हाला नक्की फोन करेन."

"जेव्हा फिलिप पूर्णपणे शुद्धीवर येतील, तेव्हा त्यांना 'जावेद भेटला होता' एवढेच सांगा."

"हा कोण जावेद?"

"मी त्याचा खुलासा करत नाही. त्यांना समजेल!"

सास्कियाचा निरोप घ्यायची वेळ आली. ती वारंवार जावेदचे आभार मानत होती. जाताना तिने एक पाकिट जावेदच्या हाती दिले. त्याने ते उघडून पाह्यले. आत तीन हजार अमेरिकन डॉलर्स! ते पाकिट सास्कियाकडे परत करत जावेद म्हणाला,

"सास्किया, माझे मानधनाचे पैसे फिलिपनी दिले आहेत. तुमचा काहीतरी गैरसमज झालेला दिसतोय. फिलिपच्या पट्ट्यातील उरलेले डॉलर्स मी तुम्हाला परवा दिलेच आहेत."

"गैरसमज नाही, तुम्ही केलेल्या धावपळीबद्दल घ्या.''

"सास्किया, मी जी धावपळ केली ती माझ्या मित्रासाठी; पैशासाठी नाही. मी जर हे पैसे स्वीकारले, तर ती आमच्या मैत्रीशी प्रतारणा होईल. फिलिप अजूनही पूर्णपणे भानावर आलेले नाहीत. त्यांना तुम्ही मला पैसे देत आहात हे समजले, तर ते तुम्हालाच रागावतील. मी हे जे काम करत आहे, ते आर्थिक लाभाच्या मोहाने करत नाही, हे तुम्हाला फिलीपकडून यथावकाश कळेल. ठेवा हे पाकिट तुमच्या पर्समध्ये परत!'' असे म्हणून जावेदने ते पाकिट सास्कियाकडे दिले. तिला 'गुड-बाय' केले व तो झपाझपा पावले टाकीत तेथून निघाला.

लाल मुंडासे बांधलेल्या व 'जलाबिया' परिधान केलेल्या 'सुलेमान'च्या पाठमोऱ्या आकृतीकडे पाहणारी सास्किया किती वेळाने भानावर आली कोणास ठाऊक!

◻◻◻

- ६ -

झिवै येथील हत्याकांडानंतर आई नि धाकटी बहीण आयेशा यांना बुरुंगात हमीदाकडे सोडून जावेद नोव्हेंबर २००३ मध्ये एक उंट घेऊन अंजामिनाला गेला. आता त्याला आपल्या नव्या उपक्रमाची तयारी करायची होती. तो यशस्वी होईल की नाही, याची त्याला खात्री नव्हती. त्याने त्याचा उंट २५००० मध्य आफ्रिकन फ्रँकला विकला. त्या पैशातून त्याने सर्वप्रथम एक मोबाईल फोन विकत घेतला. आता त्याला आपण छादचे नागरिक आहोत, असे भासविण्यासाठी काही सरकारी कागदपत्र व ओळखपत्र मिळवायचे होते. जावेदचे काही मित्र अंजामिनामध्ये राहायचे. त्यांपैकी काही दार्फुरी झाघवा होते, तर काही छादचे झाघवा होते. 'ट्रान्सपरन्सी इंटरनॅशनल' या संस्थेने २००२ मध्ये केलेल्या जागतिक सर्वेक्षणात छादचा लाचलुचपतीत जगात पहिला क्रमांक होता! जावेदला पैशाच्या आधारे खोटे कागदपत्र व ओळखपत्र मिळवणे सहज शक्य झाले. आपला उदात्त हेतू साध्य करायचा असेल, तर काही कायदेकानू काटेकोरपणे पाळून चालणार नव्हते. त्याने सुलेमान खलील हे नवे नाव धारण केले. आपली दोन पानांची वैयक्तिक माहिती एका टंकलेखककाकडून टाइप करून घेतली. त्यात त्याने उत्कृष्ट इंग्रजीत आपल्याला दार्फुरची सखोल माहिती असल्याचे, तेथील बोलीभाषा येत असल्याचे नि इंग्रजी भाषेवर प्रभुत्व असल्याचे नमूद केले. शिवाय आपल्याला त्या संपूर्ण प्रदेशाच्या भौगोलिक, सामाजिक, राजकीय, ऐतिहासिक व सांस्कृतिक परिस्थितीचे ज्ञान असल्याचाही उल्लेख केला.

आपण दुभाषा नि मार्गदर्शकाचे काम करू इच्छितो, असे त्याने त्यात शेवटी म्हटले. गरजूंनी मोबाईल फोनवर त्याच्याशी संपर्क साधावा, असेही त्यात नमूद केले. त्याच्या त्याने कित्येक प्रती काढल्या व त्या वेगवेगळ्या देशांचे दूतावास, आंतरराष्ट्रीय संघटनांची नि सेवाभावी संस्थांची कार्यालये, विदेशी वृत्तसंस्थांची कार्यालये यांच्या जनसंपर्क अधिकाऱ्यांना भेटून त्यांना दिल्या.

अंजामिनामध्ये जावेद त्याच्या एका मित्राबरोबर राहत होता. उंट विकून आलेल्या पैशातील काही अजून शिल्लक होते. सर्व पूर्वतयारी झाल्यावर तो कोणाचा फोन यायची वाट न पाहता निर्वासित छावण्यांकडे गेला. तेथील संयुक्त राष्ट्रसंघाच्या निर्वासित उच्चायुक्त कार्यालयाच्या अधिकाऱ्यांना भेटला व त्यांना निर्वासितांशी संवाद साधण्यासाठी मोफत मदत करू लागला. ते अधिकारी त्याच्यावर खूश झाले. जावेद उर्फ सुलेमानच्या ओळखी वाढू लागल्या. असेच तीन-चार आठवडे गेले. अजूनही त्याला काम मिळायचे चिन्ह दिसत नव्हते. आतातर त्याच्या जवळचे पैसेही संपत आले होते. असाच एक आठवडा गेला, तर त्याला त्याचा उपक्रम सुरू होण्यापूर्वीच बारगळेल असा विचार करून दार्फुरला उंट पाळायला जावे लागणार होते.

जावेद अंजामिनाच्या गिरीमा गाची मार्गावरील एका दार्फुरी उपाहारगृहात नाश्ता करत होता. त्या उपाहारगृहात दार्फुरी लोक आपल्या गावाकडे मिळणारे पदार्थ खायला गर्दी करायचे. त्याच्या मालकाची-झमीरची- व जावेदची खूप घनिष्ट मैत्री होती. जावेद तेथून बाहेर पडल्या पडल्या त्याचा फोन वाजला.

"हॅलो, मिस्टर सुलेमान खलील?"

"बरोबर. बोलतोय!"

"मी जेराल्ड पेत्रियास. अमेरिकन दूतावासाचा जनसंपर्क अधिकारी. आम्हाला एका दुभाषाची व मार्गदर्शकाची गरज आहे. तुम्ही मोकळे आहात?"

"हो, आहे ना."

"आज संध्याकाळी आमचे एक वरिष्ठ अधिकारी तुमची भेट घेऊ इच्छितात."

"मी भेटेन त्यांना. त्यांचे नाव व पत्ता द्या, मी तेथे जाऊन त्यांना भेटेन."

"छान! त्यांचं नाव आहे मि. जॉन कँपबेल. तुम्ही संध्याकाळी सात वाजता नोव्होटेल हॉटेलवर त्यांना भेटायला जा."

"नक्की जाईन मी, मि. पेत्रियास."

जावेद सदैव आपला पारंपरिक पेहराव वापरायचा. त्याला इजिप्तमध्ये पाश्चात्त्य पोशाखाची सवय झाली होती; पण त्याने आपले आपल्या भूमीशी असलेले अतूट नाते जपून ठेवले होते. लाल मुंडासे व जलाबिया परिधान केलेला

जावेद अगदी खेडवळ वाटायचा. तो नोव्होटेल या पंचतारांकित हॉटेलच्या स्वागत कक्षाकडे जात असताना एका रखवालदाराने त्याला हटकले. स्वागत कक्षातील एक तरुणी त्याच्याकडे कुतूहलाने पाहत होती. तिला उद्देशून तो म्हणाला,

"आय हॅव ॲन अपॉइंटमेंट विथ मिस्टर जॉन कॅंपबेल फ्रॉम युनायटेड स्टेट्स ऑफ अमेरिका ॲट सेव्हन ओ क्लॉक. इफ यू विश टू अर्सटन, यू मे कॉल हिम. ही मस्ट बी इन हिज रूम नंबर ८४९. बाय द वे, माय नेम इज सुलेमान खलील!"

(अमेरिकेहून आलेल्या मिस्टर जॉन कॅंपबेल यांची व माझी भेटीची वेळ ठरली आहे. मला त्यांनी सात वाजता भेटायला बोलावलं आहे. हवंतर तुम्ही त्यांना त्यांच्या रूम नंबर ८४९ मध्ये फोन करून खात्री करून घेऊ शकता. बरे, माझे नाव आहे सुलेमान खलील!)

हे ऐकल्यावर तो पहारेकरी व ती स्वागतिका दोघेही सर्द झाले. तिने जावेदला स्वागत कक्षात बसायची विनंती केली व फोन करून मि. कॅंपबेलना त्यांना भेटायला मि. सुलेमान खलील आले आहेत, असा निरोप दिला. पाचच मिनिटांत चाळिशीचे, किंचित टक्कल पडलेले, थोडेसे स्थूल पण प्रसन्न चेहऱ्याचे मिस्टर जॉन कॅंपबेल स्वागत कक्षात आले. स्वागतिकेने त्यांची व 'सुलेमान खलील' यांची ओळख करून दिली. हस्तांदोलन करून झाल्यानंतर ते दोघे हॉटेलच्या उपाहारगृहातील एका कोपऱ्यात बोलत बसले. मि. कॅंपबेलनी दोघांसाठी कोका कोला मागवला.

"मला तुमच्याबद्दल आमच्या दूतावासाचे जनसंपर्क अधिकारी मिस्टर पेत्रियास यांनी माहिती दिली. मी अमेरिकेच्या विदेश खात्यात साहाय्यक सचिव आहे."

जावेदला आश्चर्य वाटले. अमेरिकेत एखाद्या खात्याचे सचिव म्हणजे मंत्र्यांप्रमाणे त्याचे प्रमुखच असतात. साहाय्यक सचिव म्हणजे मि. कॅंपबेल खूप मोठ्या हुद्द्यावर होते.

"आमचे विदेशखाते व संयुक्त राष्ट्रसंघाची एक समिती दार्फुरमधील परिस्थितीची बारकाईने पाहणी करण्यासाठी एक पथक इकडे पाठवणार आहे. त्यांचे सर्व कामकाज माझ्या देखरेखीखाली चालणार आहे. त्या मोहिमेच्या पूर्वतयारीसाठी मी पुढे आलो आहे. आम्हाला एका कुशल दुभाषाची व मार्गदर्शकाची गरज आहे. तुम्ही घेऊ शकाल ती जबाबदारी?"

"नक्कीच. बाकीची मंडळी कधी पोचताहेत?"

"परवा सकाळी पोचतील. एक-दोन दिवस त्यांच्या येथे बैठका होतील. नंतर निर्वासित छावण्या व प्रत्यक्ष दार्फुरला भेटी देऊ व मुलाखती घेऊ. आमच्या चौकशीचा उद्देश असा आहे, की दार्फुरमध्ये काही ठरावीक जमातींना वांशिक कारणास्तव लक्ष्य केले जात आहे, की तेथे केवळ अंतर्गत कलह चालू आहे, हे

पाहणे. जर वांशिक कारणास्तव अत्याचार नि हत्या केल्या जात असतील, तर त्यास १९४८ चा जनसंहार करार लागू होतो. तसे झाल्यास संयुक्त राष्ट्रसंघ सुदानविरुद्ध काही निर्बंध लादण्यासाठी पावले उचलू शकतो.''

''चौकशीपथकात किती सदस्य आहेत?'' जावेदने विचारले.

''सारे मिळून दहा. ते सर्व वेगवेगळ्या देशांचे आहेत, पण सर्वजण उत्कृष्ट इंग्रजी बोलतात. आम्ही अन्य काही दुभाषांशी संपर्क साधला नि त्यांच्याशी बोललो देखील. पण बहुतेकांचे इंग्रजी मोडकेतोडके आहे, तुमच्यासारखे अस्खलित नाही. आम्ही तुम्हाला प्रमुख दुभाषा नेमू इच्छितो.''

''माझी तयारी आहे, सर.''

आत्तापर्यंतच्या संभाषणातून मि. कँपबेलना 'सुलेमान'च्या अस्खलित इंग्रजीची झलक दिसून आली होती. त्यामुळे ते खूप प्रभावित झाले होते. छाद ही एके काळी फ्रेंच वसाहत होती. त्यामुळे बऱ्याच जणांना फ्रेंच यायचे, पण इंग्रजी नाही. हल्ली काही तरुण इंग्रजी शिकायचा प्रयत्न करायचे. त्यांच्यापैकी काही केवळ पैसे मिळविण्याच्या उद्देशाने दुभाषे झालेले.

त्या वेळी छादमध्ये जवळजवळ अडीच लाख दार्फुरी निर्वासितांना सरकारने आश्रय दिला होता. त्यांच्या छावण्या संयुक्त राष्ट्रसंघाच्या निर्वासित उच्चायुक्त कार्यालयाच्या अखत्यारीत येत होत्या. छादमध्ये मुळातच फार मोठ्या प्रमाणावर दैन्य-दारिद्र्य होते. त्यामुळे सरकार निर्वासितांचा भार सांभाळू शकत नव्हते. निर्वासित छावण्यांचा खर्च संयुक्त राष्ट्रसंघामार्फत भागवला जायचा. त्यासाठी पुरेसा अर्थपुरवठा उपलब्ध नव्हता. श्रीमंत राष्ट्रांनी दिलेल्या देणग्यांतून निधी उभा केला जायचा. छादच्या सरकारने निर्वासितांना आश्रय द्यायचे कबूल केले, पण त्यांनी छादमध्ये नोकरी-व्यवसाय करण्यावर बंधन घातले. छादच्या तरुणांनाच पुरेशा नोकऱ्या उपलब्ध नव्हत्या. म्हणूनच जावेदने आपण छादचे नागरिक असल्याची बतावणी केली होती. तो सुदानचा नागरिक आहे हे जर सरकारी अधिकाऱ्यांना समजले, तर त्याला सुदानच्या ताब्यात दिले जाणार, यात शंका नव्हती.

चौकशीपथकाचा तळ आबेचे येथे ठेवायचे ठरले. तेथून वेगवेगळ्या छावण्यांकडे जाऊन निर्वासितांच्या मुलाखती घेण्यात यायच्या होत्या. पहिल्या दिवशी ते पथक चार पांढऱ्या लँड क्रुझर जीपमधून फर्चाना छावणीकडे गेले. दूरवरून निळ्या रंगाच्या प्लॅस्टिकची छते असणाऱ्या तंबूंच्या रांगा दिसत होत्या. छावणीच्या प्रशासकीय कार्यालयात काही चर्चा झाल्यानंतर मुलाखतींचे काम सुरू झाले. बहुतेक तंबूंची छते फाटली होती. काही ठिकाणी जोड दिलेल्या तकलुपी काठ्यांवर तंबू उभे केलेले. छावणीमध्ये वेगवेगळ्या वयांची नागडी-उघडी मुले फिरत होती. काही

कृश मुले त्यांच्या आयांच्या कडेवर होती. एकीकडे आठवड्याचा शिधा घेण्यासाठी दीड-दोनशे बायका-मुलांची एक रांग, तर दुसरीकडे जेरीकॅन घेऊन पाण्यासाठी तेवढ्याच बायका-मुलांची आणखी एक रांग लागलेली. निर्वासितांना फक्त शिधा दिला जायचा. सुरुवातीस त्यांना चार भांडी दिलेली. दगडांच्या चुली रचून ते काहीतरी शिजवीत. जळण गोळा करायला छावणीच्या आसपासच्या राना-वनात जावे लागायचे. बऱ्याच तंबूंमध्ये हताश चेहऱ्याचे वृद्ध बसले होते.

ऑस्ट्रेलियाहून आलेली फिओना रिचमंड व स्वीडनहून आलेला पेले रोझदाल यांना चौकशीच्या कामकाजात जावेद मदत करणार होता. एका सतरा-अठरा वर्षाच्या मुलीकडे व तिच्या कडेवरील मुलाकडे पाहत फिओनाने जावेदला विचारले,

''किती लहान आहे ते मूल. त्याचा जन्म छावणीतच झाला आहे की काय?''

''अर्थातच. कित्येक मुली जंजाविदांनी बलात्कार केल्यानंतर इकडे येतात. शिवाय जवळपास लाकूडफाटा गोळा करायला गेल्या, तर कित्येक वेळा जवळपासचे आदिवासी, गुंड इतकेच काय छावणीचे रखवालदारदेखील त्यांच्यावर बलात्कार करतात.'' जावेदने खुलासा केला.

''अरे बाप रे! ही तर खूपच भयानक परिस्थिती आहे.''

''तुम्हाला याहूनही खूप भयानक गोष्टी कळतील हळूहळू,'' जावेद म्हणाला.

फिओना व पेले निर्वासितांच्या मुलाखती घेऊ लागले. त्यांना एक प्रश्नावली दिली गेली होती. काही वेळाने ते तिघे फिरता फिरता एका चाळिशीच्या गृहस्थाच्या तंबूजवळ पोचले. तो तोंडातल्या तोंडात काहीतरी पुटपुटत होता. मधूनच हातवारे करत होता.

''सुलेमान, त्याला विचार, तू निर्वासित कसा झालास?'' जावेदने त्याला विचारल्यावर तो सांगू लागला.

''मी मसालित जमातीचा आहे. माझे खेडे दुरैसा. तीन महिन्यांपूर्वी माझ्या वस्तीकडे जंजाविदची एक टोळी आली. तेथे माझी चार वर्षांची मुलगी, दोन वर्षांचा मुलगा, बायको व मी असे चौघेच राहायचो. जंजाविदची चाहूल लागल्यावर आम्ही सैरावैरा धावू लागलो. बायकोने मुलाला कडेवर घेतले, तर मी आमच्या मुलीचा - झुबीचा-हात धरून पळू लागलो. आम्ही पळत होतो, पण दोन जंजाविदांनी आम्हाला गाठले. मी झुबीचा हात सोडून तिला जोरात पळायला सांगितले. पण मला पकडलेले पाहून ती जागच्या जागी थबकली. मी तिला 'पळ, पळ...' असे सांगत होतो, तरी ती तेथेच उभी. जंजाविदनी माझे हात एका झाडाच्या खोडाला मागे करून बांधले. त्यांनी मला मारायला व माझा छळ करायला सुरुवात केली. झुबीला ते पाहवले नाही. ती 'अब्बा, अब्बा...' असे ओरडू लागली व माझ्या दिशेने पळत सुटली. माझ्या शरीराला आपल्या बंदुकीच्या संगिनीने टोचणाऱ्या

जंजाविदने तिच्याकडे पाह्यले. ती अगदी जवळ आल्यानंतर त्याने बंदूकीची संगीन अचानक तिच्याकडे रोखली. झुबी जोरात पळत येत असल्याने काही कळायच्या आतच संगीन तिच्या पोटात घुसून पाठीतून बाहेर निघाली. त्या नीच जंजाविदने तिला तसेच बंदुकीच्या आधारे हवेत उचलले व ती बंदूक दोन्ही हातांत धरून तो माझ्याभोवती नाचू लागला. झुबीच्या पोटातून रक्ताच्या चिळकांड्या उडत होत्या व रक्ताचे ओहोळ वाहू लागले होते. तरीही झुबी 'अब्बा...अब्बा' असे ओरडत होती. तिच्या जखमेच्या वेदना तिला सहन होत नव्हत्या. तो जंजाविद त्याच्या साथीदारांना उद्देशून म्हणाला, 'पहा, पहा मी कसा जहाल आहे!' त्यावर इतर जंजाविद हसू लागले व त्याला म्हणाले, 'तू आम्हा सर्वांपेक्षा खूपच जहाल, खूपच जहाल!' इकडे झुबीने माझ्याकडे पाहून मदतीसाठी आपले हात पसरले. मी हतबल होऊन तिचे हाल पाहत होतो. एवढ्यात झुबीचे हात खाली झाले नि 'अब्बा...अब्बा...'चा तिचा टाहो थांबला. झुबीचा प्राण गेला होता. त्या जंजाविदचे सारे कपडे झुबीच्या रक्ताने माखले होते. तो माणूस नव्हता, पशूही नव्हता; राक्षस होता तो!''

फिओनाने आपले अश्रू टिपता टिपता विचारले,

''तुम्ही कसे वाचलात?''

''तो जंजाविद मला ठार मारणार इतक्यात त्याचे साथीदार म्हणाले, 'याला मारू नकोस. त्याला आजच्या आठवणी आयुष्यभर उगाळत बसू दे! त्याचा मानसिक छळ होऊन तो आपोआपच मरेल.''

''बायको व मुलाचं काय झालं?''

''इतर जंजाविद माझ्याभोवती चाललेलं त्या राक्षसाचं तांडवनृत्य पाहण्यात जेव्हा मग्न होते, तेव्हा ती मुलाला घेऊन पळून गेली. जंजाविद गेल्यानंतर ती वस्तीवर परतली.''

''सध्या कोठे आहे?''

''येथेच, छावणीत. शिधा आणायला गेली आहे.''

इतक्यात त्याची बायको परतली. तिने कडेवरील मुलास खाली उतरवले व शिध्याची पिशवी तंबूत ठेवली. फिओना तिला म्हणाली,

''तुमच्या मुलीच्या बाबतीत फार वाईट झालं.''

''काय करायचं मुली? त्या दुष्टांनी आम्हा सगळ्यांनाच मारून टाकलं असतं, तर बरं झालं असतं. आज ह्या नरकात पोरीच्या आठवणीनं झुरत बसायची शिक्षातरी मिळाली नसती.'' नवऱ्याकडे पाहत ती पुढे म्हणाली, ''याचं तेव्हापासून डोकं फिरलंय. तरी आता थोडं बरं आहे. एक महिन्यापूर्वी पहायला हवं होतंस. आता औषध लागू पडतंय त्याला.''

"कोण औषध देतं त्यांना?" पेलेने तिला विचारले.

"कोण देणार? मीच देते. एका कागदावर शाईच्या पेनने कुराणातील पाठ लिहिते, नंतर त्या कागदावर पाणी टाकून ते एका प्याल्यात जमा करते व त्याला प्यायला देते. ते घ्यायला लागल्यापासून त्याच्यात खूप फरक पडलाय!

❏❏❏

- ७ -

चौकशीपथकाने दहा दिवसांत जवळजवळ सातशे निर्वासितांच्या मुलाखती घेतल्या. शेवटच्या दिवशी ते अल्-नकाब येथील छावणीत मुलाखत घ्यायला चालले होते. त्या दहा दिवसांत मि. कँपबेल व अन्य सदस्यांबरोबर बसून त्यांनी तयार केलेले अहवाल रोज संध्याकाळी 'सुलेमान' पडताळून पाहत असे. मि. कँपबेल त्याच्या कामावर बेहद्द खूष होते. दुसऱ्या एखाद्या दुभाषाला भाषांतरात अडचण आली, की 'सुलेमान'ला पाचारण करण्यात येई. अफाट इंग्रजी वाचनामुळे त्याचे शब्दभांडारही प्रशंसनीय होते. बऱ्याच वेळा सर्व कामकाज संपले, की मि. कँपबेल जावेदला आपल्या खोलीवर बोलावून बर्बनचा एखाद् दुसरा पेग देत. कैरोमध्ये असताना मित्रांबरोबर तो कधीतरी बीयरचा एखादा ग्लास घेत होता. त्या दोघांच्या गप्पा खूप रंगत. मि. कँपबेलना त्याच्याबद्दल खूप कुतूहल होते. छादसारख्या मागासलेल्या देशातील तरुणाने इंग्रजीवर एवढे प्रभुत्व कसे संपादन केले नि त्याला दार्फुरविषयी एवढी सखोल माहिती कशी, यांचे त्यांना राहून राहून आश्चर्य वाटे. त्यांनी एकदा ते सुलेमानजवळ व्यक्तही केले. त्याने मि. कँपबेलना विश्वासात घ्यायचे ठरवले. तो म्हणाला,

"सर, तुम्ही व मी गेले दहा-बारा दिवस एकत्र काम करत आहोत. मला तुम्हाला एक खास गोष्ट सांगायची आहे, पण ती तुम्ही इतरांना सांगू नका."

"कोणती सुलेमान?" मि. कँपबेलनी आश्चर्याने विचारले.

"माझं खरं नाव सुलेमान खलील नसून जावेद झारी आहे. मी छादचा नागरिक नसून मूळचा दार्फुरचा आहे..." अशी सुरुवात करून जावेदने त्यांना आपला पूर्वेतिहास काहीही न लपवता सांगितला. तसेच त्याने दुभाषा-मार्गदर्शक का व्हायचे ठरवले, हेही सांगितले. ते ऐकून मि. कँपबेल खूपच प्रभावित झाले.

"तुझ्या तळमळीची कमाल आहे, जावेद! तू तुझे काम असेच चालू ठेव. तुझ्या प्रयत्नांना नक्की यश येईल. काही गरज पडल्यास माझ्याशी संपर्क साधायला संकोचू नकोस. माझे फोन नंबर्स मी तुला देऊन ठेवतो."

फिओना व पेले यांच्याबरोबर जावेद अल्-नकाब छावणीत फिरत होता. फिओनाला एका तंबूत काही मुले कागदावर पेन्सिल व क्रेयॉनने चित्रे काढत बसलेली दिसली. फिओना त्यांच्याजवळ जाऊन ती कसली चित्रे काढत आहेत, हे निरखून पाहू लागली. सारी चित्रे घोड्यांवरून तलवारी व बंदुका पाजळीत जाणारे जंजाविद, बाँब टाकणारी विमाने व हेलिकॉप्टर्स, जळणाऱ्या झोपड्या नि पडझड झालेली घरे यांची होती. जावेद तिला म्हणाला,

"त्यांनी वाढताना इतर काही पाह्यलेलंच नाही. जे काही पाह्यलं, त्याचीच चित्रं काढतात ही मुलं!"

फिओनाला ते पाहून खूप वाईट वाटले. ज्या वयात खेळाबागडायचे, शाळेत जायचे, त्या वयात त्यांना एका निर्वासित छावणीतील औदासीन्य आणणाऱ्या वातावरणात वाढावे लागत आहे, त्यांचे भवितव्य अनिश्चित आहे नि त्यांचे पुर्नवर्सन अशक्य आहे, हा केवढा दैवदुर्विलास!

फिओना व पेले छावणीच्या एका भागातील धान्याच्या गोदामाकडे गेले. जावेद बाहेरच थांबला. थोड्या वेळाने त्या दोघांना बाहेर सोडायला गोदामाचा एक कर्मचारी दारापर्यंत आला. त्याने जावेदला पाहताच विचारले,

"जावेद, तू इकडे कसा काय?"

जावेदने दार्फुरी भाषेतच त्याला थोडक्यात खुलासा केला. अमजद नावाचा तो कर्मचारी झाघवा जमातीचाच, पण छादचा रहिवासी होता. तो जावेदला ओळखायचा.

"हे पहा जावेद, तुला एक सल्ला देतो." असे म्हणून तो जावेदला जरा बाजूला घेऊन गेला व म्हणाला, "तू छादमध्ये निर्वासित आहेस. तू खोटे नाव धारण करून दुभाषा नि मार्गदर्शकाचे काम करतोस हे सरकारी अधिकाऱ्यांना समजले, तर तात्काळ तुला अटक करून सुदानला पाठवतील. तू एकदा सुदानी पोलिसांच्या हाती लागलास की तुझे काय होईल, याचा विचार कर. मी झाघवा आहे म्हणून या प्रकाराची कोठे वाच्यता करणार नाही; पण इतरांचं मी काही सांगू शकत

नाही.''

''ठीक आहे. मी तुझ्या सल्ल्याचा विचार करेन.'' असे म्हणून जावेद फिओना व पेले थांबले होते, तिकडे गेला. तेथून ते निघाले तेव्हा फिओनाने त्याला विचारले,

'काय रे सुलेमान, त्या कर्मचाऱ्याने तुला 'जावेद' या नावाने कशी काय हाक मारली?''

जावेदने असा प्रश्न उद्भवला तर काय खुलासा करायचा, याची मनोमन जुळणी करून ठेवली होती.

''त्याचं असं आहे, आमच्या झाघवा जमातीमध्ये एकाच व्यक्तीची दोन-तीन टोपणनावे असायची प्रथा आहे.''

त्या खुलाशाने फिओनाचे समाधान झाले नसावे, अशी जावेदला शंका आली; पण ती हा प्रश्न पुढे धसाला लावणार नाही, याची त्याला खात्री होती. शिवाय मि. कँपबेल व जावेदची जवळीक पथकाच्या सर्व सदस्यांना ठाऊक होती.

निर्वासित छावण्यांमधील मुलाखतींचे काम आटोपल्यानंतर संपूर्ण पथक चार तुकड्यांमध्ये विभागले जाणार होते. त्या तुकड्या दार्फुरच्या वेगवेगळ्या भागांत फिरून अधिक माहिती जमा करणार होत्या. संयुक्त राष्ट्रसंघाच्या न्यूयॉर्क येथील सचिवालयाने सुदानच्या सरकारला त्याची कल्पना दिली होती. चौकशीपथकांच्या सुरक्षिततेची सुदानच्या सरकारने हमी दिली. एक आठवडाभर जंजाविदना नि सशस्त्र बंडखोर गटांना दार्फुरकडे फिरकायचे नाही, अशी सूचना केली. फक्त सुदानी सैन्याची गस्त त्या भागात ठेवली जाणार होती.

मि. कँपबेल स्वत: एका पथकाबरोबर जाणार होते. त्यांनी जावेदला आपल्याबरोबर घेतले. जवळजवळ पाच-सहा दिवस वेगवेगळ्या खेड्यांतून नि वस्त्यांतून त्या पथकांच्या सदस्यांनी काही रहिवाशांच्या मुलाखती घेतल्या, घरांच्या सांगाड्यांचे फोटो घेतले नि हृदय पिळवटून टाकणाऱ्या असंख्य कहाण्या ऐकल्या.

तो पथकाच्या दार्फुरभेटीचा शेवटचा दिवस होता. त्या संध्याकाळी आबेचे येथे पोचल्यानंतर पथकाचे सदस्य दुसऱ्या दिवशी सकाळी ७ वाजता सुटणाऱ्या विमानाने अंजामिनास व त्याच संध्याकाळी आपापल्या देशांना जाणार होते. मि. कँपबेल नि जावेद असलेली गाडी झालिंगेहून नौरीकडे चालली होती. सकाळचे दहा वाजले होते. नौरीपासून बुरुंगा फक्त ४८ किलोमीटरवर होते. जावेदला आईची व बहिणींची प्रकर्षाने आठवण आली. त्याने मि. कँपबेलना विचारले,

''आज तुम्हाला भाषांतरासाठी माझी गरज भासणार आहे?''

''आता कसले भाषांतर? आपले काम कालच संपले. आता आम्हाला

परतीचे वेध लागलेत.''

''तसं जर असेल, तर तुम्ही मला नौरीमध्ये सोडाल?''

''असं? का बरं?''

''तेथे माझ्या एका मित्राला मला भेटायचं आहे.'' असं जावेद म्हणाला. गाडीतील इतर सदस्यांनी त्यांच्या संभाषणाकडे लक्ष दिले नाही. जावेदने शेजारी बसलेल्या मि. कँपबेलना त्यांच्या कानात हळूच 'तेथून जवळच्या बुरुंगामध्ये माझी आई व दोन बहिणी आहेत. त्यांना भेटावंसं वाटतंय', असे सांगितले. त्यावर मि. कँपबेलनी होकारार्थी मान हलवली. गाडी नौरीस पोचल्यावर जावेद व मि. कँपबेल खाली उतरले.

''जावेद, जपून रहा. तुझी खूप मदत झाली आम्हा सर्वांना. माझ्या संपर्कात रहा. चौकशीअहवाल तयार झाला, की तुला एक प्रत पाठवतो. शिवाय इतरांना भाषांतरासाठी व मार्गदर्शनासाठी 'सुलेमान खलील'ची शिफारस करतो.'' असे म्हणून त्यांनी जावेदला मिठी मारली.

''सर, तुमच्यासारख्यांसाठी काम करायची संधी मिळाली, हे मी माझे भाग्य समजतो.''

''चल, काळजी घे. गुड बाय!''

जावेदला मि. कँपबेलनी त्याच्या मानधनापोटी दोन हजार अमेरिकन डॉलर्स दिले होते. ते इतरांच्या मानधनाच्या दुप्पट होते. त्याला त्याच्या पहिल्याच मोहिमेसाठी मानधनाची मोठी रक्कम मिळाली होती. जावेद नौरीतून बुरुंगाकडे जाणारी एखादी जीप मिळते का, पाहू लागला. नेमकी तिकडे जाणारी जीप नव्हती; पण बुरुंगापासून दहा किलोमीटरवरील रस्त्यावरून लांग्याकडे जाणारी मात्र उपलब्ध होती. जावेदची दहा किलोमीटर चालायची तयारी होती. दुपारी दोनच्या सुमारास ती जीप निघाली. रस्ता खूप खराब होता. साडेपाचच्या सुमारास जावेदने ड्रायव्हरला जीप थांबवायला सांगितले. त्या ठिकाणापासून तो बुरुंगाकडे चालत जाणार होता. त्याला साऱ्या परिसराची ओळख असल्याने रस्ता चुकण्याचा प्रश्नच नव्हता. पावणेसात वाजता जावेद बुरुंगापासून चार किलोमीटर अंतरावर होता. त्याला दूरवर जीपचा आवाज ऐकू आला. बुरुंगाच्या दिशेने- तो जात होता त्या दिशेने- सुदानी सैन्याची एक जीप येत होती. आता जावेदला कोठेतरी आश्रय घेणे आवश्यक होते. जवळपासची झुडपे खूपच खुरटी होती. त्यांच्यात लपता येणे शक्य नव्हते. जावेदने इकडेतिकडे पाह्यले. अंदाजे तीनशे मीटर्सवर एक वस्ती त्याला दिसली. तो तिकडे पळत गेला. अंगणात एक तिशीची बाई व अठरा-एकोणीसची एक मुलगी कसलेतरी धान्य निवडत बसल्या होत्या. त्या झाघवा जमातीच्याच होत्या. धापा टाकणाऱ्या जावेदला

पाहून त्या आश्चर्यचकित झाल्या व हातातले काम त्यांनी थांबविले.

"मी खूप अडचणीत आहे. सुदानी सैनिक या भागात गस्त घालत आहेत. त्यांनी मला पाह्यलं तर पकडून नेतील. मला लपायला हवं. कृपा करून तुम्ही मला मदत कराल?" जावेद एका दमात म्हणाला. त्यावर ती मुलगी त्याला म्हणाली,

"त्या समोरच्या गवताच्या गंजीत लप. सैनिक इकडे आले, तर आम्ही त्यांना काही सांगत नाही."

त्या दोघींनी त्याला गंजीत घातल्यावर वरून गवत टाकले नि त्या पुन्हा आपल्या कामाला लागल्या.

"दीदी, कधी या भागात पाह्यल्यासारखे वाटत नाही त्याला." ती मुलगी कुजबुजली. त्यावर तिची बहीण म्हणाली,

"नवखा दिसतोय. पण झाघवा आहे एवढं खरं."

पंधरा मिनिटांनी सैनिकांची जीप त्यांच्या वस्तीजवळ येऊन थांबली. तिच्यातून एक अधिकारी व तीन सैनिक पटपट उतरले. त्यांना पाहून त्या हातातले काम टाकून उभ्या राह्यल्या. अंगणात येणाऱ्या अधिकाऱ्याने त्यांना दरडावून विचारले,

"कोण कोण आहे घरात?"

"कोणी नाही. आम्ही दोघी. मी व ही माझी धाकटी बहीण एवढ्याच."

"आई-वडील, भाऊ कोठे आहेत?"

"काही दिवसांपूर्वी जंजाविदनी माझा नवरा नि आई-वडिलांना मारले. भाऊ बेपत्ता आहे."

"हं! बंडखोरांना मिळाला असेल! की घरात लपवून ठेवलाय त्याला?"

"छे, छे! तुम्ही पाहू शकता."

त्या अधिकाऱ्याने तीन सैनिकांना त्यांच्या घराच्या चार झोपड्यांची तलाशी घ्यायला सांगितले व स्वत: गवताच्या गंजीशेजारी उभे राहून सिगारेट ओढू लागला. जावेदने त्यांचा संवाद ऐकला होता. त्याला सिगारेटच्या धुराचा वास आला. चुकून जर एखादी ठिणगी या वाळलेल्या गवतावर पडली नि गंजीने पेट घेतला तर आपल्याला बाहेर पडावे लागेल, या विचाराने तो काळजीत पडला. त्या अधिकाऱ्याने सिगारेट संपल्यावर तिचे थोटूक त्याच्या बुटाखाली चिरडले. तेथून दूर जाण्यापूर्वी त्या गंजीकडे त्याने एक कटाक्ष टाकला व संगीन असलेली बंदुकीची नळी गंजीत खुपसली व बाहेर काढली. त्याला काय वाटले असेल कोणास ठाऊक? इतक्यात ते तीन सैनिक अंगणात आले. त्यांच्यापैकी एकजण त्या अधिकाऱ्यास म्हणाला,

"कॅप्टनसाहेब, या दोघींव्यतिरिक्त दुसरं कोणी दिसत नाही."

"ठीक आहे. चला, पटपट चढा जीपमध्ये. अजून खूप काम बाकी आहे."

हे ऐकल्यावर जावेदचा जीव भांड्यात पडला. मघाशी काही क्षण त्या बंदुकीच्या नळीचे तोंड जावेदच्या कपाळापासून फक्त तीन इंच अंतरावर होते!

जीप निघून गेल्याचा आवाज जावेदने ऐकला. ती खूप दूर गेल्यावर त्या दोघींनी त्याला बाहेर काढले.

“त्या अधिकाऱ्याने संगीन गंजीत खुपसल्यावर माझ्या काळजात चर्रर्र झाले.” ती मुलगी म्हणाली. जावेदला कसलीही इजा झालेली नाही, हे पाहून तिचा जीव भांड्यात पडला होता.

“तुम्ही नसता तर माझे काही खरे नव्हते.”

“तू मूळचा कुठला?” त्या बाईने जावेदला पाण्याचा ग्लास दिला. तो संपवल्यावर जावेद म्हणाला,

“माझे खेडे येथून सव्वाशे किलोमीटरवरील झिवै...” अशी सुरुवात करून जावेदने थोडक्यात आपली माहिती त्या दोघींना सांगितली. त्याने त्या दोघींना विचारले,

“तुमची नावं काय आहेत? मी तुम्हाला विचारायचं विसरूनच गेलो.”

“मी सबीना नि ही रोक्सानादीदी.” ती मुलगी सबीना खूपच धीट व बोलकी होती.

“मघाशी मी तुमच्या आई-वडिलांविषयी ऐकलं. खूप वाईट झालं. आपल्या या साऱ्या दार्फुरवरच अल्लाची अवकृपा झाली असावी. अजून किती दिवस हे चालणार, समजत नाही. माझे वडील व भाऊ मारले गेल्यावर माझीही परिस्थिती तुमच्यासारखीच झाली. आई नि धाकटी बहीण आयेशा बुरुंगामध्ये आहेत खऱ्या; पण कोणाची शाश्वती देता येतेय आजकाल?” जावेद म्हणाला.

“बुरुंगामध्ये कोठे असतात?” सबीनाने विचारले.

“हमीदादीदी माझी थोरली बहीण- तिच्याजवळ.”

“त्यांचं घर बुरुंगाच्या सुरुवातीस रस्त्याच्या वळणाजवळ आहे का?” सबीनाने विचारले.

“हो, बरोबर. तेच.”

“माझी दीदी तुमच्या दीदीला ओळखते. होय ना दीदी?”

“हो. बाजारहाट करायला जाते, तेव्हा भेट होते कधीकधी.”

“मला एक सांगा, तुम्ही दोघी जंजाविदच्या हल्ल्यातून कशा वाचला?” जावेदने विचारले.

“त्या वेळी आम्ही शेताजवळ काही भाजीपाला उगवला आहे का, हे पाहायला गेलो होतो. जंजाविदच्या टोळीने वस्तीवर हल्ला केल्यावर आरडाओरडा

ऐकू आला. ते पाहून आम्ही मक्याच्या शेतात लपून बसलो. ते गेल्यानंतर वस्तीवर येऊन पाहतो तर...वडलांना या समोरच्या झाडाला उलटे लटकवून त्यांचा छळ करून मारून टाकले होते. कदाचित त्या वेळी आईने प्रतिकार केला असावा. त्याबद्दल तिला संगीन खुपसून ठार मारले असणार. कादेर, आमचा पंचविशीचा भाऊ, सशस्त्र गटात दाखल झाला आहे.''

''अरेरे! खूप वाईट झालं. हेच दृश्य साऱ्या दार्फुरमध्ये आज घरोघरी पाहायला मिळतं. बरं, मी निघतो. सैनिक आता दूर गेले असतील.'' जावेद उठत म्हणाला. त्यावर सबीना म्हणाली,

''थांब, सैनिक इकडून पूर्वेच्या वस्त्यांकडे गेले आहेत. त्यांचं काम झाल्यावर त्यांना इकडूनच परत त्यांच्या पश्चिमेकडील तळावर जावं लागणार. वाटेत तू दिसलास, तर पुन्हा अडचणीत येशील.''

''ते खरं आहे. पण तुम्हाला उगीच माझा त्रास...'' जावेद म्हणाला.

''त्यात त्रास कसला? भैयाची झोपडी रिकामीच आहे. दीदी आमच्यासाठी काहीतरी करणार आहेच. आता अंधार खूप झालाय. सकाळी उठून तू जाऊ शकतोस. होय ना दीदी?'' सबीना उत्साहाने म्हणाली व तिने रोक्सानाकडे पाहिले. रोक्साना गप्प होती. तिला सबीनाची धिटाई व पुढाकार आवडला नव्हता, हे सबीनाने तिच्या चेहऱ्यावरून ओळखले. जावेदच्याही ते लक्षात आले. एवढ्यात रोक्साना औपचारिकतेखातर म्हणाली,

''आज रहा तू येथे. आता जाणे सुरक्षित नाही.'' हे ऐकल्यावर सबीनाचा चेहरा खुलला. रोक्साना आत गेली, पण जाताना सबीनाकडे एक रागीट कटाक्ष टाकून गेली.

उभ्या चेहऱ्याच्या, मोठ्या बोलक्या डोळ्यांच्या, नाकेल्या सबीनाचा चेहरा हसतमुख होता. ती खूप उत्साही व धीट होती, हे जावेदच्या केव्हाच लक्षात आलं होतं. ज्या वेळी जावेदने त्यांच्याकडे मदतीची याचना केली, त्या वेळी काहीही विचार न करता सबीनानेच त्याला गवताच्या गंजीत लपायला सांगितले होते.

''आता तू पुढे दुभाषाचे व मार्गदर्शकाचे काम करत राहणार आहेस?'' सबीनाने विचारले.

''येथे होत असलेल्या अत्याचारांना वाचा फोडायची असेल तर...'' जावेदने आपण हे धोकादायक काम कोणत्या हेतूने हाती घेतले आहे, हे सविस्तरपणे सबीनाला सांगितले. रोक्साना आत असली तरी, तिचा एक कान त्यांच्या संभाषणाकडे होता. बाहेर मात्र सबीना आश्चर्यचकित होऊन जावेदचे कथन ऐकत होती. त्याच्या ध्येयनिष्ठ स्वभावाने ती भारावून गेली होती. त्याच्याशी बोलत असताना तिच्या

डोळ्यांतील कौतुक, आदर, अनुकंपा नि चिंता असे झरझर बदलणारे भाव जावेदच्या नजरेतून सुटले नव्हते. जावेदला तिच्याबरोबर तसेच बोलत राहावे वाटले. सबीनादेखील त्याला एकामागून एक प्रश्न विचारून त्याच्याविषयी अधिक माहिती त्याच्याकडून वदवून घेत होती.

"चला, जेवण तयार आहे." रोक्साना झोपडीच्या दारात येऊन म्हणाली. सबीना व जावेद आत गेले. कंदिलाच्या उजेडात ते जेवायला बसले. उकडलेले सुरण नि सुदानी पद्धतीचा अंड्याचा रस्सा त्या तिघांनी खाल्ला. जावेद बाहेर आला व हात धुऊन अंगणात बसला. थोडावेळ ते तिघेही अंगणात बसले. समोर रोक्साना असल्यामुळे सबीना काहीशी शांत होती. जावेद दहा-बारा किलोमीटर चालून थकला होता. त्याला झोप येत असलेली पाहून सबीना म्हणाली,

"चल, मी तुला भैयाची झोपडी दाखवते. आम्ही ती वेळोवेळी स्वच्छ करून ठेवत असतो." ते ऐकल्यावर रोक्साना म्हणाली,

"सबीना, मी दमलेय आज. तू भांडी आवर. जावेदला मी कादेरची झोपडी दाखवते." असे म्हणून ती उठली. जावेदही उठला. मागच्या बाजूची झोपडी रोक्सानाने जावेदला दाखवली. जावेद तेथून जाण्यापूर्वी रोक्सानाला म्हणाला,

"तुम्हा दोघींचे उपकार मी कधीही विसरू शकणार नाही. मी तुमचा गैरफायदा घेतो आहे, असे कृपा करून मनात आणू नका. पुढेमागे कधीतरी मी तुमच्या उपकाराचे ओझे नक्की फेडेन."

'ठीक," असे कोरडेपणाने म्हणून रोक्साना तेथून निघून गेली.

सकाळी जावेद मक्याच्या कण्यांचा दार्फुरी 'गिचा' व चहा घेऊन जायला निघाला. त्या दोघी त्याला निरोप द्यायला कुंपणापर्यंत गेल्या.

"पुन्हा या भागात आलास की भेटायला ये." सबीना भाबडेपणानं म्हणाली.

"नक्की येईन!" असे म्हणून जावेदने त्यांचा निरोप घेतला व तो बुरुंगाच्या दिशेने चालू लागला. सबीना त्याच्या पाठमोऱ्या आकृतीकडे पाणावलेल्या डोळ्यांनी पाहत होती. ती आत गेल्यावर रोक्साना म्हणाली,

"आता पुन्हा इकडे फिरकला नाही, तर बरं होईल. सबीना, तू त्याचा विचार डोक्यातून काढून टाक. अगं, त्या फिरस्त्यावर तू कशाला भाळलीस? त्याचं काम धोकादायक, सैनिक त्याच्या पाळतीवर, खार्तुममध्ये त्याच्यावर गुन्हा दाखल. अशा तरुणावर भाळणे चांगले नव्हे. कालच तुझा रागरंग माझ्या लक्षात आला होता. विचार केला, की तो गेल्यावर आपण विषय काढावा. अजून अल्लड आहेस तू. विसरून जा त्याला. आज जिवंत आहे तर उद्या..."

"दीदी! तू त्याचे विचार ऐकलेस? दार्फुरच्या जनतेविषयी त्याची तळमळ

पाह्यलीस? त्यांच्यावरील अत्याचार कमी व्हावेत म्हणून स्वत:चा जीव धोक्यात घालायची तयारी पाहिलीस? त्याची स्वत:ची गेल्या दोन वर्षांतील ससेहोलपट नि त्यातून सुदैवाने तो कसा बचावला, याची कहाणी ऐकलीस? मी त्याचा स्वभाव, त्याची तळमळ नि जिद्द यांमुळे भारावून गेलो आहे. तो माझ्या मनात भरला आहे!''

''मी सारं काही ऐकलं आहे. आगीमध्ये उडी घ्यायचा वेडेपणा तो करायला निघालाय. त्यातून तो सहीसलामत सुटेल, याची आशा बाळगू नकोस. तू अजून लहान आहेस. ऐक माझं. तुझ्यासाठी एखादा पन्नास-साठ उंटांच्या मालकाचा मुलगा आपण पाहू. मी बुरुंगातील माझ्या चार ओळखीच्या लोकांना सांगून ठेवलं आहे, की आसपासच्या खेड्यातील एखादा चांगला मुलगा आढळात आला, तर मला कळवा.''

''तू त्या फंदात पडू नकोस. मला नाही कोणा उंटवाल्याशी लग्न करायचं!'' सबीना ठामपणे म्हणाली.

''ठीक आहे. तुला काय करायचं आहे ते कर. त्या फिरस्त्याशी लग्न केलंस, तरी माझी काही हरकत नाही. फक्त माझ्यासारखे विधवेचे आयुष्य कंठायची तयारी मात्र असू दे!'' रोक्साना रागाने फणकारत म्हणाली व आत गेली.

सबीना काही बोलली नाही. उदास चेहऱ्याने ती कामाला लागली. थोड्या वेळाने रोक्साना तिला म्हणाली,

''मी जरा शेताकडे जाऊन येते. कांदे संपलेत. शिवाय काही कणसं तयार झालीत का पाहते. मी आल्यावर जेवायला करू काहीतरी.''

''बरं.'' एवढं म्हणून सबीना गप्प बसली. रोक्साना शेताकडे गेल्यावर सबीना अंगणातील गंजीजवळच्या गवताच्या ढिगाऱ्यावर बसून ढसाढसा रडली. तिला त्याच ठिकाणी त्या पहाटे दीड वाजता टपोऱ्या चांदण्याच्या शीतल प्रकाशात जावेदच्या बाहुपाशात असताना एकमेकांना दिलेले वचन आठवले– कितीही अडचणी येवोत किंवा कितीही वेळ लागो, आपण एकमेकांशी एकनिष्ठ राहायचे नि योग्य वेळ येताच विवाहबद्ध व्हायचे!

❑❑❑

- ८ -

"आई, मला बुरुंगात येऊन दोन आठवडे झाले. उद्या निघावं म्हणतो."

"चार दिवस रहा अजून. तुला काय आता वारंवार इकडं यायला जमणार आहे थोडंच?"

"ते खरं आहे गं! पण आता मला पुन्हा कामाला लागायला हवं."

"जसं जमेल तसं इकडे चक्कर टाकत जा. तुझी काळजी लागून राह्यलेली असते आम्हाला."

"मी नक्की येईन. पाहू आता पुढची संधी कधी मिळते."

जावेद त्या सर्वांचा निरोप घेऊन जानेवारी २००४ मध्ये पुन्हा अंजामिनास पोचला. ख्रिसमसच्या सुमारास कोणी परदेशी पत्रकार किंवा अधिकारी तिकडे येण्याची फारशी शक्यता नव्हती. म्हणून त्याने दोन आठवडे बुरुंगामध्ये काढायचे ठरवले होते. तेथून जाताना त्याला वाटले, की थोडा वेळ सबीनाला भेटून जावे; पण रोक्सानाचा चेहरा आठवल्यावर त्याने तो बेत बदलला.

त्यानंतर जवळजवळ एक महिना जावेदला काम मिळाले नाही. अंजामिनाच्या ॲव्हेन्यू ब्राझावरील 'शालौबा' बारमध्ये जावेद व मि. हाश्मी एके संध्याकाळी सात वाजता बीयर पीत बसले होते. मि. हाश्मी छादच्या विदेश मंत्रालयात अधिकारी होते. त्या दिवशी त्यांचा जावेदला फोन आला होता. त्यांनी फोनवर जास्त खुलासा न करता एवढेच सांगितले, की आपण आज संध्याकाळी भेटू. जावेदला कळून चुकले, की काहीतरी महत्त्वाची गोष्ट त्यांना

सांगायची असणार. जावेदने हल्ली सरकारी वर्तुळातील महत्त्वाच्या व्यक्तींबरोबर जवळीक साधणे सुरू केले होते. तो त्यांना जेवायला किंवा बारमध्ये घेऊन जायचा, त्यांना छोट्या-मोठ्या भेटवस्तू द्यायचा. परदेशी व्यक्तींना, विशेषत: पत्रकारांना, छादमध्ये फिरण्यासाठी काही प्रशासकीय सोपस्कर पार पाडावे लागायचे नि प्रवासाचा परवाना घ्यावा लागायचा. या प्रक्रियेस खूप वेळ लागायचा. पण सरकारदरबारी ओळख असेल, तर अशी कामे पटपट होत.

''जावेद'', मि. हाश्मी बीयरचा एक घोट घेत म्हणाले, ''अलीकडेच छाद व सुदानची शिष्टमंडळे जुन्या सीमावादावर तोडगा काढण्याच्या उद्देशाने खार्तुममध्ये भेटली. तुला छाद नि सुदान यांच्यातील तणावाबद्दल ठाऊक आहेच.''

जावेदला त्याची पुरेपूर कल्पना होती. सुदानच्या सरकारचे व छादमध्ये नव्याने सत्तेवर आलेल्या डेबी इद्रिस यांच्या सरकारचे वारंवार खटके उडत. इद्रिस यांचा दार्फुरमधील संहारास विरोध होता. त्यांनी दार्फुरी निर्वासितांना छादमध्ये आश्रय दिला जाईल, असे जाहीर केले होते. काही सुदानविरोधी बंडखोर गटांना छाद मदत करते, तर काही छादविरोधी बंडखोर गटांना सुदान मदत करते, असे आरोप-प्रत्यारोप नेहमी केले जायचे. असे असले तरी त्यांच्यातील तणाव विकोपाला गेला नव्हता. राजनैतिक संबंध अस्तित्वात होते. काही बाबतीत सहकार्य चालायचे.

''त्यात काही प्रगती झाली?''

''हो. सध्यातरी परिस्थिती 'जैसे थे' ठेवावी, यावर एकमत झालं आहे. परंतु चर्चेच्या वेळी सुदानच्या शिष्टमंडळाने छाद सरकारने दार्फुरी निर्वासितांना आश्रय देऊ नये, असा अट्टहास धरला; पण छादचे शिष्टमंडळ त्या बाबतीत ठाम होते. त्यांनी सांगितले, की मानवतावादी दृष्टिकोनातून छादमध्ये आलेल्या प्रत्येक निर्वासिताला आश्रय दिला जाईल. सुदानचे शिष्टमंडळ त्यास नाखुषीने तयार झाले, पण त्यांनी एक अट घातली. ती अशी आहे, की जर एखाद्या सुदानी गुन्हेगाराने छादमध्ये आश्रय घेतला, तर त्यास छादच्या सरकारने अटक करून सुदानच्या सरकारच्या स्वाधीन करावे. छादच्या सरकारला ती अट मान्य करावी लागली.''

''म्हणजे माझ्यासारख्यांचे येथील वास्तव्य धोक्यात येणार तर! पण साहेब, सुदानच्या सरकारने काही खोटेनाटे आरोप लावून एखाद्या सुदानी व्यक्तीला छादमध्ये अटक करून सुदानला पाठवावे अशी विनंती छादच्या सरकारला केल्यावर त्या आरोपात काही तथ्य आहे की नाही, याची शहानिशा छादचे अधिकारी करतील की नाही?''

''सध्याच्या परिस्थितीत ती शक्यता कमीच आहे. मी तुला मुद्दाम एवढ्यासाठी हे सारं सांगतोय, याचे कारण तुला यापुढे जपून राहावं लागेल.''

त्यांचे बोलणे चालू असतानाच जावेदचा मोबाईलफोन वाजला.

"मी जोहान्सबर्गहून जेकब जिंबा बोलतोय. तुम्ही मि. सुलेमान खलील?"

"हो, बरोबर."

"माझे तीन सहकारी व मी दार्फुरमध्ये जाऊन तेथील परिस्थितीची पाहणी करू इच्छितो. आम्ही येथील 'फोकस आफ्रिका' या नियतकालिकासाठी काम करतोय. आम्हाला दार्फुरवर एक विस्तृत व अभ्यासपूर्ण लेख प्रसिद्ध करायचा आहे. तुम्ही आम्हाला भाषांतरासाठी व मार्गदर्शनासाठी उपलब्ध होऊ शकाल?"

"हो, नक्कीच. तुम्ही इकडे केव्हा येत आहात?"

"येत्या सोमवारी."

"ठीक आहे. पोचल्यावर फोन करा, भेटू आपण."

फोन झाल्यानंतर मि. हाश्मींनी विचारले,

"काय, नवी कामगिरी वाटतं?"

"हो. दक्षिण आफ्रिकेहून येत्या सोमवारी चार पत्रकार येणार आहेत. त्यांना माझी मदत हवी आहे."

"मघाशी मी तुला जे काही सांगितले, ते लक्षात घेता तू आता जास्त प्रकाशझोतात येऊ नयेस, असं मला वाटतंय. तू खूप मोठा धोका पत्करत आहेस, जावेद."

"साहेब, कोणत्याही क्षणी मला सुदानच्या पोलीस कोठडीत टाकले जाईल किंवा फाशी दिली जाईल. जंजाविद व सुदानी सशस्त्र गट यांच्या हल्ल्यात बळी पडायची शक्यताही नाकारता येत नाही. माझ्या जिवाला एवढा मोठा धोका आहे, हे मी नाकारत नाही. पण तरीही माझा निर्धार आहे, की दार्फुरमधील निरपराध जनता ज्या हिंसाचाराला नि अत्याचारांना तोंड देत आहे, त्यांना जास्तीत जास्त प्रसिद्धी मिळायला हवी. माझा हा उपक्रम ही दार्फुरी जनतेला केलेली मदत आहे, असे समजा!"

जेकब जिंबा व त्याचे तीन सहकारी- बॉब रुश, ख्रिस लिनी नि डेव्ह केलाफो - चार फेब्रुवारी २००४ या दिवशी अंजामिनाला पोचले. 'सुलेमान'ने त्यांच्या हॉटेलवर जाऊन त्यांची भेट घेतली व त्यांच्या मोहिमेविषयी अधिक माहिती घेतली. जेकबला 'फोकस आफ्रिका' साठी लेख लिहायचा होता; तर ख्रिसला त्याच कंपनीच्या संकेतस्थळावर जेकबचा जो लेख उपलब्ध होणार होता, त्यात काही चित्रफिती घालायच्या होत्या. त्यासाठी त्याला थोडेफार चित्रीकरण करावे लागणार होते. बॉब व डेव्ह त्यांचे मदतनीस होते. ते चौघेही तिशीतील उत्साही तरुण होते. दार्फुरमध्ये एक आठवडाभर फिरून त्यांना त्यांची मोहीम फार पाडायची होती.

जावेदने आबेचेपर्यंत विमानाने जायचे व तेथून लँड क्रुझर जीप भाड्याने घेऊन दार्फुरमध्ये प्रवेश करायचे ठरले. जावेदच्या ओळखीने त्या चौघांचे परवाने एका दिवसात मिळाले. त्यांनी अंजामिनामध्ये आठवडाभरासाठी खाद्यपदार्थांचे हवाबंद डबे, दुधाची पावडर, टी-बॅग्ज, कॉफी, बिस्किटे अशा पदार्थांची खरेदी केली. जावेदने आबेचेमध्ये तंबू, छोट्या गॅसची व काही भांड्यांची सोय केली होती. आबेचेमध्ये पोचल्यावर त्यांच्या मोहिमेची जय्यत तयारी झाली. त्या संध्याकाळी 'सुलेमान' जेकबला म्हणाला,

"उद्या सकाळी सहा वाजता निघू. पण मी आज माझ्या परिचयाच्या काही लोकांशी बोलून परिस्थितीचा अंदाज घेतो."

"ठीक आहे," जेकब म्हणाला. ते चौघे कधी एकदा मोहिमेवर जातो, यासाठी उतावीळ झालेले. सळसळत्या रक्ताच्या काही तरुण वार्ताहरांना धोकादायक नि रोमांचकारी मोहिमा हाती घेऊन खळबळजनक बातम्या प्रसारित करायची हौस असते, तसे ते चौघे होते.

जावेदने गेल्या काही आठवड्यांत दार्फुरमधील सुलतान, शेख नि बंडखोर सशस्त्र गटांचे कमांडर यांच्या ओळखी काढून त्यांचे फोननंबर्स जमा केले होते. मोहिमेवर जाण्यापूर्वी त्यांच्या संभावित प्रवासाच्या मार्गावरील व परिसरातील परिस्थिती कशी आहे, ही माहिती काढायला त्याचा उपयोग होणार होता. जावेदने त्यांच्यापैकी काहींना फोन केल्यानंतर तो जेकबकडे गेला व म्हणाला,

"जेकब, आपल्या मोहिमेत काही अडचणी आल्या आहेत."

"असं? कसल्या अडचणी?"

"आपण जेथे सीमा पार करणार आहोत तेथे व ज्या भागात आपल्याला फिरायचं आहे, त्या भागात जंजाविदच्या हालचाली दिसून येत आहेत. चकमकीदेखील होत आहेत."

"हे तर चांगलंच आहे. प्रत्यक्ष चकमकी पाहायला मिळतील. अशी संधी पुन्हा मिळणार नाही."

"पण तुम्हा सर्वांच्या सुरक्षिततेची जबाबदारी माझी आहे. मला वाटते, आपण मार्ग बदलावा."

"छे, छे! मार्ग मुळीच बदलायचा नाही. आपण तसे चकमकींपासून दूरच राहू. तू काय शेळपट आहेस की काय सुलेमान?"

जावेद हतबल झाला. जेकबच्या हट्टापुढे त्याचे काही चालेना. शेवटी त्याने होकार दिला.

त्या दिवशी संध्याकाळी ते आद्रे येथे पोचले. दुसऱ्या दिवशी पहाटे पाच

वाजता आद्रेजवळील 'काया' या प्रचंड दरीतून सीमा ओलांडायचे ठरले. त्या वेळी 'काया'मध्ये मोठ्या प्रमाणावर जंजाविद फिरत आहेत, असे त्यांना आद्रे येथे समजले. जेकबने त्याकडे दुर्लक्ष केले.

ड्रायव्हर हुसेन जीप सावधानतेने चालवत होता. दरीमध्ये उतरल्यानंतर त्यांची जीप चढ चढू लागली. जावेद हुसेनच्या शेजारी बसलेला, तर ते चौघे मागे. अचानक हुसेनने जीप थांबवली.

"सुलेमान, समोर डाव्या बाजूला जंजाविदचा तंबू आहे. दोघे उभे आहेत, आपल्याकडे पाहताहेत."

"तू जीप थांबवू नको. चालूच ठेव. त्यांनी काही इशारा केला तरच थांबव."

जावेदने पाह्यले की त्यांच्या रस्त्यापासून दोनशे मीटर्सवर एक तंबू होता. त्याच्या शेजारील झाडांना सहा घोडे बांधलेले. दोघे जंजाविद जीपवर लक्ष ठेवून होते. त्यांनी काही इशारा केला नाही. हुसेन जीव मुठीत धरून हळूहळू जीप चालवत होता. रस्ताही खराब होता. जीप तंबूपासून जरा दूर गेल्यावर जीपच्या दिशेने गोळीबाराचा आवाज आला. हुसेनने गती वाढवली. जावेद त्यामुळे घाबरलेल्या त्या चौघांना म्हणाला,

"हे फक्त आपल्याला भीती दाखविण्यासाठी. आपल्याला मारायचं असतं, तर केव्हाच ते मारू शकले असते."

त्याचे म्हणणे बरोबर होते. एकही गोळी जीपला लागली नव्हती. दरीतून बाहेर आल्यावर त्यांनी पुढील भागाचा अंदाज घेतला व प्रवास चालू ठेवला. वाटेत काही ठिकाणी थांबून त्यांनी हल्ले झालेल्या वस्त्यांवरील लोकांच्या मुलाखती घेतल्या. त्यांच्या जळालेल्या झोपड्या, मेलेली जनावरे यांचे फोटो घेतले. चित्रीकरण केले. त्या संध्याकाळी ७ च्या सुमारास ते मुरनै या खेड्याजवळील शेखच्या वस्तीवर पोचले. शेख जावेदला ओळखत होते. त्यांनी त्या सर्वांची राहण्याची सोय केली. जावेदने शेखना बाजूला नेऊन आपल्याला 'सुलेमान' असे संबोधायची विनंती केली. ते सारे एकत्र असताना शेख म्हणाले,

"सुलेमान, ही वेळ बरी नाही. जंजाविद साऱ्या परिसरात फिरताहेत. हा पहा आवाज ऐकलास?"

दूरवरून गोळीबाराचा आवाज ऐकू येत होता. त्याचा अंदाज घेऊन जावेद म्हणाला,

"जवळजवळ पाच ते सहा किलोमीटर अंतरावर चकमकी चालू आहेत." हे ऐकल्यावर जेकब म्हणाला,

"आपण जवळ जाऊन पाहून येऊ शकतो?" त्यावर शेख म्हणाले,

"मुळीच नाही. तुम्हाला दूरवर ती झाडी दिसते? त्या झाडीत जंजाविद लपले असण्याची शक्यता आहे. परवा त्या झाडीतून गोळीबार करण्यात आला."

सकाळी सात वाजता ते दुरैसाच्या दिशेने निघाले. त्या भागात अलीकडे जंजाविदनी खूप विध्वंस केला आहे, असे शेख म्हणाले होते. ते सकाळी साडे-दहाच्या सुमारास एका टेकडीजवळून जात असता त्यांना गोळीबाराचा आवाज आला. तो ऐकल्यावर हुसेनने जीप थांबवली. जावेदने अंदाज घेतला व म्हणाला, "टेकडीच्या पलीकडील वस्तीवर हल्ला चालू आहे."

"सुलेमान, ख्रिस तू व मी त्या टेकडीवर जाऊ. आपण तेथून काही दिसते का पाहू. मी काही फोटो घेईन व ख्रिस काही चित्रीकरण करेल!" उत्तेजित झालेला जेकब म्हणाला.

"वरून त्या वस्तीवर काय चालले आहे दिसू शकेल, पण त्यात मोठा धोकाही आहे. जंजाविदनी आपल्याला पाह्यलं तर सोडणार नाहीत."

"अरे, आपण लपतछपत जाऊ. झुडपे नि मोठे खडक यांचा आडोसा घेऊ. चल, अशी संधी पुन्हा मिळणार नाही. हुसेन, तू तयारीत रहा. काही गडबड झाली तर आम्ही पळत येऊ. चल ख्रिस, तुझा कॅमेरा घे!" जेकब म्हणाला. जावेद नाइलाजाने तयार झाला. ते तिघे लपतछपत टेकडीच्या माथ्याजवळ पोचले. तेथून पुढे त्यांना आडवे पडून रांगत, जमिनीला घसटतच पुढे जावे लागणार होते. हळूहळू ते पुढे जात असताना त्यांना वस्तीच्या झोपड्या दिसू लागल्या. त्या तिघांनी खडकांच्या आडोशाने वस्तीकडे पाह्यले. ती जवळजवळ पाचशे मीटर अंतरावर टेकडीच्या दुसऱ्या बाजूला होती. ती वस्ती पंधरा-वीस जंजाविदनी घेरली होती. सुरुवातीला त्यांनी हवेत गोळीबार करून तेथील लोकांना भीती दाखवली. जेकब पटपट फोटो घेत होता, तर ख्रिस चित्रीकरण करत होता. घोड्यांवरील जंजाविदांनी लुटालूट सुरू केली होती. काही तलवारींचे सपासप वार करून वस्तीतील लोकांना मारत होते. सर्वत्र हलकल्लोळ माजला होता. ते तिघे अचंबित होऊन ते हत्याकांड पाहत होते. जवळजवळ पंधरा मिनिटे झाल्यावर जावेद म्हणाला,

"चला, पुरे झालं. आपण आता निघू येथून."

"थांब, दोन मिनिटे थांब." असे म्हणून जेकब वेगवेगळ्या दृश्यांचे फोटो घेतच राह्यला. इतक्यात त्यांच्या जवळच्या एका शिळेवर बंदुकीची गोळी लागून दगडाच्या ठिकऱ्या उडाल्या. ते पाहताच जावेद ओरडला,

"चला, पळा लवकर. आपण दिसलो जंजाविदना!" दोन घोडेस्वार टेकडीच्या दिशेने येऊ लागले होते, पण चढ असल्याने घोडे जोरात जाऊ शकत नव्हते. इकडे ते तिघे जीपच्या दिशेने धावू लागले. जंजाविदनी त्यांना गाठण्यापूर्वी ते

जीपमध्ये पटपट बसले. हुसेनने ते पळत येत आहेत हे पाहताच जीप चालू करून ठेवली होती. त्याने वेगाने जीप पळवली. इतक्यात जीपच्या आसपास बंदुकीच्या गोळ्यांनी धूळ उडवली व गोळ्यांचा आवाज आला. जावेदने टेकडीकडे पाह्यले. ते दोन जंजाविद माथ्यावर पोचले होते. त्यांनी धावत्या जीपवर गोळ्या झाडायच्या प्रयत्न केला; पण जीपच्या गतीमुळे त्यांचा नेम चुकला होता. ते तिघे अजूनही धापा टाकत होते. तेथून दहा-बारा किलोमीटर गेल्यावर हुसेनने जीप थांबवली.

"थोडक्यात वाचलो, जेकब!" जावेद म्हणाला.

"पण काय फोटो घेता आले! हे मी स्वत: घेतलेले फोटो माझ्या लेखात छापल्यावर एकच खळबळ उडणार आहे! ख्रिस, तुलाही चांगले 'फुटेज' मिळाले ना?"

"प्रश्नच नाही. संध्याकाळी दाखवेन तुम्हाला!"

"जेकब, पुढे असा धोका नको पत्करायला. थोडक्यात निभावले."

"पण सुलेमान, मला एक समजत नाही, आपण इतक्या दूर लपून बसलेलो त्यांना कसे काय कळले असावे?"

"जेकब, आपण उंचावर होतो. आपले तोंड पूर्वेकडे होते. मला वाटते सूर्याची किरणे कॅमेऱ्यांच्या भिंगांवरून परावर्तित झाली असावीत. जंजाविदना टेकडीच्या माथ्यावर काहीतरी चमकते आहे हे पाह्यल्यावर शंका आली असावी."

"हं. तसंच झालं असावं!"

त्यानंतरचे तीन-चार दिवस ते सावधानतेने दार्फुरमध्ये वावरले. उद्ध्वस्त वस्त्यांचे, खेड्यांचे बरेच फोटो त्यांनी घेतले. रहिवाशांच्या मुलाखती घेतल्या. त्या दिवशी ते झालिंगे या खेड्याकडून लांग्या या खेड्याकडे चालले होते. रस्ता रानावनांतून होता. जाताना त्यांना दुरून एका झाडाला काहीतरी लटकत आहे, अशी शंका आली. जवळ जाऊन पाहतात तर एका बाईने आपली शाल झाडाला बांधून गळफास लावून घेतला होता. हुसेनने गाडी थांबवली. ते सारे गाडीतून उतरले. पाहतात तर झाडाखाली त्या बाईची तीन मुले झोपलेली. ते त्या मुलांजवळ गेले. त्यांना उठवायचा प्रयत्न केला, तर लक्षात आले की दोन जिवंत नाहीत. तिसरी मुलगी जिवंत होती. बॉबने तिची नाडी पाह्यली. क्षीण ठोके जाणवत होते. ख्रिसने एका ग्लासमधून साखरेचे पाणी आणले. त्यांनी तिला ते पाजायचा प्रयत्न केला, पण तिच्यात ते पिण्याएवढीही शक्ती नव्हती. बॉबने तिला मांडीवर झोपवले. इतरांनी हलकेच त्या बाईचा मृतदेह उतरवला. त्यानी झाडाखाली तीन खड्डे खणणे सुरू केले. जमीन भुसभुशीत होती. झाडांच्या वाळलेल्या फांद्यांनी जमीन उकरता येत होती. आई व दोन मुलांचे दफन झाल्यावर ते बॉबकडे गेले. आता त्या मुलीचे

काय करायचे याचा विचार करत असतानाच तिच्या हृदयाचे ठोके थांबले. त्यांनी चौथा खड्डा खोदायला सुरुवात केली.

त्या अनपेक्षित अनुभवाने ते चौघे दिङ्मूढ होऊन शांत बसले होते. जवळजवळ १५-२० किलोमीटर पुढे गेल्यावर एक वस्ती लागली. तेथे साठीची एक बाई हताश चेहऱ्याने बसली होती. जावेदने तिला विचारले,

"एकट्याच बसला आहात, मावशी?"

"काय करू बाबा? आठ दिवसांपूर्वी चार-पाच जंजाविद आले नि माझ्या मुलाला त्यांनी मारले. माझी नातवंडं नि सून धाय मोकलून रडू लागले. त्यांना पाहून एक नीच जंजाविद म्हणाला, 'त्या बाईला नि तिच्या मुलांना चला घेऊन. म्हातारी बसू दे एकटीच. त्या बाईला तीन-चार दिवस भोगू नि नंतर लांब वाळवंटात सोडू.' त्यावर दुसरा म्हणाला, 'मुलांना कशाला? तिला एकटीलाच घेऊन जाऊ.' त्यावर तो पहिला दुष्ट म्हणाला, 'तिच्या मुलांदेखत तिला भोगू म्हणजे आत्तापासूनच त्यांना जंजाविदचा हिसका कळेल."

जावेद जेकबला इंग्रजीत म्हणाला,

"तीच ती बाई व तिची मुले असावीत. दूर वाळवंटातून तीन-चार दिवस अन्नपाण्याविना आपल्या वस्तीकडे उन्हातान्हातून चालता चालता ती गाठण्यापूर्वीच आपल्या मुलांचे प्राण जात आहेत हे सहन न होऊन तिने आत्महत्या केली असावी!"

दुसऱ्या दिवशी त्यांचा आद्रेच्या दिशेने परतीचा प्रवास होणार होता. तत्पूर्वी जेकबला जावेदने विश्वासात घेऊन आपल्या बुरुंगा येथील आई व बहिणींविषयी सांगितले. त्यावर जेकब म्हणाला,

"बुरुंगा येथून दूर नाही. आपण जाऊया तिकडे. मला तुझ्या आईची मुलाखतही घेता येईल!"

हे ऐकल्यावर जावेदला खूप आनंद झाला. त्यांची जीप बुर्कालेहून बुरुंगाच्या दिशेला चालली होती. ती जेव्हा बुरुंगापासून चार किलोमीटर अंतरावर होती, तेव्हा सबीना व रोक्साना यांच्या वस्तीजवळ आली. तेव्हा जावेद जेकबला म्हणाला,

"येथे माझ्या परिचयाची एक व्यक्ती आहे. तिची भेट घेऊन पुढे गेलो तर चालेल?"

"जरुर. आम्ही बसतो त्या समोरच्या झाडाखाली. तू ये पंधरा-वीस मिनिटांनी."

जावेदने अंजामिनामधून निघतानाच सबीनाची व आईची भेट घ्यायचा मनसुबा रचला होता; पण सर्व काही प्रत्यक्ष परिस्थितीवर अवलंबून होते, म्हणून जावेदने जेकबला त्याची पूर्वकल्पना दिली नव्हती. जावेदने जीपमधील एक छोटी

पिशवी घेतली व तो सबीनाच्या वस्तीकडे गेला. सबीना व रोक्साना अंगणातच होत्या. जावेदला पाहताच सबीना उठून कुंपणाकडे पळतच गेली.

"जावेद, कसा आहेस तू?"

"मी ठीक आहे. तू कशी आहेस?"

"ठीक आहे. चाललंय नेहमीचंच. भीतीच्या छायेखाली वावरत दिवस काढतेय!"

जावेद अंगणात आला. रोक्सानाने त्याला थंडपणे विचारले, "इकडे कसे काय येणे झाले?"

जावेदने खुलासा केला. आपण दहा-पंधरा मिनिटांनी जाणार असे सांगितल्यावर सबीनाचा चेहरा रडवेला झाला. तिने झाडाखाली एक चटई अंथरली. रोक्साना आत गेली. जावेद व सबीना गप्पा मारत बसले.

"तुझं काम कसं काय चाललंय?"

"अजूनतरी ठीक चाललंय. मला छाद व सुदान दोन्हीकडे धोका आहे. अजून काही मोहिमा पार पाडल्यावर आपण लग्न करू. माझ्या कामाचे मला खूप पैसे मिळतात. मी उधळमाधळ न करता ते आपलं घरकुल करण्यासाठी साठवून ठेवतो आहे. आपण येथून दूरवर एखाद्या सुरक्षित ठिकाणी आपले घरकुल करू या!"

"जावेद, तो दिवस केव्हा उजाडेल?"

"तुझं नि माझं नशीब बलवत्तर असेल, तर उजाडेल कधीतरी. केव्हा हे सांगणे माझ्या कुवतीच्या पलीकडे आहे. बरं, ते जाऊ दे. तुझ्यासाठी हे नवीन कपडे व तुम्हा दोघींसाठी हा गोड पदार्थ आणलाय. याला चॉकलेट म्हणतात."

सबीनाने फिकट हिरव्या रंगावर गडद हिरव्या फुलापानांचे नक्षीकाम असलेला तो पारंपरिक दार्फुरी ड्रेस उघडून पाह्यला.

"छान आहे, आवडला मला. म्हणजे तिकडे असताना तुला माझी आठवण येते म्हणायची!"

"सबीना, तुझ्या आठवणीने नि तुझ्या सुरक्षिततेच्या चिंतेने मी सदैव व्याकूळ असतो. खरंच, अल्लाशप्पथ!"

लाजून मान खाली घालून सबीना म्हणाली,

"माझीदेखील तीच गत आहे!"

इतक्यात रोक्साना चहाचे प्याले घेऊन बाहेर आली. तीदेखील चटईवर बसली व म्हणाली,

"जावेद, सबीना, माझी तुमच्या लग्नाला आडकाठी नाही; पण एक अट

मात्र आहे.'

रोक्सानाने स्वत: होऊन त्यांच्या लग्नाचा विषय काढल्याने त्या दोघांना आश्चर्याचा धक्काच बसला. जावेदने विचारले,

"कोणती अट, दीदी?"

"तू तुझे सध्याचे काम करायचे बंद कर व दूरवर एखाद्या सुरक्षित ठिकाणी घर कर. ज्या दिवशी तू तसे करशील, त्या दिवशी सबीना तुझी होईल!"

हे ऐकल्यावर जावेद बुचकळ्यात पडला. तो म्हणाला,

"मी सबीनाशी या विषयावर थोडे बोलू?'

"ठीक," असे म्हणून रोक्साना आत गेली. काही वेळ बोलून झाल्यावर जावेद व सबीनाही आत गेले. जावेद रोक्सानाला म्हणाला,

"मला तुमची अट मान्य आहे, पण अजून एक वर्षभरतरी मला मुदत द्या. तोपर्यंत ज्या हेतूने मी हे काम हाती घेतलं आहे, तो थोडाफार का होईना सफल होईल, असे वाटते."

"ठीक आहे," असे म्हणत रोक्साना उठली. त्या दोघी त्याला कुंपणापर्यंत निरोप द्यायला गेल्या. सबीनाचे डोळे अश्रूंनी डबडबले होते. रोक्साना तिच्या खांद्यावर हात ठेवून तिला घराकडे घेऊन गेली.

"चला, आता माझी आई व बहिणी जेथे राहतात, तिकडे जाऊ. दहा मिनिटांत तेथे पोचू. फक्त चार किलोमीटर अंतर आहे." जावेद जीपमध्ये चढता चढता म्हणाला. हुसेनने जीप सुरू केली. जावेदने जीपमधली दुसरी एक पिशवी आपल्याजवळ घेतली. त्याने आई व बहिणींसाठी कपडे, भाचा-भाचीसाठी बिस्किटांचे पुडे, चॉकलेट्स अशा बऱ्याच वस्तू, शिवाय आईसाठी काही टॉनिक्सही घेतली होती.

जावेदने आता आईला सबीनाविषयी सांगायचे ठरवले. ती बातमी तिला सांगण्यासाठी तो उतावीळ झाला होता.

जीप धुरळा उडवीत बुरुंगेत पोचली. ती जेव्हा हमीदाच्या घराजवळ येऊन पोचली, तेव्हा जावेदच्या काळजात चर्रर्र झाले. हमीदाचे घर नि आसपासची वस्ती जळून बेचिराख झालेली. तेथे फक्त भिंतीचे सांगाडे व काळी राख इतस्तत: पसरलेली दिसत होती.

❑❑❑

- ९ -

बुरुंगापासून आद्रे येथे पोचायला रात्रीचे साडेनऊ वाजले. संपूर्ण प्रवासात जावेद अस्वस्थ होता. वस्तीच्या आसपासची सारी घरे बेचिराख झालेली. बुरुंगा सोडण्यापूर्वी जावेदने बऱ्याच रहिवाशांकडे त्याच्या आई व बहिणींची चौकशी केली; पण कोणालाही त्यांचे काय झाले, ठाऊक नव्हते. फक्त एक महिन्यापूर्वी बुरुंगावर हेलिकॉप्टर्सनी हवेतून गोळीबार केला व त्यानंतर पंचवीस-तीस जंजाविदांनी हल्ला केला, एवढेच समजले. त्या हल्ल्यात जवळजवळ दीडशे लोक मृत्युमुखी पडले व दोनशे जखमी झाले. मृतांचे दफन बुरुंगाच्या पश्चिमेकडील भागात केले गेले. त्या प्रकारानंतर कित्येक भयभीत रहिवाशांनी छादमधील एखाद्या निर्वासित छावणीत आश्रय घ्यायच्या हेतूने बुरुंगा सोडले. पण जवळजवळ शंभर-सव्वाशे रहिवाशांनी बुरुंगातच राहायचे ठरवले.

प्रवासादरम्यान जेकब जावेदचे सांत्वन करत होता नि त्याला धीर देत होता.

"त्या एखाद्या निर्वासित छावणीत दाखल झाल्या असतील. तू आशा सोडू नकोस."

"आता केवळ तोच एक आशेचा किरण आहे. जेकब, माझी एक विनंती आहे."

"कोणती बरं?"

"आता आपलं सारं काम झालं आहेच. मी तुमच्याबरोबर आबेचेपर्यंत नाही आलो तर चालेल? आद्रेच्या आसपास ज्या निर्वासित छावण्या आहेत, तेथे त्यांचा शोध घ्यायची इच्छा

आहे.''

"अगदी जरुर. आपलं काम संपलंच आहे. आम्ही उद्या आबेचेहून संध्याकाळच्या विमानाने अंजामिनास जाऊ. तू आमची मुळीच चिंता करू नकोस.''

दुसऱ्या दिवशी जावेद अल् नकाब येथील निर्वासित छावणीकडे गेला. तेथे आत जाण्यासाठी त्याला परवान्याची गरज होती. पूर्वी जनसंहार चौकशी मोहिमेसाठी मि. कँपबेलनी पथकाच्या सर्व सदस्यांचे व दुभाषांचे परवाने निर्वासित उच्चायुक्त कार्यालयातून घेतले होते. या खेपेस जावेदकडे परवाना नव्हता. प्रवेशद्वारातील रखवालदार त्याला म्हणाला,

"परवाना असल्याशिवाय आम्ही कोणासही आत सोडू शकत नाही.''

"मला फक्त एक चौकशी करायची होती.''

"साऱ्या चौकश्या अंजामिना येथील कार्यालयात कराव्या लागतात.''

जावेदला काय करावे सुचेना. थोडा वेळ विचार करून तो म्हणाला,

"मला या छावणीच्या गोदामाचा व्यवस्थापक अमजदला भेटायचं आहे.''

त्यावर त्या रखवालदाराने थोडा विचार केला व जावेदला म्हणाला,

"थांब तू येथेच. मी अमजदसाहेबांना निरोप पाठवून बोलावून घेतो.''

जवळजवळ पंधरा मिनिटांनी अमजद तेथे पोचला. जावेदला पाहताच तो म्हणाला,

"काय रे जावेद, पुन्हा का आला आहेस इकडे?''

जावेदने खुलासा केला.

"ठीक आहे, चल माझ्याबरोबर. आपण आमच्या रजिस्टरमध्ये त्यांची नावे आहेत का पाहू.'' जावेदला घेऊन अमजद प्रशासकीय कार्यालयात गेला. अमजदच्या ओळखीच्या एका साहाय्यकाच्या मदतीने त्यांनी रजिस्टर पडताळून पाह्यले. त्यामध्ये त्यांची नावे आढळली नाहीत. अमजद जावेदला घेऊन प्रवेशद्वारापर्यंत आला व म्हणाला,

"जावेद, छाद-सुदान सीमेस लागून छादमध्ये दहा निर्वासित छावण्या आहेत. त्या दुसऱ्या एखाद्या छावणीकडे जाण्याचीही शक्यता आहे.''

अपेक्षाभंग झालेल्या जावेदने विचारले,

"या छावणीत अलीकडे बुरुंगाहून कोणी निर्वासित दाखल झाले असल्यास मी त्यांच्याकडे चौकशी करू शकेन. कदाचित काही धागेदोरे हाती येतील. पाहता येईल असे करून?''

"जावेद, हे सारं मी करू शकत नाही. एकतर तू छादमध्ये निर्वासित आहेस. शिवाय येथे बेकायदेशीरपणे कामही करतोस. सुदानमध्ये तुझ्यावर गुन्हा

दाखल आहे. येथे मी एक कनिष्ठ कर्मचारी आहे. तुझ्या शोधमोहिमेची कुणकुण माझ्या वरिष्ठांना लागली व त्यात माझा हात आहे असे त्यांना समजले, तर माझ्या नोकरीवर गदा येईल. मी तुला एक मार्ग सुचवितो. तू अंजामिना येथील आंतरराष्ट्रीय रेड क्रॉसच्या कार्यालयात जा. युद्धामध्ये ताटातूट झालेल्या व्यक्तींचा शोध घेऊन त्यांची व त्यांच्या नातेवाइकांची पुनर्भेट घडवून आणण्यासाठी मदत करणारा एक विभाग त्यांच्या कार्यालयात आहे. त्यांचे काही स्वयंसेवक ताटातूट झालेल्या व्यक्तींचा शोध घेण्यासाठी अधूनमधून इकडे येत असतात. त्यांच्याकडे सर्व छावण्यांतील निर्वासितांच्या नावांची सूची आहे. संगणकाच्या मदतीने ते बेपत्ता व्यक्तींचा शोध घेतात. बेपत्ता व्यक्तीचा तलाश लागला, की नंतर काय करायचे याचे ते मार्गदर्शन करतात. तू असा अंधारात चाचपडत बसलास, तर तुझ्या हाती काहीही लागणार नाही.''

जावेदला ते पटले. तो म्हणाला,

''ठीक आहे. तुझ्या सल्ल्याप्रमाणे त्या कार्यालयाशी संपर्क साधतो.''

अंजामिनाच्या 'हिल रूज' भागात रस्ता क्रमांक ३६०४ वर आंतरराष्ट्रीय रेड क्रॉसचे प्रशस्त कार्यालय आहे. युद्धे व अंतर्गत कलहांची झळ बसलेल्यांना मानवतावादी दृष्टिकोनातून सर्वतोपरी मदत करायची व त्यांच्या हालअपेष्टा हलक्या करण्यासाठी वेगवेगळे उपक्रम हाती घ्यायची जबाबदारी आंतरराष्ट्रीय समुदायाने जिनिव्हा करारामध्ये तरतुदी करून आंतरराष्ट्रीय रेड क्रॉसवर सोपवलेली. त्यामुळे इतर सेवाभावी संस्थांपेक्षा वेगळ्या असलेल्या आंतरराष्ट्रीय रेड क्रॉसने दार्फुरी जनतेच्या मदतीसाठी अनेक उपक्रम राबविण्यास सुरुवात केलेली. सुदानच्या सरकारने त्यांना दार्फुरमध्ये काम करण्यावर बंधने घातल्यामुळे त्यांनी सुदान-छाद सीमेजवळ कित्येक वैद्यकीय केंद्रे उभी केली, निर्वासितांच्या मदतीसाठी जीवनावश्यक वस्तूंचा पुरवठा सुरू केला, रोगराई आटोक्यात आणण्यासाठी लसीकरणाची मोहीम हाती घेतली नि ताटातूट झालेल्यांची पुनर्भेट घडवून आणण्याचा प्रयत्न केला.

रेड क्रॉसच्या कार्यालयात पोचल्यावर जावेदने तेथील स्वागतिकेस आपला तेथे येण्याचा उद्देश सांगितला. तिने 'कुटुंब पुनर्भेट' विभागाची प्रमुख जॅकलिन व्हॅले हिला फोनवरून एक निरोप दिला व जावेदला स्वागत कक्षात बसायला सांगितले. तीन-चार मिनिटांत पस्तिशीची, उंच, भुऱ्या केसांची जॅकलिन स्वागत कक्षातील जावेदकडे जाऊन त्याला म्हणाली,

''तुम्ही जावेद झारी? मी जॅकलिन व्हॅले. कुटुंब पुनर्भेट विभागाची प्रमुख.''

''हॅलो, मिस् जॅकलिन. मला तुमच्याशी बोलायचं आहे.''

''या, आपण माझ्या खोलीत बोलत बसू.'' मंद स्मितहास्य करत प्रसन्न

व्यक्तिमत्त्वाची जॅकलिन जावेदला म्हणाली. ती त्याला आपल्या खोलीकडे घेऊन गेली.

"बसा. तुमच्यासाठी काही चहा-कॉफी वगैरे मागवू?"

"नको, थँक्स. सर्वप्रथम माझी तुम्हाला एक विनंती आहे. मी तुम्हाला जे काही सांगणार आहे, ते तुम्ही गुप्त ठेवाल?"

"नक्कीच. आम्हास कळलेली एखादी गोष्ट प्रसृत झाल्याने कोणी अडचणीत यायची शक्यता असेल, तर आम्ही काटेकोरपणे गुप्तता पाळतो. त्याबाबत तुम्ही मुळीच चिंता करू नका."

"हे बाकी उत्तम. मी मूळचा दार्फुरचा. माझं खरं नाव जावेद झारी, पण छादमध्ये मी सुलेमान खलील या नावाने वावरतो. सध्या मी दार्फुरकडे जाऊ इच्छिणाऱ्या परदेशी..." अशी सुरुवात करून जावेदने थोडक्यात आपली समस्या जॅकलिनना सांगितली.

"माझी आई नि दोन बहिणी तसेच मोठ्या बहिणीची दोन मुले बुरुंगावरील हल्ल्यातून वाचली की नाही, याची शंका वाटते. सुदैवाने वाचली असल्यास त्यांचा शोध घ्यायचा आहे. एखाद्या निर्वासित छावणीत ती दाखल व्हायची शक्यता नाकारता येत नाही."

मघापासून एका कागदावर काही नोंदी करत असलेली जॅकलिन जावेदला म्हणाली,

"मि. जावेद, मी लगेचच संगणकावर त्यांचा शोध घेणे सुरू करते. ते सर्वजण जर एखाद्या छावणीत दाखल झाले असतील, तर त्यांचा शोध घेणे खूप सोपे आहे. बरे, या कागदावर तुम्ही त्यांची नावे लिहून द्या." असे म्हणून जॅकलिनने एक कागद जावेदला दिला. त्याने त्या पाच जणांची नावे, अंदाजाने वये व शेवटचा पत्ता लिहून दिला. तो कागद जॅकलिनने आपल्याकडे घेतला. तिने ती नावे संगणकावर टाइप केली, काही बटने दाबली व थोड्या वेळाने पडद्यावर आलेली माहिती वाचली. ती वाचल्यावर जॅकलिन म्हणाली,

"मि. जावेद, हे फोटो तुमच्या कुटुंबीयांचेच आहेत का पहा बरे. या, इकडे माझ्या खुर्चीमागे या. मगच संगणकाचा पडदा तुम्हाला दिसेल."

जावेद पटकन उठून जॅकलिनच्या मागे गेला व त्याने संगणकाच्या पडद्याकडे पाहिले. त्यावर त्या पाचही जणांचे छोटे फोटो दिसत होते. ते पाहताच तो आनंदाच्या भरात म्हणाला,

"मॅडम्, हे सारे माझे कुटुंबीयच आहेत!"

"मि. जावेद, तुम्ही नशीबवान आहात. ते सर्वजण २२ जानेवारी २००४

या दिवशी तिनेजवळील इरिदिमी छावणीत दाखल झाले आहेत!''

जावेदने आपले डोळे पुसले. ते सर्वजण सुखरूप आहेत, हे समजल्यावर त्याच्या जिवात जीव आला. आतापर्यंत त्याला अनिश्‍चिततेने घेरले होते. आयेशा सतरा वर्षांची होती. जंजाविदची तिच्यावर नजर पडली असती, तर काय झाले असते, याची तो कल्पनादेखील करू शकत नव्हता.

''त्यांना भेटण्यासाठी काय करावं लागेल?''

''त्यासाठी तुम्हाला निर्वासित उच्चायुक्त कार्यालयाकडून विनाहरकतीचा दाखला घ्यावा लागेल व तो जोडून गृहमंत्रालयाच्या निर्वासित विभागाच्या प्रमुखांना भेटीच्या परवान्यासाठी अर्ज करावा लागेल. त्याला आठ-दहा दिवस लागतात. दरम्यान तुम्ही त्यांना आमच्यामार्फत 'रेड क्रॉस संदेश' पाठवू शकता. त्याही तुम्हाला त्याचे उत्तर पाठवू शकतात.''

''ठीक आहे. मी हमीदादीदीस संदेश लिहितो. तिला लिहितावाचता येते.''

''एक मिनिट हं! मी तुम्हाला संदेशाचा फॉर्म देते. त्यात फक्त खुशालीविषयी लिहा. आक्षेपार्ह काही लिहू नका. कधीकधी सरकारी अधिकारी सेन्सॉर करतात.''

''ठीक.'' असे म्हणून जावेदने तो फॉर्म आपल्याकडे घेतला. त्याने संदेश लिहिणे सुरू केले, पण अचानक तो थांबला. त्याने जॅकलिनला विचारले,

''माझं नाव लिहिलं तर चालेल?''

त्यावर थोडा विचार करून जॅकलिन म्हणाली,

''जावेद, द्वारा जॅकलिन व्हॅले, आंतरराष्ट्रीय रेड क्रॉस, अंजामिना', असं लिहिलं तर बरं होईल. कोणाला समजणार नाही, की हा जावेद कोण?''

''ठीक.'' असे म्हणून जावेदने लिहायला सुरुवात केली.

'प्रिय आई, हमीदादीदी व आयेशा,

चार दिवसांपूर्वी मी तुम्हा सर्वांना भेटण्यासाठी बुरुंगाला गेल्यावर तिकडे घडलेली दुर्घटना समजली. तेव्हापासून मी बेचैन होतो. आज तुम्ही सुरक्षित असून इरिदिमी छावणीत आहात हे समजल्यापासून माझी चिंता मिटली आहे. तुमच्या भेटीचा परवाना मिळाल्यानंतर तुम्हाला भेटायला येत आहे. तुम्ही सर्वजण कसे आहात, हे संदेश पाठवून कळवावे. त्यासाठी रेड क्रॉसचे स्वयंसेवक तुम्हाला मदत करतील.

सर्वांनी प्रकृतीस जपावे. आयेशास छावणीच्या बाहेर सोडू नये.

तुमचा प्रेमळ,

जावेद.'

''जॅकलिनमॅडम, तुमचे शतशः आभार. मोठ्या चिंतेतून तुम्ही मला मुक्त

केलं आहे.''

''त्याबद्दल मुळीच आभार मानू नका. हे तर आमचे रोजचेच काम आहे. बरं, तुमच्याकडे फोन आहे? त्यांचे उत्तर आले की, तुम्हाला फोन करते. हा संदेश तिकडे जाऊन उत्तर यायला एक आठवडा लागेल, असं वाटतंय.''

''हा घ्या माझा मोबाईल फोननंबर,'' असे म्हणून जावेदने त्याचा फोननंबर एका कागदावर लिहिला व तो जॅकलिनकडे दिला. जॅकलिनचा निरोप घेऊन तो तेथून निघाला.

जावेदने दुसऱ्या दिवशी परवान्याचे सोपस्कर पार पाडायचे ठरवले. निर्वासित उच्चायुक्त कार्यालयाकडे जाण्यापूर्वी त्याने गृहमंत्रालयातील त्याच्या चांगल्या परिचयाचे एक अधिकारी हाजी आयेमान यांची भेट घ्यायचे ठरवले. त्यांची भेट दुपारी लंचच्या सुटीत मंत्रालयाजवळील एका उपाहारगृहात होणार होती.

''हाजीसाहेब, माझी आई नि दोन बहिणी इरिदिमी छावणीत आश्रयासाठी आल्या आहेत. मला त्यांची भेट घेण्याविषयीचे सोपस्कर पुरे करायचे आहेत. परवाना लवकर मिळण्यासाठी तुमची काही मदत होऊ शकेल?''

काही वेळ विचार केल्यावर हाजी आयेमान जावेदला म्हणाले,

''त्यांची भेट घ्यायचा विचार तू डोक्यातून काढून टाक.''

हे ऐकल्यावर जावेद बुचकळ्यात पडला.

''का बरं? मला त्यांना भेटायचं आहे, त्या कशा आहेत हे प्रत्यक्ष पाहायचं आहे. शिवाय त्यांच्यासाठी बिस्किटे, खाद्यपदार्थांचे हवाबंद डबे, दुधाची पावडर, साखर अशा गरजेच्या गोष्टी द्यायच्या आहेत.''

''जावेद, तुला अटक करून तुला सुदानला पाठवावे, अशी औपचारिक विनंती गेल्या आठवड्यात सुदानच्या दूतावासातील एका अधिकाऱ्याने गृहमंत्रालयात सादर केली आहे. तुझ्यावर खार्तुममध्ये हेरगिरी व देशद्रोहाचे गुन्हे दाखल केले गेले आहेत. मला वाटते, की परदेशी पत्रकार नि अधिकाऱ्यांना भाषांतरात तू मदत करतोस, त्यांना दार्फुरमध्ये घेऊन जातोस व मार्गदर्शन करतोस, हे सुदानच्या गुप्तहेर खात्याला समजले असावे. तेथील सत्य परिस्थितीला वाचा फुटायला तू खतपाणी घालत आहेस, हे समजल्यामुळे सरकारी अधिकारी भडकले असावेत. तिकडे जे काही चाललं आहे ते भयानक आहे, हे मला पटतंय; पण छादच्या सरकारवरही काही बंधने आहेत. अलीकडेच कैदी देवाण-घेवाण करायचा करार झाला. तुझ्यावरील आरोप खोटेनाटे आहेत हे आम्हाला पटतंय; पण आम्ही त्याबाबत सुदानच्या सरकारकडून खुलासा मागू शकत नाही. म्हणून आम्ही एक तोडगा काढला आहे.''

“कोणता बरं?”

“आम्ही सुदानी अधिकाऱ्यांना वेळोवळी सांगू, की तुझा शोध जारी आहे. आम्ही मुद्दाम तुला शोधायची मोहीम हाती घेणार नाही, पण जर तू कोणत्याही सरकारी कार्यालयात जाऊन सुलेमान खलील किंवा जावेद झारी या नावाने कोणत्याही कारणासाठी अर्ज केलास, तर आम्हाला तुला अटक करण्यावाचून पर्याय राहणार नाही. जर तू तसे करायचा प्रयत्न केलास, तर नाहक जाळ्यात सापडशील.”

हे ऐकल्यावर जावेद काळजीत पडला. आपली आई व बहिणींची प्रत्यक्ष भेट होण्यात खूप मोठ्या अडचणी आहेत, याची जावेदला खात्री पटली. हताश चेहऱ्याने तो म्हणाला,

“ठीक आहे. तुमचा सल्ला मला मान्य आहे, हाजीसाहेब. मला तुम्ही हे सारे सांगून सावध केलेत, त्याबद्दल मी तुमचा खूप आभारी आहे.”

जावेद अंजामिनामध्ये त्याच्या परिचयाच्या एका गृहस्थाच्या मासेन्या मार्गावरील छोट्या हॉटेलमध्ये राहायचा. त्याला विश्वासात घेऊन जावेदने हाजी आयेमान यांनी सांगितलेली बातमी सांगितली. तो खूप विश्वासू होता. त्याने जावेदला सांगितले, की हॉटेलच्या रजिस्टरमध्ये तो त्याच्या खऱ्या नावाऐवजी ‘हैदर अल्ताफ’ असे नाव लिहील. हाजी आयेमान यांनी जावेदला सावध केल्यापासून तो शक्यतो बाहेर पडायचे टाळू लागला. फक्त गिरीमा गाची मार्गावरील झमीरच्या दार्फुरी उपाहारगृहात जेवायला जायचा. झमीरही जावेदचा विश्वासू मित्र होता. त्या दिवशी म्हणजे २५ मार्चला जावेद दुपारी जेवून आपल्या खोलीत लिओ झैलिग लिखित आफ्रिकेतील एक सुप्रसिद्ध नेते व गूढ रीतीने हत्या केले गेलेले कांगोचे एके काळचे पंतप्रधान पॅट्रिस लुमुंबा यांचे ‘लुमुंबा : आफ्रिकाज् लॉस्ट लीडर’ हे चरित्र वाचत होता. इतक्यात त्याचा फोन वाजला.

“हॅलो, मिस्टर सुलेमान खलील?”

तो आवाज एखाद्या पाश्चात्त्य युवतीचा आहे याची खात्री झाल्यावर जावेद म्हणाला,

“बरोबर, मी सुलेमान बोलतोय.”

“मि. सुलेमान, मी मेगन स्ट्रोल बोलतेय. मी व माझी एक मैत्रीण वॉशिंग्टनच्या एका सेवाभावी संस्थेत काम करत आहोत. आम्ही काल अंजामिनास पोचलो. आम्हाला दार्फुरमध्ये जायचं आहे. तुम्ही आम्हाला मार्गदर्शन नि भाषांतरात मदत कराल? आम्हाला तुमच्याबद्दल आंतरराष्ट्रीय रेड क्रॉसच्या जॅकलिन व्हॅले यांनी माहिती दिली.”

“नक्कीच करेन मी तुम्हाला मदत. केव्हा भेटू शकतो आपण?”

"तुम्ही संध्याकाळी मोकळे आहात?"

"हो, आहे ना!"

"मग असं करू, आपण मिळून जेवायला जाऊ. माझी मैत्रीण लोरी व जॅकलिन यांनाही मी जेवायला घेऊन येते. तुम्हाला जनरल द गॉल अॅव्हेन्यूवरचे 'ले सेद्रे' हे फ्रेंच उपाहारगृह ठाऊक आहे?"

"अर्थातच!" जावेद म्हणाला. अंजामिनामधील सर्वांत महाग व पाश्चात्त्यांचे आवडते उपाहारगृह अशी त्याची ख्याती होती.

"छान! आपण सात वाजता तेथे भेटू."

ठरल्याप्रमाणे सात वाजता जावेद 'ले सेद्रे'वर पोचला. त्याने आज पाश्चात्त्य पोषाख धारण केला होता. त्याला ठाऊक होते, की 'ले सेद्रे' मध्ये बूट, पँट व कोट असल्याशिवाय प्रवेश मिळत नाही. केवळ उच्चभ्रूंसाठीच्या त्या उपाहारगृहात तो प्रथमच पाऊल ठेवत होता. छाद एके काळी फ्रेंच वसाहत होती; त्यामुळे आजही तेथे फ्रेंच संस्कृतीची झलक पाहायला मिळायची. जावेदने 'ले सेद्रे'च्या मुख्य वेटरला आपले नाव सांगितल्यावर तो त्याला मेगन, लोरी व जॅकलिन बसल्या होत्या, तिकडे घेऊन गेला.

"हॅलो, गुड इव्हिनिंग!" असे अभिवादन करत तो बसला.

"कसे आहात मि. सुलेमान?" जॅकलिनने हसत विचारले.

"उत्तम! तुम्ही कशा आहात?"

"ठीक चाललंय. बरं, ही मेगन व ही लोरी." जॅकलिनने ओळख करून दिली.

त्यांच्याशी दोन-तीन मिनिटे औपचारिक संभाषण झाल्यावर मेगन म्हणाली,

"आता आपण असे करू, आधी जेवणाची ऑर्डर देऊ. जेवणानंतर आपल्याला आमच्या मोहिमेविषयी निवांतपणे बोलता येईल." असे म्हणून तिने 'गॉरसाँ' असे म्हटल्यावर त्यांच्यावर लक्ष ठेवून असलेला वेटर त्यांच्याजवळ गेला. तिने रेड वाईनची एक बाटली मागवली.

"तुम्ही काय घेणार, मि. सुलेमान?"

जावेदला फ्रेंच भोजनाविषयी थोडीफार माहिती होती. त्याने 'सॉमाँ पोएल अव्हेक सॉस व्हेर्त' हा माशाचा पदार्थ, तर मेगन व लोरीने 'क्विशे लोरेन्' नि जॅकलिनने 'फिले द बफ आं क्रुते' मागवले. वेटर निघून गेल्यानंतर जॅकलिन मेगन व लोरीला उद्देशून म्हणाली,

"माझं मि. सुलेमानकडे पाच मिनिटांचं एक काम आहे. आम्ही थोडावेळ बाहेर जाऊन बोलू व लगेचच परत येऊ. चालेल ना?"

"हो, नक्कीच!"

जावेदला काही समजेना. तो व जॅकलिन उपाहारगृहाच्या आवारातील छोट्या बागेत गेले. तेथे एक बाक होता. ते दोघे त्यावर बसले.

"मि. जावेद, मघाशी मी इकडे यायला निघाले, तेव्हा इरिदिमी छावणीकडे गेलेला आमचा स्वयंसेवक आला. तुमच्या बहिणीने रेड क्रॉस संदेश पाठवला आहे. मी विचार केला की चला, आज संध्याकाळी तुमची भेट होणार आहेच, तर तो संदेश तुम्हाला प्रत्यक्षच द्यावा. हे घ्या. छोटाच आहे. वाचून घ्या, मग आपण आत जाऊ."

जावेदने अधीरतेने तो संदेश वाचायला घेतला.

'प्रिय जावेद,

तुझा संदेश मिळाल्यावर आम्हा तिघींना खूप आनंद झाला.

ज्या दिवशी जंजाविदची टोळी आपल्या वस्तीकडे आली, त्या वेळी आम्ही तिघी व मुले जवळच्या रानात लाकूड-फाटा गोळा करीत होतो. जंजाविदना दुरून पाह्यल्यावर एका मोठ्या झुडपात चिडीचूप लपून बसलो. वस्तीच्या दिशेने येणारा मुलींचा आरडा-ओरडा नि गोळीबाराचा आवाज ऐकून जिवाचा थरकाप उडाला. आकाशात धुराचे लोट दिसत होते. सारे काही शांत झाल्यावर आम्ही वस्तीकडे गेलो. सारे बेचिराख झालेले. साऱ्या बुरुंगामध्ये कोलाहल माजला होता.

त्याच दिवशी आम्ही छादकडे आश्रयासाठी जायचे ठरवले. नौरीपर्यंत चालत गेलो. तेथील शेखसाहेब आपल्या चांगल्या परिचयाचे आहेत, हे तुला ठाऊक आहेच. त्यांनी त्यांच्या जीपमधून छादच्या सीमेजवळ आणून सोडायची व्यवस्था केली. आम्ही इरिदिमी छावणीत दाखल झालो.

येथील परिस्थितीविषयी मी काय लिहू? खायला पुरेसा शिधा मिळत नाही. सकस अन्नाचे तर नाव काढू नकोस. पाण्यासाठी तीन-तीन तास रांगेत उभे राहावे लागते. आम्हाला चुली व जुजबी भांडी दिली आहेत; पण लाकूडफाट्याची सोय नाही. तू आम्हाला भेटायला येताना काहीतरी सकस टिकाऊ खाद्यपदार्थ घेऊन ये. आम्ही जपून राहत आहोत. आमची काळजी करू नकोस. तुझ्या भेटीसाठी आई आतुरली आहे.

तुझी बहीण,
हमीदा'

तो संदेश वाचल्यावर जावेदच्या डोळ्यांतून पाणी वाहू लागले. ते पाहून जॅकलिनने त्याच्या खांद्यावर हात ठेवला व ती म्हणाली,

"जावेद, मी समजू शकते की त्यांना खूप हलाखीच्या परिस्थितीत राहावे

लागत आहे. निर्वासित छावण्या आमच्या अधिकारक्षेत्रात येत नाहीत. तरीही आपण काहीतरी मार्ग काढू. तुम्ही वाईट वाटून घेऊ नका.''

जावेदने स्वत:ला सावरले. त्याने डोळे पुसले. ते दोघे आत गेले. मेगन व लोरी त्यांची वाट पाहत होत्या. वेटरने वाइनचे ग्लास भरले होते.

''घ्या, मि. सुलेमान. चियर्स!''

''चियर्स!'' असे बळेबळेच म्हणून जावेदने वाइनचा एक घोट घेतला. औपचारिकतेखातर त्याला शिष्टाचार पाळणे भाग होते. त्यांच्या गप्पा सुरू झाल्या. जावेदचे तिकडे कमीच लक्ष होते. मेगन व लोरीच्या ते लक्षात आले असावे; पण त्यांनी ते जावेदला समजणार नाही, याची दक्षता घेतली. जावेदच्या डोळ्यांसमोर वारंवार हमीदाचा संदेश येत होता.

थोड्या वेळाने वेटरने त्यांचे जेवण आणले.

''चला, घ्या मि. सुलेमान!'' लोरी म्हणाली.

''हो, थँक्स!'' जावेद म्हणाला,

खास फ्रेंच पद्धतीने बनवलेल्या किंचित नारिंगी छटा असलेल्या 'नॉर्वेजियन सामन', या अतिशय चविष्ट व महाग माशाचा एक तुकडा जावेदने काटा-चमचा वापरून तोंडात टाकला; पण काही केल्या तो त्याच्या गळ्याखाली उतरेना. त्याच्या डोळ्यांसमोरून निर्वासित छावणीतील लांबलचक रांगांमध्ये तासन् तास पाणी व अपुऱ्या निकृष्ट अन्नाच्या शिध्यासाठी उभ्या असलेल्या आई नि बहिणींचे केविलवाणे चेहरे काही केल्या पुढे सरकत नव्हते!

□□□

- १० -

मेगन व लोरी वॉशिंग्टन डी. सी. येथे मुख्य कार्यालय असलेल्या 'सेव्ह द चिल्ड्रेन अँड विमेन्' - मुले व महिला वाचवा- या आंतरराष्ट्रीय सेवाभावी संस्थेसाठी काम करत होत्या. जगाच्या वेगवेगळ्या भागांत जेथे जेथे महिला व मुलांना कठीण परिस्थितीला, अन्यायाला नि अत्याचारांना वेगवेगळ्या कारणांस्तव तोंड द्यावे लागत आहे, तेथे तेथे संस्थेच्या आर्थिक कुवतीनुसार त्यांचे मानवतावादी कार्य चालायचे. दार्फुरमधील परिस्थिती हळूहळू जगासमोर येत होती. दार्फुरी महिला व मुलांच्या सुरक्षिततेसाठी संस्थेतर्फे कोणते उपक्रम राबविणे योग्य होईल, याची प्राथमिक पाहणी करण्याकरिता संस्थेने त्यांना छाद येथील निर्वासित छावण्या व दार्फुरकडे जायला सांगितले होते. पंचवीस-सव्वीसच्या त्या दोघींना साहसाची नि आव्हानात्मक मोहिमांची आवड असल्यामुळे त्या दोघी युद्धग्रस्त दार्फुरकडे जायला एका पायावर तयार झाल्या. संस्थेच्या संचालकांनी त्यांच्या परिचयाची जॅकलिन व्हॅले यांना त्या दोघींना मदत करायची विनंती केली.

प्रथम दार्फुरमध्ये चार-पाच दिवस जाऊन तेथील युद्धग्रस्त महिला नि मुलांच्या मुलाखती घ्याव्यात व नंतर आद्रेस येऊन तेथून काही निर्वासित छावण्यांमध्ये मुलाखतींसाठी जावे, असे जावेदने त्यांना सूचित केले. त्यांना पटकन परवाने मिळावेत म्हणून जावेदने आपल्या परिचितांना फोन करून विनंती केली. हल्ली त्याने शासकीय कार्यालयांकडे जाणे वर्ज्य केले होते.

आद्रेजवळील छाद-सुदान सीमा २८ मार्च या दिवशी

पहाटे ओलांडायचे ठरले. जावेदने आपल्या परिचयाच्या सशस्त्र गटांच्या कमांडर्सना तसेच स्थानिक शेखांना फोन करून तो परिसर सुरक्षित आहे की नाही, याची खात्री करून घेतली. आबेचे येथे लँड क्रुझर जीपची सोय केली. खाण्यापिण्याचे साहित्य विकत घेतले, तंबू भाड्याने घेतले. जावेदची कार्यतत्परता, त्याची दक्षता व बारकाईने सारी पूर्वतयारी करायची पद्धत यामुळे त्या दोघी खूपच प्रभावित झाल्या. आद्रे-गेनैना येथील सीमा पार केल्यानंतर त्यांनी अर्वाला, देलैग, झालिंगे व नौरी या खेड्यांना भेटी द्यायचे ठरले. काही ठिकाणी जावेदच्या परिचयाचे शेख होते. सुरक्षिततेच्या दृष्टिकोनातून त्यांच्या घरी रात्रीचा मुक्काम केला जायचा. एकदा झालिंगे येथील शेखांच्या वस्तीवर जेवण झाल्यानंतर ते तिघे चांदण्याच्या प्रकाशात गप्पा मारत बसले होते.

"मि. सुलेमान, तुमच्या या भागात खूपच ओळखी आहेत असं दिसतंय. तुम्हीतर अंजामिनामध्ये राहता. ते तर इथून हजार किलोमीटरपेक्षा दूर. तुम्हाला या भागाची बारीकसारीक माहिती, इथल्या लोकांचा परिचय हे कसे काय?" लोरीने विचारले.

जावेदने विचार केला. त्या दोघींना विश्वासात घेण्यात काही धोका नव्हता. त्याने त्यांना त्याची खरी पार्श्वभूमी ऐकवली. आपले इजिप्त-इस्त्रायलकडचे अनुभवही ऐकवले.

"तुमची खरंच कमाल आहे! तुमची तळमळ, जिद्द, धडाडी नि निर्धार कौतुकास्पद आहे," मेगन म्हणाली.

चार दिवस मुलाखतींचे काम झाल्यावर ते आद्रेमार्गे आबेचेला जायला निघाले. त्यांची जीप बुरुंगाजवळून जाणार होती. त्यांच्या मार्गापासून सबीनाची वस्ती फक्त आठ किलोमीटर अंतरावर होती. जावेदला सबीनाची खूप तीव्रतेने आठवण झाली. तिला भेटून जवळजवळ दोन महिने झाले होते. त्याला काय करावे समजेना. सुरक्षिततेखातर तो त्या दोघींना फक्त ड्रायव्हरबरोबर आबेचेला पाठवू शकत नव्हता. शेवटी तो धाडस करून मेगनला म्हणाला,

"माझी एक विनंती आहे. येथून आठ किलोमीटर अंतरावरील एका वस्तीतील कोणालातरी मला भेटायचं आहे. फार वेळ लागणार नाही. पंधरा-वीस मिनिटांत आपण तेथून निघू."

"असं? ठीक आहे. ड्रायव्हरला गाडी तिकडे घ्यायला सांग. कोण बरं आहे तिथे?" मेगनने विचारले.

"जिच्याशी माझं लग्न ठरलं आहे, ती सबीना!" जावेद हसतहसत म्हणाला.

"खरंच की काय? अरे वा! चला, आम्हालादेखील तुझ्या भावी पत्नीला

भेटता येईल. आणि काय रे, युद्धाच्या एवढ्या धामधुमीत तुझ्या घरच्यांनी तुझं लग्न कसं काय ठरवलं?''

''त्यांनी नाही ठरवलं. आम्ही दोघे एकमेकांच्या प्रेमात पडलो आहोत.''

''ही तर आश्चर्यकारक गोष्ट आहे. तू एवढा कामात असतोस, तुला प्रेमात पडायला वेळ कसा काय मिळाला?''

''त्याचं काय झालं...'' अशी सुरुवात करून जावेदने त्या दोघींना सबीनाचा परिचय कसा झाला व पुढे त्याचे रूपांतर प्रेमात कसे झाले, हे सांगितले. ते ऐकल्यावर लोरी म्हणाली,

''आम्हाला आता तिला पाहायची उत्सुकता लागून राहिली आहे.''

थोड्याच वेळात जीप सबीनाच्या वस्तीजवळ पोचली. अंगणात रोक्साना कपडे वाळत टाकत होती. त्या तिघांना पाहताच तिने झोपडीच्या दिशेला तोंड करून हाक मारली,

''सबीनाऽऽऽ''

सबीना बाहेर आली. त्या तिघांना पाहताच ती एकदम बावरली.

''ही सबीना, या रोक्सानादीदी आणि या आहेत मेगन नि लोरी. अमेरिकेहून आल्या आहेत.'' जावेदने त्यांच्या ओळखी करून दिल्या.

''केव्हा आलात इकडे?'' रोक्सानाने विचारले.

''चार दिवस झाले. आज परत निघालो असता जावेदने सबीनाविषयी सांगितले. त्याला तिला भेटायची इच्छा होणे स्वाभाविकच आहे; पण आम्हालादेखील तिला पाहायची उत्सुकता लागून राहिली होती!''

दरम्यान सबीनाने अंगणात दोन चटया अंथरल्या. एका ताटातून पिकलेल्या पपईचे काप आणले. तिने जावेदला विचारले,

''परड्यात लिंबे लागलीत. सरबत करू?''

''नको. त्यांना बाहेरचे पाणी चालत नाही. आता काही नको, तू बैस येथे.'' जावेद म्हणाला. त्याला सबीनाला नजरेआड होऊ द्यायचे नव्हते. सबीना त्यांच्याजवळ बसली. नेहमीप्रमाणे तिने डोक्यापासून पायापर्यंत गुंडाळलेल्या कापडाचा दार्फुरी वेष परिधान केला होता. तो फिकट निळसर रंगाचा कपडा तिला शोभून दिसत होता. तिच्या मोठ्या बोलक्या डोळ्यांकडे पाहत मेगन म्हणाली,

''तुझ्याविषयी जावेदने आम्हाला सर्वकाही सांगितले आहे. जावेदसारखा सुस्वभावी, कर्तबगार व जिद्दी तरुण तुला आयुष्याचा साथीदार म्हणून लाभणार, ही समाधानाची गोष्ट आहे. तूदेखील अगदी सुस्वभावी व आतिथ्यशील दिसतेस. तुमचे लवकरच लग्न होऊन तुमचा संसार चांगला चालावा, यासाठी आमच्या तुम्हाला

शुभेच्छा!''

हे ऐकल्यावर सबीना लाजून खाली मान घालून मेगनला हळूच म्हणाली,

''पहिल्या भेटीतच मी त्यांच्या कर्तृत्वावर भाळले!''

त्यावर मिस्कीलपणे हसत मेगन जावेदला म्हणाली,

''आफ्रिकेतील एका मागासलेल्या युद्धग्रस्त खेड्यातील वस्तीत 'लव्ह ॲट फर्स्ट साइट' होऊ शकते, यावर माझा अजूनही विश्वास बसत नाही!''

जावेदने मेगन काय म्हणाली, याचे भाषांतर केल्यावर सर्वजण मनसोक्त हसले. रोक्सानाही त्यात सामील झाली होती. त्या दोघींना 'लव्ह ॲट फर्स्ट साइट' काय असते, हे तोपर्यंत मुळीच ठाऊक नव्हते. वयात यायच्या आधीच वडीलधारी मंडळींनी लग्ने जमवायची तेथे प्रथा होती. जावेद नि सबीना प्रवाहाविरुद्ध पोहू इच्छीत होते.

मेगनने आपला डिजिटल कॅमेरा काढला. तिने सर्वांचे फोटो काढले. काही सबीनाचे एकटीचे व काही जावेदबरोबरही काढले. नंतर तिने आपला लॅपटॉप सुरू केला व त्यास कॅमेरा जोडून त्या दोघींना नुकतेच घेतलेले फोटो दाखवल्यावर त्या आश्चर्यचकित झाल्या. थोडावेळ गप्पा झाल्यावर जावेद व सबीना थोडे बाजूला जाऊन बोलत बसले.

''संधी मिळेल तेव्हा असा अचानक येत जा. तुला पाहिलं की समाधान होतं. या युद्धामुळे तुझी सतत काळजी वाटते.''

''सबीना, मला तुझी काय कमी चिंता असते?''

''जावेद, हे काम कधी थांबवतोस? दीदीची अट लक्षात आहे ना?''

''मी विसरलेलो नाही. अजून दोन-चार मोहिमा पार पाडल्या, की थांबवेन हे काम. काही दिवस धीर धर.''

''पुन्हा कधी येशील?''

''पुढची कामगिरी मिळेल तेव्हा. माझ्या कामाचं सारं अनिश्चित असतं. पाहायचं केव्हा जमतंय. चला, आम्हाला निघायला हवं. खूप दूरचा पल्ला गाठायचा आहे.''

''बरं, त्या गोऱ्या मुलींपासून जरा दूरच रहा रे! तुझं खूप कौतुक करत होत्या!'' सबीना लटक्या रागाने म्हणाली. त्यावर मनसोक्त हसत जावेद म्हणाला,

''आता तुझ्याशिवाय मला कोणाचेही आकर्षण वाटणार नाही, याची तू खात्री बाळग.''

''तुझी गंमत केली. मला तुझ्याबद्दल खात्री आहे.''

''सबीना, तुला एक गोष्ट सांगायची राहून गेली. सध्या आई, हमीदादीदी व

आयेशा छादमधील एका निर्वासित छावणीत आहेत. गेल्या खेपेस तुला भेटून तिकडे गेलो...'' जावेदने खुलासा केला.

''तिकडे काही हल्ले झाल्याचं कानावर आलं होतं, पण नेमका प्रकार समजला नाही. ते सारेजण ठीक आहेत ना?''

''आता ठीकच म्हणायचे,'' जावेद उद्विग्नतेने म्हणाला.

''त्यांना भेटायची मला उत्सुकता लागून राहिली आहे.''

''पाहू या तो योग कधी येतो.''

नेहमीप्रमाणे जावेदचा निरोप घेताना सबीना भावनाविवश झाली.

आबेचेला गेल्यानंतर जावेद मेगनला म्हणाला,

''मेगन, उद्यापासून तुम्हाला छावण्यातील महिलांच्या व मुलांच्या मुलाखती घेताना माझ्या परिचयाच्या एका तरुणास दुभाषाचं काम करायला सांगेन. काही तांत्रिक कारणास्तव मला तुमच्याबरोबर येता येणार नाही.''

''ठीक आहे, चालेल.'' मेगन म्हणाली.

जनसंहार चौकशीदरम्यान जावेदची आबेचेमधील अब्दी नावाच्या एका तरुणाशी ओळख झाली होती. तोही दुभाषांच्या संचात होता. त्याचे इंग्रजी जावेदइतके चांगले नसले, तरी भाषांतरासाठी ठीक होते. दुसऱ्या दिवसापासून मेगन व लोरी अब्दीबरोबर छावण्यांना भेटी देऊ लागल्या. ते तिघे सकाळी नाश्ता करून बाहेर पडले, की संध्याकाळीच परतत. आल्यानंतर त्या दोघी शॉवर घेत. नंतर जावेदबरोबर जेवायला बाहेर जात. त्या वेळी त्या दिवसाचा वृत्तांत त्या जावेदला देत. त्यांच्या आबेचे येथील तिसऱ्या दिवशी ते बोलत असता लोरी म्हणाली,

''आज आम्ही एका सोळा वर्षांच्या मुलीची मुलाखत घेतली...''

सोळा वर्षांची हालिमा न्याला या गावची. वस्तीवर ती आपले आईवडील नि तीन लहान भावंडांबरोबर राहायची. एके दिवशी जंजाविदनी त्यांच्या वस्तीवर हल्ला केला. त्या वेळी हालिमा व तिची भावंडे वस्तीपासून दूर खेळत होती. जंजाविद दिसल्यावर हालिमाने मोठ्या शिताफीने आपल्या भावंडांना घेऊन जवळच्या घळीमध्ये आश्रय घेतला. जंजाविद निघून गेल्यावर ते सारे वस्तीकडे पळत गेले. पाहतात तर आई-वडलांचे छिन्नविछिन्न मृतदेह अंगणात रक्ताच्या थारोळ्यात पडलेले नि झोपड्या जळून खाक झालेल्या.

''मला माझ्या भावंडांना घेऊन निर्वासित छावणीत आश्रय घेण्यावाचून दुसरा पर्याय नव्हता. गेले वर्षभर आम्ही येथे आहोत.''

''येथे तुम्हाला खायला-प्यायला ठीक मिळते?''

"मिळते म्हणायचे. जे काही देतील त्याच्यावर समाधान मानायचे. दुसरा काही पर्याय आहे?" सोळा वर्षाच्या मुलीला एका प्रौढ महिलेचा पोक्तपणा नि समज आलेली मेगन नि लोरीच्या चटकन लक्षात आली.

"लाकूड-फाटा कोठून आणता?"

"सुरुवातीस आम्ही छावणीच्या आसपास गोळा करायला जात असू, पण या भागातील आदिवासी आम्हाला त्रास द्यायचे. माझ्या वयाच्या काही मुलींवर त्यांनी बलात्कार केल्याच्या घटना घडू लागल्यामुळे त्यावर बंधन आले."

"सध्या तू जळण कोठून आणतेस?"

"येथील आदिवासी वस्तीतील एक माणूस प्रत्येक आठवड्यात मला एक मोळी देतो. त्यावर माझे आठवड्याचे भागते."

"अरे वा! खूपच दयाळू असावा तो गृहस्थ. जाण्यापूर्वी आम्ही त्याचीही भेट घेऊ. त्याला कसे शोधून काढता येईल ते सांग किंवा तूही आमच्याबरोबर चल, त्याची झोपडी दाखवायला."

त्यावर हालिमा काही बोलली नाही.

"येशील ना तू आमच्याबरोबर?"

मेगनने खोदून खोदून विचारल्यावर ती म्हणाली,

"लाकडाची मोळी देण्यापूर्वी तो मला त्याच्याबरोबर एक तास झोपायला सांगतो. त्याशिवाय मोळी देत नाही!"

"अरे बापरे! हे तर उघडउघड शोषण झाले. पण तू कशी तयार झालीस त्याला?"

"काय करणार? दुसरा कोणता पर्याय आहे? लाकडे गोळा करायला रानावनात गेल्यावर कोणीतरी रानगट अज्ञाताने अंगावर झडप घालून बळजबरी करण्यापेक्षा त्याला काय करायचं ते करू देते झालं. माझ्या भावंडांना उपाशी नाही ठेवायचं मला!"

"अगं, पण तुला दिवस जायची शक्यता आहे. तसं झालं तर तुझी परिस्थिती खूपच वाईट होईल." लोरीने तिला सावध करायचा प्रयत्न केला.

"गेले होते दोनदा. त्याने कसल्यातरी पाल्याचा रस प्यायला दिला..."

मेगन नि लोरीला तिचे कथन ऐकवेना. त्या विषण्ण मनाने तेथून निघाल्या.

हालिमाची हृदयभेदक कहाणी ऐकल्यावर जावेद त्या दोघींना म्हणाला,

"मी तुम्हाला एक गोष्ट सुचवू? निर्वासितांच्या छावण्यांतील महिलांच्या सुरक्षिततेसाठी तुमच्या संस्थेला जर काही ठोस कामगिरी करायची असेल, तर त्यांच्या इंधनाची बिकट समस्या सोडवायचा प्रयत्न करा. जेणेकरून त्यांना राना-

वनात लाकूडफाटा गोळा करायला जावे लागणार नाही. आपोआप त्यांचे लैंगिक शोषण थांबेल. दुसरी एक गोष्ट करता येण्यासारखी ही आहे, की मुलांसाठी छावणीच्या आवारात एखादी शाळा सुरू करणे. तुम्ही पाह्यलं ना, किती मुले दिवसभर इकडे-तिकडे रिकामटेकडी फिरत असतात. त्यांचं भवितव्य काय आहे? आज जर त्यांना शिक्षण दिलं नाही, तर मोठी झाल्यावर ती आपल्या आई-वडलांवरील अन्यायाचा बदला घेण्यासाठी हातात शस्त्रे घेतील व हिंसाचार सुरू करतील. हिंसेचे सत्र असेच पुढे चालू राहील.''

जावेदच्या दूरदृष्टीने मेगनला व लोरीला अंतर्मुख केले.

आबेचे येथील वास्तव्याच्या शेवटच्या दिवशी त्या दोघी फक्त एकाच छावणीस भेट देऊन दुपारीच हॉटेलवर परतणार होत्या. त्या संध्याकाळी त्यांना सामानाची आवराआवर करायची होती व दुसऱ्या दिवशी सकाळच्या विमानाने अंजामिनाकडे प्रयाण करायचे होते. त्या दुपारी जावेद हॉटेलच्या दारात त्यांची आतुरतेने वाट पाहत उभा होता. वारंवार त्याचे लक्ष हातातील घड्याळाकडे जायचे. दुरून जीप येताना दिसल्यावर तो अधिकच उतावीळ झाला. मेगन जीपमधून उतरताच जावेदला म्हणाली,

''जावेद, तू आमच्यावर सोपवलेली कामगिरी आम्ही पार पाडली. आम्ही तिघींना भेटलो. त्यांना तू दिलेले पार्सल दिले!''

''कशा आहेत त्या?''

''ठीक आहेत. हे पाहा त्यांचे फोटो!''

मेगनने आपला लॅप-टॉप सुरू केला. त्याच्या छोट्या पडद्यावर तिने इरिदिमी छावणीत जावेदची आई, बहिणी, भाचा व भाची यांचे डिजीटल कॅमेऱ्याने घेतलेले बावीस फोटो जावेदला दाखवले. त्याला ते पाहताना आपले अश्रू आवरता आले नाहीत.

''तू दिलेले पैसे आईंना सांभाळून ठेवायला सांगितले. त्या म्हणाल्या की, आता त्यांना छावणीच्या जवळपास काही दुकाने आहेत तेथून काही खाद्यपदार्थ विकत घेता येतील. खाण्यापिण्याचा प्रश्न सुटला म्हणून खूश झाल्या. शेवटी तुझे नि सबीनाचे फोटो दाखवल्यावर त्यांना खूप आनंद झाला. त्यांना सबीना खूप आवडली. तुला तुझ्या पसंतीची योग्य जोडीदार मिळाल्याचा आनंद त्यांच्या चेहऱ्यावर ओसंडून वाहत होता.''

मेगन व लोरी जावेदचा निरोप घेऊन वॉशिंग्टनला परतल्या. त्यांनी जावेदला संपर्कात रहायला सांगितले. त्यादेखील त्याला वेळोवेळी फोन करू असे जाताना म्हणाल्या. त्यांना जाऊन चारच दिवस झाले होते. दुपारी जावेदचा फोन वाजला.

"जावेद, मी गृहमंत्रालयातून हाजी आयेमान बोलतोय."

"हाजीसाहेब, काय म्हणताय?"

"संध्याकाळी भेटू या. मी सहा वाजता चारी हॉटेलच्या उपाहारगृहात पोचेन."

"नक्की भेटतो, हाजीसाहेब."

जावेद अंजामिना शहराच्या कडेने वाहणाऱ्या प्रशस्त पात्र असलेल्या चारी नदीच्या काठावरील चारी हॉटेलच्या सातव्या मजल्यावरील उपाहारगृहात पावणेसहा वाजताच पोचला. सूर्यास्ताची वेळ जवळ आली होती. नदीच्या पात्रात नारिंगी लाल व जांभळ्या रंगांची उधळण झाली होती. तेथून संपूर्ण परिसराचे विहंगम दृश्य पाहायला काही परदेशी पर्यटक आले होते. पण जावेदचे कशाकडेही लक्ष नव्हते. हाजीसाहेबांनी तातडीने भेटायला यायला सांगितले म्हणजे नक्कीच काहीतरी महत्त्वाच्या घडामोडी घडल्या असणार. त्याच्या छादमधील वास्तव्यावर गदा येतेय की काय, या शंकेने तो चिंतातुर झाला होता. जावेदला हाजीसाहेब येताना दिसले. जावेद उठून त्यांच्या स्वागतास पुढे सरसावला.

"फार वेळ नाही ना थांबावं लागलं?"

हाजीसाहेब बसत म्हणाले,

"मुळीच नाही. मी आत्ताच पोचलो."

जावेदने वेटरला 'कार्लस्बर्ग' बीयर घेऊन यायला सांगितले. थोडे इकडचे-तिकडचे बोलणे झाल्यावर हाजीसाहेब म्हणाले,

"जावेद, तुझ्या दृष्टीने एक चिंताजनक घडामोड होऊ घातली आहे."

"असं? कोणती बरं?"

"तुला अब्दुल्ला अलींचे प्रकरण ठाऊक आहे?"

"अर्थातच. पाच वर्षांपूर्वी खार्तुममध्ये पकडले गेलेले अब्दुल्ला अली ना?"

"बरोबर."

अब्दुल्ला अली हे छादच्या 'संरक्षणवार्ता' विभागात काम करत होते. संरक्षणवार्ता विभाग म्हणजे छादची गुप्तहेर संघटना. तिचे अब्दुल्ला अली खूप अनुभवी गुप्तहेर होते. छाद व सुदानमध्ये १९९८-९९ च्या सुमारास खूप तणाव निर्माण झाला होता. त्याचे कारण म्हणजे दोन्ही देशांतील सीमेवरील काही भागावर दोघेही हक्क सांगत होते. सीमावाद सामोपचाराने सुटायची शक्यता दिसत नव्हती. कोणत्याही क्षणी सुदान छादवर हल्ला करणार, असा अंदाज अनेक राजनीतिज्ञांनी केला होता. त्या पार्श्वभूमीवर संयुक्त राष्ट्रसंघाच्या सुरक्षा समितीत अमेरिकेने एक ठराव सादर केला. त्यात दोन्ही राष्ट्रांना शांततेचा भंग करून हल्ला केल्यास त्यांच्यावर आर्थिक निर्बंध लादले जातील, असा इशारा दिला होता. सुरक्षा समितीत

त्यावर बरीच चर्चा झाली. बहुतांश सदस्यांनी त्या ठरावास अनुकूल मते मांडली. शेवटी ठराव मतास टाकल्यावर समितीचा कायम सदस्य चीनने आपला नकाराधिकार वापरून ठराव संमत होऊ दिला नाही. चीनने सुदानच्या मदतीला यायचे कारण म्हणजे त्या सुमारास सुदानच्या सरकारने बऱ्याच चिनी खनिज तेलकंपन्यांना मोठी कंत्राटे दिली होती. चीनचे व सुदानचे संबंध मैत्रीपूर्ण होते. त्या सुमारास सुदानी सरकारच्या काय हालचाली चालू आहेत, याची इत्थंभूत माहिती काढण्यासाठी छादने आपले काही अनुभवी गुप्तहेर खार्तुमला पाठवले होते. त्यांत अब्दुला अली हे अग्रभागी होते.

एके संध्याकाळी खार्तुमच्या सुनुत पार्कमध्ये अब्दुल्ला अली यांना सुदानच्या संरक्षण मंत्रालयातील एक फितुर अधिकारी काही अत्यंत गोपनीय कागदपत्रांची एक फाईल देणार होता. ऑफिसमधून घरी जाताजाता थोडा वेळ बागेत विश्रांती घेत बसल्याचे त्यांनी भासवले होते. दोघांच्याही अंगावर सूट व हातात ब्रीफकेसेस होत्या. कोणाच्याही लक्षात न येता त्यांनी ब्रीफकेसेसची अदलाबदल केली. एका ब्रीफकेसमध्ये होते कागदपत्र, तर दुसरीमध्ये दहा हजार अमेरिकन डॉलर्स! ब्रीफकेसेसची अदलाबदल झाल्या क्षणी पोलिसांनी त्यांना घेरले. त्यांना या देवाणघेवाणीची कुणकुण लागली होती. तेव्हापासून त्या शासकीय अधिकाऱ्यावर पोलीस पाळत ठेवून होते. यथावकाश त्या अधिकाऱ्यास फाशीची शिक्षा दिली गेली, तर ५२ वर्षांच्या अब्दुल्ला अलींना ४० वर्षांच्या तुरुंगवासाची!

"पण अब्दुल्ला अलीप्रकरणाचा व माझा काय संबंध?" जावेदने हाजीसाहेबांना विचारले.

"पूर्वी नव्हता; पण आता जडला आहे."

"ते कसे काय?"

"अलीकडेच तू दक्षिण आफ्रिकेच्या काही पत्रकारांना दार्फुरमध्ये घेऊन गेला होतास. त्यांनी गेल्या आठवड्यात 'फोकस आफ्रिका'मध्ये त्यांचा लेख प्रकाशित केला. त्यांच्या संकेतस्थळावर चित्रफिती ठेवल्या. सुदानच्या वरिष्ठ अधिकाऱ्यांनी तो लेख वाचला व अध्यक्षांच्या निदर्शनास आणला. तो वाचून अध्यक्षांचे माथे भडकले म्हणे! चौकशीअंती तू त्या पत्रकारांना मदत केल्याचे निष्पन्न झाले. शिवाय जनसंहार चौकशी समितीस तू मदत केल्याचेही उघडकीस आले. त्यामुळे सुदानी अधिकारी नि राज्यकर्ते तुझ्यावर चिडून होतेच. त्यात गेल्या आठवड्यातील लेखाने भर घातली. इंग्रजी भाषेवर प्रभुत्व असणारा व दार्फुरची सर्वसमावेशक माहिती असणारा छादमधील तू एकमेव दुभाषा व मार्गदर्शक आहेस. यापुढे तू सुदानच्या

सरकारची अधिक बदनामी करू इच्छिणाऱ्यांना मदत करू नयेस, यासाठी सुदानच्या सरकारला तू हवा आहेस.''

"ते तर मला ठाऊक आहेच. तो धोका पत्करून मी माझे काम करत आहे, तेही एका ध्येयाने. बरे, माझा नि अब्दुल्ला अलींचा काय संबंध?''

"काल सुदानच्या राजदूतांनी छादच्या परराष्ट्रमंत्र्यांची व गृहमंत्र्यांची संयुक्त भेट घेतली. राजदूतांनी एक सरकारी खलिता परराष्ट्रमंत्र्यांना दिला. त्यात म्हटलं आहे की, 'छादच्या सरकारने सुदानला हेरगिरीच्या प्रकरणात हव्या असलेल्या जावेद इस्माईल झारी उर्फ सुलेमान जमाल खलील याला अटक करून सुदान सरकारच्या ताब्यात दिले, तर सुदानचे सरकार खार्तुमच्या मध्यवर्ती कारागृहातून अब्दुल्ला अलींची बिनशर्त मुक्तता करून त्यांना छादला पाठवेल!'

◻◻◻

- ११ -

छादच्या विदेश मंत्रालयाचे सचिव मंत्रिमहोदयांच्या कार्यालयात गेले. त्यांनी मंत्री सर्फराझ फरांग यांना सांगितले,

"सर, अमेरिकेच्या दूतावासातून फोन आला होता. राजदूतांना आपल्याला भेटायला यायचं आहे. उद्या वेळ मिळेल का, अशी विचारणा केली."

"असं? उद्या सकाळी काही महत्त्वाच्या बैठका नसतील, तर वेळ ठरवून टाका व त्यांना कळवा." मंत्रिमहोदयांना अमेरिकेचे राजदूत भेटायला येऊ इच्छितात, हे समजल्यावर आश्चर्य वाटले. कारण आठ दिवसांपूर्वीच त्यांची कित्येक मुद्द्यांवर सखोल चर्चा झाली होती. अमेरिकेचे व छादचे संबंध मैत्रीपूर्ण होते. बऱ्याच बाबतीत दोन्ही देशांत सहकार्य होते. छादच्या उद्योगीकरणास अमेरिकेने सढळ हाताने मदत देऊ केली होती. शिवाय अमेरिकेच्या सांगण्यावरून जागतिक बँकेने छादमध्ये पायाभूत सुविधा निर्मिण्यासाठी भरघोस कर्ज मंजूर केले होते. राजदूत व मंत्रिमहोदयांच्या भेटीची वेळ सकाळी १० ही ठरली होती. ठरल्याप्रमाणे राजदूत डॅनियल क्लार्क यांची काळी मर्सिडीज मंत्रालयाच्या आवारात पोचली. राजशिष्टाचार अधिकाऱ्याने व परराष्ट्रसचिवांनी त्यांचे स्वागत केले व राजदूतांना ते मंत्र्यांच्या कार्यालयाकडे घेऊन गेले. मंत्रिमहोदयांनी उठून राजदूतांचे स्वागत केले.

"या. या, एक्सेलंसी!"

"तुम्ही कसे आहात मंत्री महोदय?" राजदूतांनी हस्तांदोलन करताकरता विचारले.

"ठीक आहे. नेहमीच्याच कामात मग्न आहे. कॅमेरूनबरोबरचा वाद संपुष्टात यावा म्हणून काही पावले उचलायच्या तयारीत आहोत."

छादमध्ये उगम पावलेली लोगाने नदी छाद व कॅमेरून यांची काही ठिकाणी सरहद्द होती. तिच्या पाण्याच्या वाटपावरून दोन्ही देशांत गेली १०-१२ वर्षे ताणतणाव होता. त्यावर तोडगा काढण्यासाठी आयोजित केलेली बोलणी फिस्कटली होती.

"शांततेनेच तोडगा काढणार ना?" राजदूतांनी हसतहसत विचारले.

"अर्थातच! आम्हाला कोठे हौस आहे लढाया करायची? सुदानचं पाहता आहात ना?"

इतक्यात कॉफी व बिस्किटांचा ट्रे घेऊन एक गणवेशधारी कर्मचारी आत आला. राजदूत, मंत्रिमहोदय नि सचिव या सर्वांनी कॉफी घेतली. त्यानंतर राजदूत म्हणाले,

"मंत्रिमहोदय, मला तुमच्याशी एका गोष्टीबाबत अनौपचारिक चर्चा करायची आहे." हे ऐकल्यावर सचिव उठले व त्यांनी दोघांचा निरोप घेतला. बाहेर गेल्यावर त्यांनी मंत्रिमहोदयांच्या खोलीचे दार बंद करून घेतले. राजदूत क्लार्क म्हणाले,

"मंत्रिमहोदय, मी तुम्हाला वैयक्तिक पातळीवर एक विनंती करण्यासाठी आलो आहे. आपण मोकळेपणानं बोलू शकतो ना?"

"एक्सेलंसी, अगदी मोकळेपणाने बोलू आपण."

"मंत्रिमहोदय, जावेद झारी नावाचा दार्फुरचा एक झाघवा तरुण छादमध्ये राहून दार्फुरकडे जाणाऱ्या परदेशी पत्रकार, संघटनांचे अधिकारी, दूतावासांचे अधिकारी वगैरेंना भाषांतरासाठी मदत व प्रवासासाठी मार्गदर्शन करतो. मला वाटते, गेल्या सहा महिन्यांपूर्वी त्याला छादसरकारने निर्वासित दर्जा दिला आहे. मला असं समजलं आहे, की खार्तुममध्ये त्याच्यावर काही खोटेनाटे आरोप लादले आहेत. त्याच्या सध्याच्या कामामुळे सुदानसरकारचा त्याने रोष ओढवून घेतला आहे. त्यामुळे त्यांना तो हवा आहे. अलीकडेच माझ्या कानावर आलं आहे, की आपले सरकार त्याला अटक करून सुदानला पाठवायच्या तयारीत आहे व त्याच्या मोबदल्यात सुदानच्या तुरुंगवासातील छादचे गुप्तहेर अब्दुल्ला अलींना मुक्त करायची तयारी सुदानने दर्शविली आहे."

"खरं आहे आपण म्हणता ते. परवाच माझी व पंतप्रधानांची याबाबत चर्चा झाली. अजून त्यांनी या अदलाबदलीस हिरवा कंदील दाखविला नाही. असा पायंडा पडला तर छादच्या सुदानमधील नागरिकांना खोटेनाटे आरोप लादून नाहक तुरुंगात डांबून ठेवले जाईल व त्यांच्या मोबदल्यात छादमध्ये आश्रय घेतलेल्या सुदानच्या

राजकीय विरोधकांना सुदानच्या सरकारकडे सोपवावे, अशा मागण्या होण्याची शक्यता आहे. पण त्याचबरोबर अब्दुला अलींची सुटका व्हावी, असेही त्यांना वाटते.''

''मंत्रिमहोदय, जावेद झारीला अटक करून सुदानला पाठवले जाणार नाही, यासाठी तुम्ही काही ठोस पावले उचलली, तर मला आनंद होईल!'' राजदूत क्लार्कनी आपली भूमिका स्पष्ट केली.

त्यानंतर थोडावेळ इकडच्या-तिकडच्या चार गोष्टी झाल्यानंतर राजदूत मंत्रिमहोदयांचा निरोप घेऊन गेले. दुसऱ्या दिवशी सकाळी मंत्रिमहोदयांनी राजदूतांना फोन करून त्यांची विनंती पंत्रप्रधानांनी मान्य केल्याचे सांगितले. राजदूतांनी आपल्या घड्याळात पाह्यले. सकाळचे साडेदहा वाजले होते. म्हणजे वॉशिंग्टनमध्ये पहाटेचे साडेतीन. त्या दिवशी दुपारी साडेचार वाजता राजदूतांनी वॉशिंग्टनचा एक फोननंबर आपल्या सचिवेला दिला व फोन जोडायला सांगितले.

''जॉन, अंजामिनाहून डॅनियल बोलतोय.''

''बोला, डॅनियल. काही प्रगती?''

''हो, जॉन. जावेदचं काम झालं. तुम्ही त्याला निर्धास्त राहायला सांगा.''

''थँक्स, डॅनियल. फार चांगली बातमी सांगितली तुम्ही!''

जॉन कँपबेल यांचा फोन झाल्यानंतर जावेदचा जीव भांड्यात पडला. आता त्याच्या पाठीशी अमेरिकेचे विदेशखाते आहे म्हटल्यावर छादमध्ये जावेदच्या केसाला कोणीही धक्का लावू शकणार नाही, अशी त्याची खात्री झाली. जावेदने आपले काम पुन्हा नव्या जोमाने सुरू केले. दार्फुरमध्ये मात्र त्याला खूप सावधगिरी बाळगावी लागत होती. पूर्वीप्रमाणे दार्फुरमध्ये मुक्त फिरणे त्याने कमी केले. हळूहळू जावेदला परदेशांत खूप प्रसिद्धी मिळत गेली. चौकशीसमित्या, वृत्तसंस्था, सेवाभावी संस्था यांचे प्रतिनिधी जावेदच्या उपलब्धतेची खात्री केल्यानंतरच छादला जायच्या तारखा नक्की करू लागले. अशीच जवळजवळ दीड-दोन वर्षे गेली. जावेदला एकामागून एक कामे मिळत गेली व त्याचबरोबर सुदानी सरकारचा जळफळाट वाढला. दार्फुरमध्ये दिसताक्षणी त्याला गोळ्या घालून ठार मारायचे आदेश सैन्याला दिले गेले; पण त्यास न जुमानता जावेदने आपला उपक्रम सुरूच ठेवला. जमेल तेव्हा तो सबीनाला भेटत असे. त्याच्या कामाचा वाढता आवाका लक्षात घेता त्याला रोक्सानाने घातलेली अट पाळणे अशक्य झाले. फेब्रुवारी २००६ मध्ये त्याची सबीनाची भेट झाली, त्या वेळी वर्षअखेरपर्यंत आपण हे काम थांबवू, असे आश्वासन त्याने तिला दिले. दार्फुरमधील वाढते अत्याचार लक्षात घेता त्याला त्याचे काम अजून काही दिवस चालू ठेवणे आवश्यक होते. एका

बाजूला सबीना तर दुसऱ्या बाजूला हिंसाचाराने ग्रासलेल्या निरपराध रहिवाशांचे केविलवाणे चेहरे वारंवार त्याच्या डोळ्यांसमोर उभे राहू लागले.

ऑक्टोबर २००६ मध्ये जावेद नुकताच एका ऑस्ट्रेलियन वृत्तसंस्थेच्या पत्रकाराबरोबर दार्फुरकडे जाऊन आला होता. त्या संध्याकाळी तो जेवायला जायच्या तयारीत असताना त्याचा फोन वाजला.

"हॅलो, मि. जावेद झारी?"

"मी जावेद बोलतोय. आपण कोण?" अलिकडे त्याने छादमध्ये असताना सुलेमान खलील या खोट्या नावाचा त्याग करून आपले खरे नाव वापरणे सुरू केले होते.

"मी दोहावरून रागे ओमार बोलतोय."

जावेदला त्या जगप्रसिद्ध पत्रकाराचा फोन आला आहे, यावर विश्वासच बसेना.

"अल् जझिराचे रागे ओमार?"

"बरोबर!"

"मिस्टर ओमार, तुमचा अल् जझिरावरील 'विटनेस' हा कार्यक्रम मी कधीच चुकवत नाही. मी तुमचा चाहता आहे. पूर्वी तुम्ही बी. बी. सी. त काम करत होता, तेव्हाची तुमची इराकयुद्धावरील वार्तापत्रे पाहून मी थक्क झालो होतो."

"थँक्स जावेद! बरं, हे पाहा मला दार्फुरवर एक अनोखे वार्तापत्र करायचे आहे. अर्थातच मी ते 'विटनेस'मध्ये सादर करू इच्छितो. तू येत्या वीस तारखेपासून दोन आठवडे मोकळा आहेस?"

"आहे ना! नसतो तरी तुमच्यासाठी माझ्या कार्यक्रमात काही बदल केले असते. किती तारखेस पोचता अंजामिनास?"

"एकोणीसला सकाळी, एमिरेट्सने."

"मी विमानतळावर तुम्हाला घ्यायला येईन."

एकोणचाळीस वर्षांचा रागे ओमार हा सोमालियातील एका मोठ्या उद्योगपतीचा मुलगा. लहानपणीच इंग्लंडला गेलेला. त्याचे शालेय व महाविद्यालयीन शिक्षण तिकडेच झाले. त्याला पत्रकारितेची खूप आवड होती. ऑक्सफर्ड विद्यापीठात आधुनिक इतिहास या विषयात १९९० साली पदवी संपादन केल्यानंतर १९९१ पासून त्याने लहानमोठ्या वृत्तसमूहांसाठी काम करायला सुरुवात केली. नंतर २००० साली त्याला बी. बी. सी. त चांगली नोकरी मिळाली; पण त्याला बी. बी. सी. चे पाश्चात्त्यधार्जिणे धोरण आवडले नाही. दरम्यान कतारमधील 'अल् जझिरा' ही दूरदर्शनवाहिनी आपले जाळे जगभर विणू लागली होती. त्यांनी दोहा येथे मुख्य

कार्यालय, तर जगाच्या वेगवेगळ्या भागांत विभागीय कार्यालये उघडली. बी. बी. सी., सी. एन. एन. सारख्या प्रसिद्ध वाहिन्यांसाठी काम करणारे अनुभवी वृत्तनिवेदक, मुलाखतकार, पत्रकार, छायाचित्रकार, संकलक, संपादक, निर्माते यांना भरघोस पगार देऊ करून अल् जझिरामध्ये घेतले. बी. बी. सी. त कंटाळलेला रागे ओमार २००५ मध्ये अल् जझिरात दाखल झाला. अल्पावधीतच त्याचे 'विटनेस' व 'द रागे ओमार रिपोर्ट' हे कार्यक्रम लोकप्रिय झाले व तज्ज्ञांच्या पसंतीस उतरले. त्याची एक तरुण, अभ्यासू व कुशल पत्रकार म्हणून जगभर ख्याती व्हायला फारसा वेळ लागला नाही.

अंजामिनाच्या विमानतळावर सामानाची ट्रॉली ढकलत बाहेर पडलेल्या रागे ओमारला पाहताच जावेद पुढे सरसावला व म्हणाला,

"वेलकम, रागे! मी जावेद."

"अरे, जावेद! छान झालं, आलास. तुझ्याबद्दल मी खूप ऐकलं आहे. पॅरिस मधलं 'नोव्हेल तेलेव्हिस्याँ' साठी काम करणारा पास्काल जेकिए तुझी खूप स्तुती करत होता. माझा मित्र आहे तो. शिवाय जोहान्सबर्गवरून जेकबने मला बजावले, की जावेद सोबत असल्याशिवाय दार्फुरमध्ये पाऊल टाकायचं धाडस करू नकोस! बरं, चल. मी 'मेरिडियन'मध्ये खोली आरक्षित केली आहे."

"चला, रागे. मी टॅक्सी आणली आहे. ट्रॉली द्या इकडे, दमला असाल तुम्ही."

हॉटेलकडे जाता जाता रागे म्हणाला,

"मी आता जरा आराम करतो. संध्याकाळी सहा वाजता तू ये. आपण जेवायला जाऊ कोठेतरी. त्याच वेळी मी तुला माझ्या अनोख्या मोहिमेबद्दल सांगेन."

चारी नदीच्या काठाजवळील कर्नल मोल मार्गावरील 'ब्राझा' या पाश्चात्त्य पद्धतीचे भोजन मिळणाऱ्या उपाहारगृहात जावेद व रागे लंडन ड्राय जीन व टॉनिकचा आस्वाद घेत चारी नदीत मिळणाऱ्या चविष्ट 'तिलापिया' माशाचे फ्राय खात बसले होते.

"जावेद, मला दार्फुरवर एक अनोखे वार्तापत्र करायचे आहे. मला तेथील वेगवेगळ्या खेड्यांतील कबरस्थानांचे चित्रण करायचे आहे. कलह सुरू होण्यापूर्वी त्या खेड्यांची लोकसंख्या किती होती व आज किती आहे, याची आकडेवारी काढायची."

"कल्पना नावीन्यपूर्ण आहे. कित्येक खेड्यांमध्ये नवी कबरस्थाने करायला लागली. काही वेळा मोठ्या प्रमाणांवर हत्या झाली, तेव्हा सामुदायिक कबरी कराव्या लागल्या. पण जेव्हा कोणाला पळवून नेऊन दूरवर रानोमाळी ठार केले

जाते, तेव्हा बऱ्याचवेळा त्यांचे मृतदेह उघड्यावर टाकले जातात. काही वेळेस वाळवंटात, घळींमध्ये किंवा रानोमाळी त्यांचे सांगाडे आढळतात. शिवाय छादकडे आश्रय घेण्यासाठी निघालेल्यांपैकी काहींचे वाटेतच प्राणोत्क्रमण होते. अर्थात अशा वेळी इतर लोक त्यांचे तेथेच दफन करतात.''

''अरेरे! या हत्याकांडाने खूपच भीषण स्वरूप धारण केलं आहे.''

''बरे, तुमची कल्पना चांगली आहे; पण ती वास्तवात आणण्यामध्ये बऱ्याच अडचणी आहेत. पहिली ही, की सुदानच्या सरकारने पत्रकारांना दार्फुरमध्ये जाण्यावर बंदी घातली आहे. दुसरी अशी, की सध्या बऱ्याच ठिकाणी चकमकी सुरू आहेत. शिवाय तुमच्या वार्तापत्रासाठी बऱ्याच खेड्यांकडे जावे लागेल. सध्याच्या परिस्थितीत आपण लँड क्रुझर घेऊन दार्फुरला जाऊ शकत नाही.''

''यातून काही मार्ग काढता येईल?''

''येईल; पण तो खडतर असेल.''

''कोणता बरं?'' रागेने अधीरतने विचारले.

''आपण दोघे स्थानिक खेडूत आहोत असे भासवून खेडोपाडी फिरायचे. तुम्ही सोमाली असल्याने सुदानचे रहिवासी आहात, अशी बतावणी करू शकता. तुम्हाला अरबी भाषा तर येतेच. फक्त एक मुंडासे व जलाबिया पैदा करावा लागेल. मोठा व्हिडिओ कॅमेरा घेऊन फिरता येणार नाही.

''एखादा छोटा अंगावर लपवता येईल. बरे, सार्वजनिक वाहतूक करणाऱ्या मोडकळीस आलेल्या जीप किंवा व्हॅनमधून सारा प्रवास करावा लागेल, जे मिळेल ते खावे लागेल व खेड्यांतील वस्त्यांवर झोपावं लागेल. आहे तयारी?''

''मी एका पायावर तयार आहे.'' रागे काहीही विचार न करता म्हणाला.

त्यापुढील दहा-बारा दिवसांत त्या दोघांनी सारे दार्फुर पालथे घातले. रागेला हवे ते चित्रण करायला मिळाल्यामुळे तो खूष होता. शेवटच्या दिवशी ते एका सार्वजनिक वाहतूक करणाऱ्या खाजगी जीपमधून मुगझिरहून झालिंगेकडे जात असता वाटेत सुदानी सैनिकांनी ती अडवली.

''सारेजण खाली उतरा. जीप तपासायची आहे.'' जीपमध्ये दाटीवाटीने बसलेले नऊ प्रवासी व ड्रायव्हर खाली उतरले. सैनिकांनी जीप तपासली. त्यांनी प्रत्येक प्रवाशाची चौकशी करायला सुरुवात केली. चार प्रवाशी झाल्यानंतर जावेदचा नंबर आला.

''कोणत्या गावचा तू?''

''झालिंगेचा.''

''नाव काय तुझं?''

“अब्दुल मुसा.”

“मुगझिरला कशासाठी गेला होतास?”

“माझ्या मामाला भेटायला. त्याची प्रकृती ठीक नाही असे समजले म्हणून आईने तो कसा आहे, हे पाहायला पाठवले होते. ती स्वतःच जाणार होती, पण तिला संधिवातामुळे चालता येत नाही.”

“बरं, चल. पुढचा नंबर.”

“तू कोण?” त्या सैनिकाने रागेला विचारले.

“मी इब्राहिम जाफर. मुगझिरचा आहे.”

“कोठे चालला आहेस?”

“लांग्याकडे. झालिंगेला जीप बदलून जाणार आहे.”

“तिकडे कशासाठी चालला आहेस?”

“तेथे माझ्या एका मित्राचं मक्याचं शेत आहे. तो मला मक्याचं बियाणं देणार आहे, ते आणायला चाललोय.”

“ठीक, पुढे चल. पुढचा नंबर...”

झालिंगेजवळील एका वस्तीवर मोठे हत्याकांड झाले होते. जावेद रागेला तिकडे घेऊन जाणार होता. ते दोघे चालत त्या वस्तीकडे चालले होते. वाटेत त्यांना पाच-सहा बायका दिसल्या. त्यांच्याबरोबर दोन-तीन मुले होती. एका बाईच्या कडेवरही एक छोटी मुलगी होती. त्यांच्याकडे पाहत जावेदने विचारले,

“कोठे निघाला आहात तुम्ही?”

“जिकडे निर्वासित छावण्या आहेत, तिकडे जायचंय आम्हाला.” त्या थोडावेळ झाडाखाली बसल्या.

“तुम्ही कोठून आलात?”

“आम्ही साऱ्या दुऱ्यासाच्या. परवा आमच्या खेड्यावर विमानातून गोळीबार झाला. त्यानंतर लगेच जंजाविद घुसले. आम्ही शेत भांगलत होतो, म्हणून वाचलो. जंजाविदनी वस्तीवरच्या सर्वांना मारून टाकले. झोपड्या जाळल्या. आमचं जिणं मुश्कील झालं. कोणीतरी आम्हाला सांगितलं, की तिकडे आद्रेजवळ निर्वासितांसाठी छावण्या उभ्या केल्या आहेत. तेथे खायला-प्यायला मिळते नि राहायला तंबू असतो म्हणे! आता आम्हाला तिकडे जाण्याशिवाय दुसरा पर्याय नाही. गेले तीन दिवस आम्ही चालतच आहोत.”

“एकदा तिकडे पोचलात की तुम्हाला आधार मिळेल. बरं, आम्ही निघतो.” असे म्हणून जावेद उठला. तेवढ्यात एक बाई जावेदला म्हणाली,

"अरे बाबा, एक काम करतोस आमचं?"

"कोणतं बरं?" जावेदने आश्चर्याने विचारले.

हलक्या आवाजात ती बाई जावेदला म्हणाली,

"ती पलीकडे दगडावर कडेवर मुलगी घेतलेली बाई बसली आहे ना, तिची ती मुलगी काल सकाळीच वारली. आम्ही तिची खूप समजूत काढायचा प्रयत्न केला, की आपण तिचे एका झाडाखाली दफन करू. पण ती ऐकायलाच तयार नाही. माझ्या साफिराला मी सोडणार नाही, म्हणून हट्टाला पेटली आहे. ती कोणाशी बोलतही नाही. तिच्या मनावर परिणाम झाला आहे. काहीतरी करून तिची समजूत काढ व त्या मुलीचे दफन कर."

हे ऐकताच जावेद व रागे खूप हळहळले. आता काय मार्ग काढावा, असा विचार करत जावेद तिच्याजवळ गेला व एका दगडावर बसला.

"दीदी, तुझ्या मुलीचं नाव काय?"

"साफिरा." ती बाई शांतपणे म्हणाली. तिने जावेदकडे भावनाशून्य चेहऱ्याने पाह्यले.

"दीदी, साफिराची परी होऊन ती केव्हाच आकाशात गेली आहे. ती तुला वरून पाहू शकते. तुझ्या हातातील देह माझ्याकडे दे. त्याला आपण पैगंबराच्या घरी पाठवू."

जावेदने असे म्हणताच तिने तो मृतदेह त्याच्याकडे दिला. त्याने रागेला आपल्या पिशवीतील एक चादर जमिनीवर अंथरायला सांगितले. जावेदने त्यावर तो मृतदेह ठेवून त्याच्याभोवती चादर गुंडाळली. जावेद व रागेने वाळलेल्या फांद्यांच्या साहाय्याने झाडाखालील भुसभुशीत वालुकामय जमिनीत एक लहान खड्डा खोदला. त्यांनी तो मृतदेह हलक्या हातांनी त्या खड्ड्यात ठेवून त्यावर माती घालून जमीन एकसारखी केली. त्या ठिकाणी एक छोटा दगडांचा ढीग रचला. जावेदने त्याच्यासमोर गुडघे टेकून एक प्रार्थना केली. साफिराची आई उदास चेहऱ्याने आपल्या चिमुकल्या साफिराचा दफनविधी शांतपणे पाहत होती.

"बरं झालं बाबा, तू भेटलास. तू सत्कार्य केलंस, अल्ला तुझं भलं करो!" असे म्हणून मघाशी जावेदशी बोललेली बाई उठली. इतरही बायका उठल्या. साफिराची आई मात्र तेथून उठायला तयार नव्हती. शेवटी सर्वांनी मिळून तिची समजूत काढल्यावर ती उठली व त्यांच्याबरोबर चालू लागली. तेथून थोडे पुढे गेल्यावर पायवाटेने एक वळण घेतले. तेथे पोचल्यावर साफिराची आई काही क्षण थबकली, तिने अश्रुपूर्ण नजरेने त्या झाडाखालील चिमुकल्या थडग्याकडे शेवटचे पाहून घेतले व झपझप पावले टाकत ती इतरांबरोबर चालू लागली. रागे जावेदला

म्हणाला,

"जावेद, मी इकडे केवळ कबरी नि कबरस्थानांचे चित्रण करायला आलो; पण माझ्या डोळ्यांदेखत एका निष्पाप मुलीची कबर खोदली जाणार आहे, तिचा दफनविधी पार पाडला जाणार आहे व मी त्याचे चित्रण करणार आहे, असे इकडे येण्यापूर्वी चुकूनही माझ्या स्वप्नात आले नसते!"

झालिंगेजवळील चित्रीकरण झाल्यानंतर जावेद व रागे बुरुंगाकडे जायला निघाले. जावेदने रागेला सबीनाविषयी सांगितले. तो आनंदाने तिकडे जायला तयार झाला.

"जेव्हा जेव्हा संधी मिळेल, तेव्हा तेव्हा मी तिकडे जाऊन तिची भेट घेतो. शेवटची भेट गेल्या फेब्रुवारीमध्ये झालेली. त्या वेळी 'ॲम्नेस्टी इंटरनॅशनल'च्या तीन अधिकाऱ्यांना मी या भागात घेऊन आलो होतो. त्यानंतर तिकडे जायला संधी मिळालीच नाही. मी असा अचानक भेटायला आलो, की ती भारावून जाते."

"अगदी साहजिक आहे ते, जावेद. या अशा परिस्थितीत तिला तुझी चिंता वाटत असणार. पण तू तिची अधूनमधून भेट घेत असतोस, ही चांगली गोष्ट आहे."

"रागे, तिने कधी व्हिडिओ कॅमेरा पाहिलेला नाही. तुम्ही माझ्यासाठी तिचे थोडे चित्रण कराल?"

"नक्कीच! मी असं करेन, तिचे व तुझे बोलताना, चालताना थोडे चित्रण करेन. शिवाय तिच्या घराच्या परिसराचे व तिच्या बहिणीचेही चित्रण करेन. नंतर ते सारे त्या दोघींना कॅमेऱ्याच्या छोट्या पडद्यावर दाखवू!" रागे उत्साहाने म्हणाला.

"ती खूप आश्चर्यचकित होईल ते पाहून. मी तिला सांगेन, की तुझी आठवण आल्यावर मी ही चित्रफीत पाहत जाईन!"

जावेद सबीनाच्या वस्तीवर जाण्यासाठी उतावीळ झाला होता. वस्तीजवळच्या रस्त्यावर ते जीपमधून उतरले. जावेद भरभर चालत कुंपणाकडे गेला व अचानक थबकला. वस्तीच्या जागेवर जळालेल्या झोपड्यांची काळी राख नि भिंतींचे सांगाडे होते!

जावेदने जवळपासच्या वस्त्यांवर चौकशी केली. दोन आठवड्यांपूर्वी जंजाविदनी साऱ्या परिसरावर हल्ला केल्याचे त्याला समजले. हल्ल्यात ठार झालेल्या सर्वांचे सामुदायिक कबरीमध्ये दफन करण्यात आले होते. काही आश्रयासाठी छादकडे गेले होते, तर काही वयस्करांनी गाव सोडायला नकार दिला होता. त्या दोघींचे नेमके काय झाले असावे, हे काही केल्या समजायला मार्ग नव्हता.

"जावेद, त्यांनी कोठेतरी आश्रय घेतला असावा." रागे जावेदला धीर

द्यायच्या उद्देशाने म्हणाला. साऱ्या प्रकाराने जावेद कासावीस झाला होता. जंजाविदचा हल्ला म्हणजे महिलांवर नि तरण्याताठ्या मुलींवर बलात्कार व नंतर त्यांची हत्या, असे समीकरणच झाले होते. विषण्ण मनाने ते दोघे एका जीपने आद्रेकडे जायला निघाले. संध्याकाळी आद्रेजवळील सीमा त्यांनी चालत पार केली. दुसऱ्या दिवशी आबेचे व त्या संध्याकाळच्या विमानाने ते अंजामिनास पोचले. रागे आपली मोहीम यशस्वी झाली म्हणून समाधानी होता; पण शेवटी जावेदच्या बाबतीत घडलेल्या दुर्घटनेमुळे त्याचे यश झाकोळले होते. जावेदचा निरोप घेताना रागे म्हणाला,

"जावेद, धीर सोडू नकोस. त्या दोघी सुखरूप असाव्यात, अशी आपण आशा धरू. माझे फोननंबर्स तुझ्याकडे आहेत. माझी काही मदत लागल्यास केव्हाही फोन कर!"

रागेचा विमानतळावर निरोप घेतल्यानंतर जावेद सरळ आंतरराष्ट्रीय रेड क्रॉसच्या कार्यालयात जॅकलिन व्हॅलेंना भेटायला गेला. जावेदने त्यांना सबीना नि रोक्साना यांच्या बाबतीत काय झाले आहे, ते सांगितले.

"त्यांची नावे सांग बरं, जावेद. त्यांनी छादमध्ये आश्रय घेतला आहे का, हे आपण पाहू."

जावेदने दोघींची नावे एका कागदावर लिहून तो जॅकलिनकडे दिला. जॅकलिनने संगणकावर ती नावे टाइप केली व काही बटने दाबली. जावेदच्या छातीतील धडधड वाढली होती.

"जावेद, त्या दोघींनी छादमधील कोणत्याही निर्वासित छावणीत आश्रय घेतलेला नाही. मी अतिशय बारकाईने खात्री करून घेतली. आय ॲम सॉरी, जावेद!"

"थँक्स, जॅकलिन. त्या इकडे आल्या नाहीत म्हणजे कुठल्यातरी दुसऱ्या वस्तीवर राहायला गेल्या असाव्यात किंवा जंजाविदनी त्यांना..." जावेद आपले वाक्य पुरे करू शकला नाही.

❑❑❑

- १२ -

दार्फुरमधील परिस्थिती वारंवार बदलत होती. कधी दार्फुरी सशस्त्र गट काही भागावर ताबा प्रस्थापित करायचे, तर कधी सुदानी सैनिकांकडे ताबा जायचा. सबीना नि रोक्साना नाहीशा झाल्यामुळे आलेले औदासीन्य व उद्विग्नता यांची जळमटं झटकून जावेद पुन्हा कामाला लागला. अधूनमधून तो परिस्थितीचा अंदाज घेऊन दार्फुरकडे जाऊ लागला. प्रत्येक वेळी तो सबीना नि रोक्साना यांची चौकशी करून त्यांचा काही धागादोरा हाती लागतो का, हे अजमावत होता; पण त्यात यश यायचे काही चिन्ह नव्हते. जून २००७ मध्ये हॉलंडच्या फिलिप व्हॅन होव्हरबरोबर दार्फुरमध्ये गेला असताना जावेद सुदानी सशस्त्र गटांच्या तावडीतून सुदैवाने सहीसलामत सुटला, तेही फिलिपच्या चलाखीमुळे. जावेदला अमेरिकन सरकारचे पाठबळ आहे हे समजल्यामुळे सुदानचे सरकार चरफडत होते. त्याला छादमधून सुदानमध्ये पकडून आणणे अशक्य होते. त्यामुळे तो दार्फुरमध्ये कधी आपल्या हाती पडतो, यासाठी सुदानी सैन्यातील अधिकारी उतावीळ झाले होते. जावेदला याची जाणीव होती. त्यामुळे हल्ली तो खूपच सावधगिरी बाळगायचा.

एप्रिल २००८ मध्ये जावेदला वॉशिंग्टन डी. सी. जवळील ॲनापोलीस या शहरातून पॉल फोर्साइथ या प्रसिद्ध फ्री-लान्स पत्रकाराचा फोन आला. त्याच्यावर 'नॅशनल जिऑग्राफिक'ने दार्फुरवर एक माहितीपट काढायची जबाबदारी सोपवली होती. त्या सुमारास दार्फुरमध्ये जाणे धोक्याचे आहे, असे जावेदच्या

तेथील परिचितांनी त्याला सांगितले. पॉलला बरेचसे काम छादमधील निर्वासित छावण्यांमध्ये करायचे होते; परंतु त्याला थोडेसेतरी चित्रण दार्फुरमध्ये जाऊन करायचे होते. एप्रिलच्या बारा तारखेस पॉल अंजामिनास पोचला.

"पॉल, तुम्हाला दार्फुरमध्ये जायचे आहे; पण परिस्थिती तिकडे जाण्यास योग्य नाही. आद्रेच्या आसपास मोठ्या प्रमाणावर चकमकी सुरू आहेत."

"हे पहा जावेद, मी माझे जवळजवळ सारे काम छादमधील छावण्यांमध्ये करतो; पण दार्फुरवरील माहितीपटात थोडेतरी दार्फुरचे चित्रण हवे. आपण असं करू, आद्रेजवळ चकमकी सुरू असतील, तर तिनेजवळून सीमा ओलांडून दार्फुरमध्ये तीन-चार तास जाऊन येऊ. तेवढे जरी गेलो, तरी मला चालेल."

जावेद त्यास कबूल झाला. ते दोघे आबेचेमार्गे तिनेला पोचले. त्या संध्याकाळी जावेद तिनेच्या मार्केटकडे गाडी शोधायला गेला. त्यांना समजले होते, की तिनेपासून जवळच दार्फुरमधील फुराविया या खेड्यात अलीकडेच मोठे हत्याकांड झाले आहे. जावेद व पॉलला तिनेहून फुरावियाला सकाळी जाऊन दुपार किंवा संध्याकाळपर्यंत परत येता येणे शक्य होते. जावेदने चार-पाच जीपच्या मालकांना एक दिवसासाठी जीप हवी, असे सांगितल्यावर त्यांनी नकार दिला. दार्फुरमध्ये जायला कोणी धजावत नव्हते. त्यांच्यापैकी एकाने सांगितले, की अलीकडेच अली हमजा नावाच्या एका तरुणाने टोयोटा हिलुक्स पिक्-अप जीप खरेदी केली आहे, नि तो ती भाड्याने देऊ इच्छितो. जावेदने त्याला गाठले. तो व त्याचे चार मित्र एका उपाहारगृहात बसले होते. जावेद तेथे गेला व त्याने अलीस फुरावियास सकाळी जाऊन संध्याकाळी परत तिनेला येण्यासाठी गाडी हवी आहे, असे सांगितले.

"मी कधी बेकायदेशीरपणे सीमा पार केली नाही नि पुढे करणारही नाही. मला माझा जीव धोक्यात घालायचा नाही."

"अरे अली, प्रश्न फक्त सहा-सात तासांचा आहे. शिवाय आम्ही तुला दोन दिवसांचे भाडे देऊ." जावेदने त्याला पैशाचे प्रलोभन दाखवले.

"प्रश्न पैशाचा नाही, सुरक्षिततेचा आहे. जर आपण सुदानी सैनिकांना दिसलो तर पकडून तर ठेवतीलच; पण माझी नवीकोरी गाडी जप्त करतील. आमची तीन एकर जमीन विकून घेतलीय ती दोन महिन्यांपूर्वी. शिवाय मला दोन लहान मुले व बायको आहे. तुम्ही गाडीसाठी दुसऱ्या कोणाला तरी विचारा."

त्यांचे संभाषण ऐकणारा अलीचा एक मित्र त्याला म्हणाला,

"अरे अली, एवढे पैसे मिळतात तर नाही म्हणून चूक करू नकोस. फुराविया भागात व सीमेजवळच्या चकमकी केव्हाच थांबल्या आहेत. या व्यवसायात तू नवीन आहेस. भित्र्यासारखा विचार केलास, तर तुझ्या नव्या कोऱ्या हिलुक्सला

गंज चढेल! हे पाहा, फुराविंयाला जायला दोन तास, येथे दोन तास व परत यायला दोन तास. सकाळी लवकर गेलात तर दुपारच्या जेवणाला घरी पोचशील!''

थोडा वेळ विचार करून अलीने जावेदला विचारले,

''सकाळी किती वाजता निघायचे?''

जीप फुराविंयाच्या दिशेने धावत होती. रस्ता असा नव्हताच. वालुकामय जमिनीवर उमटलेल्या गाडीच्या चाकांच्या काही खुणा म्हणजेच रस्ता. जावेद चाकांच्या खुणा बारकाईने न्याहाळायचा. त्यावरून कोणत्या गाड्या ते जाण्यापूर्वी तेथून गेल्या असाव्यात, याचा तो अंदाज करत होता. तिने सोडून एक तास झाला होता. पॉलने घड्याळाकडे पाह्यले व विचार केला की, अर्धा तास संपला आहे. त्या भागात काही छोट्या टेकड्या व घळी होत्या. बाभळीची व इतर जंगली खुरटी झुडपे यांच्यामधून अली जीप चालवत होता. जावेद त्याला मार्गदर्शन करत होता. एका घळीतून जीप वर आल्यावर अलीने एकदम ब्रेक लावला. समोर चौदा-पंधरा वर्षांचा एक मुलगा हातात एके-४७ बंदूक घेऊन उभा. त्याच्या कंबरेला काडतुसांचा पट्टा लटकत होता. गाडी थांबताच त्याच्यासारखी तीन मुले झुडपामागून बाहेर आली. त्यांच्याकडेही बंदुका व काडतुसांचे पट्टे होते. नंतर आलेल्या मुलांमध्ये एक सतरा-अठरा वर्षांचा वाटत होता. जावेद शांतपणे जीपमधून उतरला. ती मुले झाघवा जमातीचीच होती. जावेद त्यांच्याजवळ जाऊन म्हणाला,

''सलाम-अले-कुम!''

''वाले-कुम-सलाम,'' त्यांच्या पैकी दोघेतिघे तोंडातल्या तोंडात पुटपुटले. त्यांचा आवाज रूक्ष होता. त्यात आपुलकीचा लवलेश नव्हता. जावेदने त्या मुलांना विचारले,

''सगळं काही ठीक चाललं आहे ना?''

''होय.'' त्यांच्यापैकी एकाने मोघम उत्तर दिले. ती मुले कोणाच्या बाजूची आहेत, याचा जावेद अंदाज घ्यायचा प्रयत्न करत होता. त्यांच्यापैकी सर्वांत मोठा मुलगा जावेदला म्हणाला,

''जावेद, तू माझ्याबरोबर जरा बाजूला चल.'' जावेदला आश्चर्य वाटले. तो त्या मुलांना ओळखत नव्हता. जावेद त्याच्याबरोबर गेल्यानंतर इतरांनी पॉल नि अलीला गाडीतून उतरायला सांगितले. त्यांनी गाडी तपासायला सुरुवात केली. अली व पॉलचे मोबाईल फोन तर त्यांनी काढून घेतलेच; पण पॉलचा उपग्रहाद्वारे चालणारा सॅट-फोनही काढून घेतला. कॅमेऱ्याची बॅगही काढून घेतली. इकडे जावेदचीही झडती घेण्यात आली. त्याचाही मोबाईल काढून घेतला गेला. अलीची त्या प्रकाराने घाबरगुंडी उडाली. तो अल्लाची प्रार्थना करू लागला. हे काम

स्वीकारायची दुर्बुद्धी झाल्याबद्दल स्वत:लाच दोष देऊ लागला. इतक्यात तेथे एक जीप येऊन पोचली. ती होती एका सशस्त्र बंडखोर गटाची. तिच्यातून सहा-सात सशस्त्र बंडखोर उतरले. त्यांचा कमांडर पुढे सरसावला व जावेदकडे पाहत म्हणाला,

"शेवटी सापडलास तर आमच्या तावडीत!" हे ऐकल्यावर जावेदची खात्री झाली, की प्रकरण खूप गंभीर आहे. रीतसर मार्गाने जावेदला छादमधून सुदानमध्ये आणण्यात आलेल्या अडचणी लक्षात घेता सुदानच्या सरकारने जावेदच्या पाळतीवर दोन गुप्तहेर ठेवले होते. ते त्याच्या प्रत्येक हालचालीवर बारकाईने लक्ष ठेवून होते. गेल्या दोन दिवसांपासून ते त्याचा पाठलाग करत होते. अंजामिनामध्ये त्याची व पॉलची भेट झाल्याचे त्यांनी सुदानमधील सैनिकी हेरगिरी खात्याच्या प्रमुखांना कळवले. त्यांनी बंडखोर गटांच्या मदतीने जावेदला पकडण्यासाठी व्यूहरचना आखली. ते बंडखोर झाघवा नव्हते.

त्या मुलांनी जप्त केलेले फोन व कॅमेऱ्यांची बॅग त्या कमांडरकडे दिली. तो जावेदला म्हणाला,

"तुम्ही तिघे तुमच्या जीपमध्ये जाऊन बसा. आमचा एक सैनिक जीप चालवेल."

ते तिघे अलीच्या जीपमध्ये चढले. तो सैनिक जीप चालवू लागला. जीपचा रोख आग्नेयेकडे होता. त्या भागावर सुदानी सैन्याचा कब्जा होता.

"जावेद, तुला काही आशेचा किरण दिसतोय का?" पॉलने चिंताग्रस्त स्वरात विचारले. त्यावर जावेद उदासपणे थोडेसे हसला; पण काही बोलला नाही. दीड तासाने गाडी बंडखोरांच्या एका तळावर पोचली. त्यांच्या मागोमाग त्या कमांडरची जीपही पोचली. त्या तिघांना गाडीतून उतरवून त्यांचे हात मागच्या बाजूस करून प्लॅस्टिकच्या जाड दोरखंडाने करकचून बांधण्यात आले व त्यांना एका खोलीसमोरील अंगणात तळपत्या उन्हात बसवले गेले. खायला अन्नाचा कण नाही नि प्यायला पाण्याचा थेंब नाही, अशा परिस्थितीत त्यांना अडीच-तीन तास तेथे बसवून ठेवले. इतक्यात तेथे आणखी एक जीप येऊन पोचली. ती होती दुसऱ्या एका गटाच्या कमांडरची. तो पूर्वी सुदानच्या सैन्याविरुद्ध लढायचा; पण आता त्याने सरकारशी हातमिळवणी केली होती. तो झाघवा होता. जावेद त्याला ओळखायचा. तो जावेदजवळ जाऊन म्हणाला,

"काय म्हणतोस जावेद?"

"काही नाही. ठीक आहे म्हणायचं!"

"तुला ठाऊक आहे ना, तू परदेशी पत्रकारांना वगैरे इकडे घेऊन आलेलं

सरकारला आवडत नाही?''

''या भागावर कोणाचा ताबा आहे, ते मला ठाऊक नव्हतं. नाहीतर पूर्वपरवानगी घेतल्याशिवाय आलो नसतो. आम्ही माघारी छादला जायला तयार आहोत.'' जावेदने त्याच्या ओळखीचा काही फायदा होतो का, हे अजमावले.

''मला अडचणीत टाकलं आहेस तू. मी पाहतो त्याला सांगून.'' असे म्हणून तो ज्याने त्या तिघांना पकडून आणले, त्या कमांडरकडे गेला. त्यांची बरीच चर्चा झाली. पंधरा-वीस मिनिटांनी तो झाघवा कमांडर जावेदकडे गेला व म्हणाला,

''जावेद, या भागावर त्याचा ताबा आहे. तुम्हा तिघांना सुदानी सैनिकांच्या ताब्यात द्यावे, असा परवा खार्तुमहून आदेश आला आहे. पण सुदैवाने तुम्हाला पकडून ठेवलेले त्याने सैनिकांना कळवलेले नाही. मी त्याला म्हणालो की, गुपचूप सोडून टाक त्या तिघांना. तो त्याला तयार नाही. तरीही मी त्याला विनवणी केली आहे. तो म्हणतोय, की तुला एकट्याला छादच्या सीमेजवळ सोडायची सोय करेन; पण तो फिरंगी व ड्रायव्हर यांना सोडणार नाही. ते दोघे गुप्तहेर असायची शक्यता असल्याने त्यांची चौकशी करावी लागेल, असे तो म्हणतोय.''

''त्या दोघांनाही सोडणार असेल, तरच मी छादकडे जाईन. मी त्यांना इकडे घेऊन आलो आहे. त्यांच्या सुरक्षिततेसाठी मी जबाबदार आहे.'' खरंतर जावेदवर त्यांच्या सुरक्षिततेचे बंधन नव्हते. त्यांनी जाणूनबुजून दार्फुरकडे जायचा निर्णय घेतला होता. पण त्या दोघांना तसेच सोडून स्वार्थीपणाने स्वत:ची सुटका करून घ्यायची, हे जावेदला पटेना. त्यांच्या सुरक्षिततेची नैतिक जबाबदारी जावेदने घेतलेली. गेली जवळजवळ पाच वर्षे जावेदने चोखपणे मार्गदर्शकाची भूमिका बजावली होती. दार्फुरमध्ये आणलेल्या परदेशी पाहुण्यांना सुरक्षितपणे परत छादला घेऊन जाणे हे त्याने आपले आद्य कर्तव्य मानले होते.

''तुला अशी संधी पुन्हा मिळणार नाही, जावेद. माझं ऐक, तो मोठ्या मुश्किलीने तयार झालाय. मूर्खपणा करू नकोस. त्याचे मतपरिवर्तन होण्यापूर्वी छादकडे जायला तयार हो. तू केवळ झाघवा आहेस म्हणून मी त्याला गळ घातली.''

जावेद आपल्या निर्णयाशी ठाम होता. ते पाहिल्यावर तो कमांडर जाताजाता म्हणाला, ''माझ्या परीने मी प्रयत्न केले. तुला त्यांच्याबरोबर राहायचे तर तुझी मर्जी. स्वत:च्या हाताने आपल्या पायावर धोंडा पाडून घेतो आहेस, हे लक्षात ठेव!''

संध्याकाळी त्या तिघांना एका बंडखोराने खायला भात व कसलेतरी शिजवलेले मांस दिले. प्यायला पाणीही दिले. रात्री त्यांना अंधाऱ्या कोठडीत कोंडून ठेवले.

दुसऱ्या दिवशी सकाळी तेथे चार-पाच जीपमधून बरेच सैनिक व त्यांचे कमांडर्स आले. सर्व कमांडर्स एकत्र बसून बरीच चर्चा करत होते. त्यांची चर्चा झाल्यावर एक कमांडर व चार सैनिक त्यांच्या कोठडीत गेले. तो कमांडर जावेदला म्हणाला,

"मी जे काही सांगतोय, ते ह्या फिरंग्याला भाषांतर करून सांग."

"ठीक आहे." जावेद म्हणाला.

"हा फिरंगी कुठल्या देशाहून आलाय?"

"अमेरिकेवरून."

"हे पाहा, आमची बरीच चर्चा झाली. त्याला आम्ही छादच्या सीमेजवळ सोडू. तो अमेरिकन असल्याने पुढे काही गडबड व्हायला नको. तुला व या ड्रायव्हरला आम्ही सोडणार नाही. सुदानी लष्करी अधिकारी तुमची चौकशी करतील. तुमचे पुढे काय करायचे, ते तेच ठरवतील."

जावेदने पॉलला त्यांचा निर्णय सांगितला. जावेद व अली यांना सोडणार नसल्याने पॉल आनंदाने हुरळून गेला नाही. तो कमांडर व ते सैनिक पॉलला घेऊन जाताना त्याने जावेद व अली यांचा अश्रुपूर्ण नयनांनी निरोप घेतला. ते सैनिक पॉलला गाडीत बसवून निघून गेले.

तीन-चार तास झाले, तरी छादची सीमा गाठली नाही म्हणून पॉलने एका सैनिकाला विचारले,

"अजून किती दूर आहे सीमा येथून?"

त्यावर ते सैनिक खो खो हसत सुटले.

"सीमा? कसली सीमा?" एकाने मोडक्यातोडक्या इंग्रजीत विचारले.

"तुम्ही लोक मला कोठे घेऊन चालला आहात?"

"आमच्या तळावर. तोवे या खेड्याजवळ."

"पण मला तुम्ही छादच्या सीमेजवळ सोडणार होता ना?"

"मुळीच नाही. तुझा तो दुभाषा तुला घेऊन जाताना गोंधळ घालेल, म्हणून त्याची दिशाभूल केली!"

तोवे येथील तळाच्या सैनिकांकडे पॉलला सोपवून त्याला घेऊन आलेले सैनिक निघून गेले. आता येथे काय होणार, या चिंतेने पॉल काळजीत पडला. नेमके काय चालले आहे, हे काही केल्या त्याला कळेना. पॉलला एका कोठडीत ठेवले होते. अंधार पडत चालला होता. एक सैनिक पॉलला एका मोठ्या खोलीत घेऊन गेला. त्याचे बांधलेले हात मोकळे केले. त्या खोलीत सात-आठ तरुण बसले होते. प्रत्येकाच्या हातात एक बाटली होती. त्यातील पेय ते पीत होते. त्यांच्यापैकी एकाने मोडक्यातोडक्या इंग्रजीत पॉलला खाली बसायला सांगितले व त्याला

विचारले,

"तुम्हाला हवी का थोडी? प्रवासामुळे दमला असाल म्हणून विचारले!"

"काय आहे त्यात?" पॉलने विचारले.

"खजुरांपासून केलेली दारू!"

"पाहू बरे थोडी." पॉल म्हणाला.

एकाने पॉलला ग्लासातून ते मद्य दिले. गोडसर चवीचे ते मद्य ठीक होते.

त्या सर्वांचा हास्यविनोद चालला होता. त्यांनी बरेच मद्य प्राशन केल्याचे पॉलच्या लक्षात आले. थोड्या वेळाने त्या सर्वांनी पॉलला घेरले व त्याच्यावर लाथांचा भडीमार सुरू झाला. आता त्यांच्या हास्यविनोदाला ऊत आला होता.

पॉल केव्हा बेशुद्ध पडला, हे त्याला समजले नाही. सकाळी जाग आली तेव्हा सूर्य बराच वर आला होता. एका सैनिकाने त्याला प्यायला पाणी व खायला कसल्यातरी पिठापासून केलेली एक जाड रोटी दिली. त्याने ती खाली व तांब्याभर पाणी प्यायले. त्याचे सारे अंग ठणकत होते. साऱ्या अंगावर काळेनिळे व्रण उमटले होते. त्याला धड बसतादेखील येत नव्हते. थोड्या वेळाने त्याला पुन्हा ग्लानी आली. तो अर्धवट बेशुद्ध नि अर्धवट जागे असल्याच्या अवस्थेत गेला व निपचित पडून राहिला. काही तासांनी त्याला पूर्ण जाग आली. संध्याकाळी कालची मंडळी तळावर आली. मद्यप्राशन झाल्यावर पुन्हा लाथांचा भडीमार सुरू झाला. जणूकाही मद्यप्राशन करतानाचा तो त्यांचा करमणुकीचा खेळच बनला.

तो प्रकार सलग तीन दिवस चालला. चौथ्या दिवशी जेव्हा त्याचे डोळे उघडले, तेव्हा त्यावर त्याचा विश्वास बसला नाही. आता मार खाणे त्याच्याच्याने शक्य नव्हते. आजचा हा दिवस आपल्या आयुष्यातील शेवटचा, अशी त्याची खात्री झाली. अर्धवट बेशुद्धावस्थेतील पॉलला त्याचा सारा जीवनपट डोळ्यांसमोर दिसू लागल्याचा भास झाला. पूर्वी त्याने कोठेतरी वाचले होते, की मृत्युशय्येवरील व्यक्तीच्या मृत्यूपूर्वी तिच्या डोळ्यांसमोरून आपल्या जीवनाचा सारा आलेख झर्रकन निघून जातो...

❑❑❑

- १३ -

बावीसवर्षीय पॉल फोर्साइथने १९९० साली शिकागो येथील इलिनॉय विद्यापीठात वृत्तविद्या विभागात प्रवेश घेतला. तो मूळचा स्प्रिंगफिल्डचा. पत्रकारितेशिवाय पॉलला दुसरी आवड होती टेनिसची! शाळेत असल्यापासून तो टेनिसमध्ये चमकला होता. विद्यापीठाच्या टेनिस संघाचा तो कप्तान झाला. त्यांच्या संघात होती शिकागोची बार्बरा वॉकर. बार्बरा सूक्ष्मजीवशास्त्राची विद्यार्थिनी होती. पॉल व बार्बरा यांचा परिचय, मैत्री व प्रेम या प्रवासास फारसा वेळ लागला नाही. सहा फूट उंच पॉलचे व्यक्तिमत्त्व आकर्षक होते. बार्बरादेखील सातत्याने टेनिस खेळून सडपातळ राहिली होती. निळ्या डोळ्यांच्या व दाट भुऱ्या केसांच्या बार्बराचे व्यक्तिमत्त्वही प्रसन्न व आकर्षक होते. पॉलचा अभ्यासक्रम १९९३ मध्ये तर बार्बराचा १९९४ मध्ये संपला. पॉलला १९९३ मध्येच जॉर्जिया प्रांतातील अटलांटा येथे 'द जॉर्जिया टाइम्स' या वृत्तपत्रात नोकरी मिळाली. पॉल व बार्बरा १९९४ मध्ये विवाहबद्ध झाले. बार्बराला अॅटलांटा येथील एका औषधे तयार करायच्या कंपनीत नोकरी मिळाली. पॉलला पहिल्यापासून साहसाची आवड होती. यथावकाश त्याने युद्धवार्ता विभागात काम करणे सुरू केले. अॅटलांटाहून त्यांनी २००१ साली वॉशिंग्टन डी. सी. ला स्थलांतर केले. पॉलची 'द वॉशिंग्टन पोस्ट'मध्ये युद्धवार्ता विभागाच्या प्रमुख पदावर निवड झाली होती. पॉलने त्याची नेमणूक झालेल्या वर्षीच नोव्हेंबरमध्ये अफगणिस्तानमध्ये जाऊन 'नाटो'फौजांनी तत्कालीन तालिबानविरुद्ध पुकारलेल्या युद्धाची वार्तापत्रे पाठवायची

कामगिरी अतिशय समर्थपणे पार पाडली. नंतर २००३ मध्ये अमेरिकेने इराकवर हल्ला केला, त्या वेळीही त्या युद्धाची वार्तापत्रे पाठविण्याच्या कामगिरीवर पॉलला पाठवण्यात आले.

पॉल व बार्बरा यांनी वॉशिंग्टनजवळील ॲनापोलिसमध्ये घर केले. जेनी १९९५ मध्ये तर वॉल्टर १९९९ मध्ये जन्मला होता. बार्बरास ॲबट् फार्मास्युटिकलमध्ये नोकरी मिळाली होती. एव्हाना एक कुशल युद्ध वार्ताहर म्हणून पॉलच्या नावाचा चांगलाच बोलबाला झालेला.

जेनीच्या दहाव्या वाढदिवसाची पार्टी मोठ्या धामधुमीत पार पडली. तिचे समवयस्क मित्र-मैत्रिणी व त्यांचे आई-वडील निघून गेल्यावर व मुले दमून झोपी गेल्यावर पॉलने त्याच्यासाठी व बार्बरासाठी 'मार्टिनी'चे दोन ग्लास तयार केले. दोघेही दमले होते. पॉल म्हणाला,

"बार्बरा, तुला एक सनसनाटी बातमी सांगायची आहे.''

"कसली रे, पॉल?''

"मी आज नोकरीचा राजीनामा दिला.''

"काय सांगतोस? असं तडकाफडकी राजीनामा देण्यासारखं काय झालं बरं?''

"झालं काहीच नाही. मलाच ते चाकोरीबद्ध काम कंटाळवाणं वाटू लागलं. मुख्य संपादक मला चांगल्या कामगिऱ्या देत होते; पण बऱ्याच वेळेस राजकीय कारणास्तव बातम्यांचा विपर्यास केला जायचा. माझ्या सदसद्विवेक बुद्धीला ते पटेना.''

"पण आता काय करायचं ठरवलं आहेस?''

"मी फ्री-लान्स पत्रकार व्हायचं ठरवलं आहे. माझ्या संपर्कातील बऱ्याच पत्रकारमित्रांनी मला कामे द्यायचं आश्वासन दिलं आहे. कोणाचं बंधन असणार नाही. शिवाय फक्त मला आवडणाऱ्या कामगिऱ्या स्वीकारायचे स्वातंत्र्य असेल.''

"म्हणजे युद्धग्रस्त भागाकडे जायच्या कामगिऱ्या म्हण ना!''

"त्या कामातील चित्तथरारकता काय असते, हे तुला समजणार नाही.''

"पॉल, आपल्याला दोन लहान मुले आहेत याची जाणीव ठेव. तू धोकादायक मोहिमांवर गेलास, की मी इकडे बेचैन असते. तू परत येईपर्यंत माझ्या जिवात जीव नसतो.''

"बार्बरा डार्लिंग, तू चिंता करू नकोस. मी खूप सावधगिरीने माझ्या मोहिमा पार पाडत असतो.''

त्यानंतर पॉलने टाइम, न्यूजवीक, नॅशनल जिऑग्राफिक, न्यूयॉर्क टाइम्स,

इंटरनॅशनल हेराल्ड ट्रिब्युन अशी विख्यात नियतकालिके व वृत्तपत्रांसाठी कित्येक मोहिमा यशस्वी रीत्या पार पाडल्या. एकीकडे पॉलला अफाट यश मिळत होते, प्रसिद्धी मिळत होती तर दुसरीकडे बार्बरा त्याच्यावर नाखूष होती. ती त्याला वारंवार धोकादायक कामे हाती घ्यायचे टाळायला प्रवृत्त करत होती. त्यालाही ते पटत होते, पण त्या बाबतीत तो चालढकल करत होता. पाकिस्तानमध्ये २००२ साली झालेली डॅनियल पर्ल या अमेरिकन पत्रकाराची हत्या, २००७ साली बी. बी. सी. च्या ॲलन जॉन्स्टनना चार महिने गाझामध्ये ओलिस ठेवून घेण्याची घटना व इतर काही प्रकरणांमुळे बार्बराला पॉलविषयी सदैव चिंता वाटायची. ती वारंवार पॉलजवळ आपली भीती व्यक्त करायची.

"बार्बरा, तू काळजी करू नकोस. मी अनाठायी धोका कधीच पत्करत नाही. शिवाय..."

"शिवाय काय?"

"शिवाय मी दहा लाख डॉलर्सचा विमा उतरवला आहे."

"पॉल, काय करायचे आहेत ते दहा लाख डॉलर्स, जर तू आम्हा तिघांना सोडून गेलास तर?" बार्बराच्या डोळ्यांत त्या कल्पनेनेच पाणी तरळले. तिला जवळ घेत पॉल म्हणाला,

"बार्बरा, युद्ध नि हिंसाचाराची चित्रणे करण्यातली थरारकता मला नशा आणते. मला त्या नशेची चटक लागली आहे असे समज. पण हे पहा, अजून काही दिवसांनी तू म्हणतेस त्याप्रमाणे मी हे सारं सोडून देईन व दुसऱ्या एखाद्या विषयावर लक्ष केंद्रित करेन. माझी एक महत्त्वाकांक्षा आहे."

"कोणती, पॉल?"

"हार्वर्ड मिडिया स्कूलमध्ये प्राध्यापक बनायची!"

"अरे, ते तर फारच उत्तम. आपण सारे बॉस्टनला स्थलांतर करू! मला तेथे कोठेतरी नोकरी मिळेल," बार्बरा उत्साहाने म्हणाली.

पॉल बार्बरा घरी यायची वाट पाहत होता. आज तो लवकरच घरी परतला होता. जेनी नि वॉल्टर आपला गृहपाठ करत बसले होते. बार्बराच्या गाडीचा आवाज पॉलने ऐकला व त्याने घराचे दार उघडले. बार्बरा घरात आली.

"अरे, लवकर आलास आज?"

"हो, तुला एक आनंदाची बातमी सांगायची आहे."

"कसली रे?" बार्बराने उत्सुकतेने विचारले.

"हार्वर्ड मिडिया स्कूलचे संचालक प्रा. जेफरी ग्रीनस्टोन यांच्याशी मी काही

दिवसांपूर्वी संपर्क साधून त्यांना माझी महत्त्वाकांक्षा सांगितली. त्यांनी मला 'युद्धवार्ताहराची आवश्यक कौशल्ये' या विषयावर एक व्याख्यानमाला गुंफायला आमंत्रित केले आहे. त्यांच्या पदव्युत्तर विद्यार्थ्यांसाठी ती त्यांनी आयोजित केली आहे. त्यास ते स्वत: हजर राहून माझे मूल्यमापन करून माझ्या नोकरीच्या अर्जावर विचार करणार आहेत.''

''पॉल, ही खरंच आनंदाची बातमी आहे. कधी आहे ती व्याख्यानमाला?''

''त्यास अजून दीड महिन्यांचा अवधी आहे.''

''चला, म्हणजे तुझे कार्यक्षेत्र बदलायच्या हालचाली सुरू झाल्या म्हणायचे तर!'' बार्बराच्या चेहऱ्यावर समाधानाची नि सुटकेची छटा दिसू लागली.

''पण बार्बरा, तत्पूर्वी मी दहा दिवसांसाठी शेवटच्या एका मोहिमेवर जाणार आहे.''

''ते कशाला बरं? आणि कोठे जायचा विचार आहे?''

''नॅशनल जिऑग्राफिकने दार्फुरवर एक माहितीपट काढायची जबाबदारी माझ्यावर सोपवली आहे.''

''पॉल, तिकडची परिस्थिती खूपच चिंताजनक आहे म्हणे! परवा मी 'पोस्ट'मध्ये वाचले, की तिकडे हिंसाचाराला ऊत आला आहे.''

''बार्बरा, माझे जवळजवळ सारे काम छादमधील निर्वासित छावण्यांमध्ये होणार आहे. दार्फुरमध्ये मी फक्त दोन-तीन तासांसाठी जाऊन येईन. नॅशनल जिऑग्राफिकने प्रत्यक्ष दार्फुरमधील काही फुटेज दुसऱ्या कोणाकडून तरी पैदा केले आहे. शिवाय जोहान्सबर्गमधील माझा मित्र जेकब जिंबा याने मला छादमधील जावेद उर्फ सुलेमान नावाच्या दुभाषा व मार्गदर्शकाचा फोन नंबर दिला आहे. जेकब म्हणाला, की तो अत्यंत सावधगिरी बाळगून परदेशी पत्रकार, सेवाभावी संस्थांचे अधिकारी अशांना दार्फुरमध्ये नेऊन आणतो. बंडखोर गटांचे कमांडर, त्या भागातील खेड्यांचे प्रमुख शेख अशा लोकांशी त्याच्या खूप ओळखी आहेत. त्याला तिकडे होणाऱ्या चकमकींची इत्थंभूत माहिती असते. जेकब व त्याच्या तीन सहकाऱ्यांना तो आठ दिवसांसाठी दार्फुरमध्ये घेऊन गेला होता. जेकब म्हणाला, की जावेद सोबत असेल, तर तुझ्या केसालाही धक्का लागणार नाही!''

□□□

- १४ -

पाठीत बसलेल्या एका जोरदार लाथेने पॉलला जाग आली. आधीच सारे अंग ठणकत असलेला पॉल कळवळला. संध्याकाळ झाली होती. तेथे बंडखोरांचा एक कमांडर आला व त्या सैनिकाला म्हणाला,

"पुरे झालं आता. मरायचा कोठेतरी!"

"मारूनच टाकूया ना! कशाला ठेवलाय जिवंत?"

"अरे, तुला ठाऊक नाही..." असे म्हणून कमांडरने त्या सैनिकाच्या कानात काहीतरी सांगितले. ते ऐकल्यावर तो सैनिक म्हणाला,

"असं होय, मग ठीक आहे."

"बरं, त्याला पाणी नि दोन रोट्या दे. काहीतरी करून जगवायला हवं त्याला."

"हो, घेऊन येतो. गेले तीन दिवस आम्ही त्याचा फुटबॉल केला होता. खूप मजा आली, पण आता पुरे झालं!"

इकडे जावेद नि अली यांचे हातपाय बांधले होते. एका पिक्-अप जीपच्या हौद्यात त्यांना ठेवले होते. त्यांच्यावर दोन सशस्त्र सैनिक लक्ष ठेवून होते. जीप एका झाडाखाली थांबली. तेथे आधीच एक जीप येऊन थांबली होती. त्यातील सैनिकांनी जावेद व अली यांच्या पायांना दोरखंड बांधून झाडास उलटे लटकावले. नंतर एक कमांडर एक चाबूक घेऊन तेथे आला. त्याने जावेद व अली यांना फटके द्यायला सुरुवात केली व

म्हणाला,

"सांगा, तुम्ही कोणासाठी हेरगिरी करत आहात? जोपर्यंत सांगत नाही, तोपर्यंत मी थांबणार नाही.''

जावेद व अली यांनी आपण कोण आहोत व काय काम करतो, हे काहीही न लपवता सांगितले; पण त्या कमांडरचे समाधान झाले नव्हते. चार तासांनी ते बेशुद्ध झाल्यावर तो निघून गेला.

ज्या वेळी त्यांना जाग आली, त्या वेळी ते दुसऱ्याच एका ठिकाणी होते. दुसऱ्या दिवशीची सकाळ झाली होती. जावेद व अली यांना एका झाडाखाली ठेवले होते. त्यांचे सारे अंग ठणकत होते. त्यांच्या भोवती सहा मुले होती. प्रत्येकाच्या हातात कलाशनिकोव्ह किंवा एके ४७ होती. ती मुले झाघवा जमातीचीच, सोळा-सतरा वर्षांची होती. ते दोघे शुद्धीवर आल्यानंतर त्या मुलांचा म्होरक्या म्हणाला,

"चला आमच्याबरोबर. उठा आता. आम्ही खूप वेळ वाट पाहिली तुम्ही उठायची.''

ते दोघे उठले. ती मुले एका घळीच्या दिशेने चालू लागली. जवळजवळ पंधरा मिनिटे चालल्यानंतर जावेदला एक प्रकारची दुर्गंधी आली. पायांखाली मानवी अस्थींचे तुकडे, मानवी केस, फाटक्या कपड्यांचे तुकडे दिसू लागले. काही अस्थी खूप जुन्या वाटत होत्या, तर काही अगदी अलीकडील होत्या. अलीने मानवी कवट्या पाहिल्यावर अल्लाच्या नावाचा जप सुरू केला. जावेदला त्या सर्वांच्या चाहुलीने काही तरस तेथून पळून जाताना दिसले, तर काही गिधाडांनी आकाशात झेप घेतली. त्या दोघांना त्या मुलांनी त्यांच्यापासून वीस-पंचवीस फुटांवरील एका झाडाखाली उभे राहायला सांगितले व आपल्या बंदुकांमधील काडतुसे तपासली. जावेदने त्यांच्याकडे निरखून पाहिले. त्यांच्यापैकी दोघांना त्याने खूप वर्षांपूर्वी ते लहान असताना पाहिले होते. जावेदच्या वस्तीपासून त्यांची वस्ती पंधरा-वीस किलोमीटर अंतरावर होती. तेथून जाता-येता जावेद कधीतरी त्यांच्या वस्तीवर थांबायचा. चहा-पाणी व्हायचे; तर कधी जेवणही. त्या वेळी ती मुले अंगणात खेळत असत. एव्हाना त्या मुलांनी बंदुका सरसावल्या होत्या. एवढ्यात जावेद म्हणाला,

"एक मिनिट थांबा. माझी एक शेवटची विनंती आहे.''

"कोणती?'' त्या मुलांच्या म्होरक्याने विचारले.

"आम्हाला मारण्यापूर्वी आमचे डोळे बांधा. त्यासाठी कापडाच्या पट्ट्या मिळतात का पहा. नाहीतर माझे मुंडासे फाडून त्यांनी बांधा. माझ्या लहान भावांसारख्या तुमच्यातील अबू नि हसन यांनी माझ्यावर बंदूक उगारलेली प्रतिमा माझ्या डोळ्यांत

साठवून मला मरायचं नाही. शिवाय माझ्याच जमातीच्या तुम्हा सर्वांना आम्हाला मारून टाकताना काही अपराधीपणाची किंवा कृतघ्नतेची भावना तुमच्या चेहऱ्यावर दिसत नाही, हेदेखील मला मरताना पाहवणार नाही. जा, लवकर कापड शोधा!'' जावेद काहीसं ठामपणे असं म्हणाला, तेव्हा त्या मुलांमध्ये थोडी चलबिचल झाली. इतक्यात त्यांच्यापैकी हसन म्हणाला,

''तुम्ही आम्हाला ओळखता? आम्ही नाही तुम्हाला ओळखलं.''

''तुम्हालाच काय, तुझा सर्वांत धाकटा भाऊ सलीम व तुझ्या बहिणी रुबेदा नि जमिला यांना मी अलीकडेच तौलुमच्या निर्वासित छावणीत पाहिलं आहे!''

''खरंच? ते तिघे जिवंत आहेत?'' जावेदच्या उत्तरावर त्यांचा विश्वासच बसेना.

''जिवंत? अगदी सुरक्षित नि उत्तम आहेत. हवंतर मी त्यांची व तुमची भेट घडवून आणू शकतो. त्यांनीच मला सांगितलं, की तुमच्या आई-वडलांना मारलं गेलं. त्यांना कोणी मारलं ठाऊक आहे? ज्यांच्या मांडीला मांडी लावून तुम्ही आज जेवता, त्या सुदानी सैनिकांनी!''

त्या मुलांमध्ये काही चर्चा झाली. त्यांनी जावेद नि अली यांना तेथून काही अंतरावरील एका झाडाकडे नेले. ते सर्वजण झाडाखाली बसले. त्यांचा म्होरक्या म्हणाला,

''आम्ही तुम्हाला मारणार नाही; पण तुम्हाला आम्ही सोडून दिल्याचं कमांडरच्या निर्दशनास आलं, तर तो आम्हाला मारून टाकेल. आम्ही तुम्हाला परत त्या कमांडरच्या ताब्यात देतो.''

जावेदला हे ऐकल्यावर काही कालावधीसाठी का होईना, मृत्यूच्या उंबरठ्यावरून मागे फिरल्याचा थोडासा दिलासा मिळाला.

''तुम्ही कसे काय रे शत्रूला मिळालात?''

''काय करणार? आमच्या आई-वडलांना मारून टाकलं गेलं. खायची पंचाईत झाली. आता या लोकांसाठी काही काम केलं, तर दोन वेळा खायला तरी मिळतं.''

''अरे, तुम्ही कोणाला मदत करता आहात ठाऊक आहे? दार्फुरमधील वेगवेगळ्या जमातींच्या किती निरपराध लोकांवर त्यांनी अत्याचार केले आहेत, किती लोकांना मारून टाकलं आहे, याची तुम्हाला कल्पना नाही. अलीकडेच हशाबादजवळच्या मुलींच्या शाळेवर त्यांनी हल्ला केला नि चाळीस मुलींवर व त्यांच्या शिक्षिकांवर बलात्कार केला. त्यांच्यापैकी काही केवळ आठ वर्षांच्या होत्या. पंधरा मुलींचा तर त्यांनी असा छळ केला, की त्या मरून गेल्या. बाकीच्या

सर्वजणींना दवाखान्यात न्यावं लागलं. तेथील नर्सने हा प्रकार एका परदेशी पत्रकाराला सांगितला. हे समजल्यावर काही जंजाविद व सुदानी सैनिकांनी त्या नर्सला दोन दिवस डांबून ठेवलं नि बारा जणांनी रात्रंदिवस तिच्यावर बलात्कार केला. तिसऱ्या दिवशी त्यांनी तिलाही ठार मारलं. तुमची तयारी आहे असली कृत्ये करायची?''

ती घृणास्पद घटना समजल्यावर त्यांच्या अंगावर शहारे आले. त्यांच्यापैकी एकजण म्हणाला,

''त्या मुली आमच्या बहिणींसारख्या. असलं घाणेरडं काम आमच्या हातून मुळीच होणार नाही. पण आता आम्ही करावे तरी काय?''

आतापर्यंत शांत असलेला अली म्हणाला, ''अरे, छादच्या सीमेलगत दहा-बारा निर्वासित छावण्या उभ्या केल्या आहेत. त्यांपैकी कोणत्याही छावणीत जाऊन दाखल व्हा. खायला-प्यायला मिळेल. शिवाय संरक्षणदेखील. तुम्हाला हिंसक कृत्ये करायची कोणी बळजबरी करणार नाही...'' इतक्यात मघाचा कमांडर तिथे एका जीपमधून पोचला. तो उतरून त्यांच्याजवळ आला व म्हणाला,

''अरे, तुमचे काय चालले आहे? या दोघांना संपवलं नाही?''

''कमांडरसाहेब, जावेद झाघवा आहे. आम्ही त्याला मारू शकत नाही. तुम्ही या दोघांना घेऊन जा व त्यांचे काय करायचे ते करा. आमच्याकडून हे काम होणार नाही.''

हे ऐकल्यावर कमांडर विचारात पडला. तो म्हणाला,

''ठीक आहे, आता एकच मार्ग उरला आहे.''

त्याने जावेद नि अलीला त्याच्या जीपमध्ये बसायला सांगितले. जीप तेथून निघाली. वाटेत कमांडर उतरला. त्याने ड्रायव्हर व चार सैनिकांना काही सूचना दिल्या. जीप तेथून पूर्वेला जाऊ लागली. जवळजवळ चार तासांनी ती सुदानी सैन्याच्या एका तळावर पोचली. बाहेर प्रवेशद्वाराजवळील रखवालदारांना त्या सैनिकांनी काहीतरी सांगितले. त्यांच्याकडे जावेद नि अलीला सोपवले व ते तेथून निघून गेले. काही वेळाने आतून एक कॅप्टन बाहेर आला. त्याच्या सोबत चार सैनिक होते. त्यांनी त्या दोघांना त्यांच्याबरोबर यायचा इशारा केला. जावेद नि अली यांचे हात मागे करून बांधले होते. तळाचे आवार खूप प्रशस्त होते. वेगवेगळ्या बैठ्या इमारती होत्या. संपूर्ण परिसराच्या भोवती तारेचे उंच कुंपण होते. प्रत्येक कोपऱ्यावर उंच टेहळणीमनोरा होता. त्यातील सशस्त्र सैनिक संपूर्ण परिसरावर लक्ष ठेवून होते. तळाच्या आवारात काही लष्करी वाहने ये-जा करत होती. लष्करी अधिकारी नि सैनिकांचा तेथे वावर होता. सरकारला मदत करणाऱ्या सशस्त्र बंडखोरांकडून आता

ते सुदानी सैन्याच्या ताब्यात आले होते. जावेदला कळून चुकले, की आता येथून सुटका अशक्य आहे. गेली काही वर्षे त्याच्या मोहिमांमुळे सुदानचे सरकार त्याच्यावर चवताळले होते. कधी एकदा तो त्यांच्या तावडीत सापडतो, असे त्यांना झाले होते. आता त्याच्यावर सूड उगवायची संधी चालून आली होती. आपले दिवस भरले आहेत, याची त्याला खात्री झाली.

त्या सैनिकांनी जावेद नि अलीला एका कोठडीत ढकलून तिचे दार बाहेरून बंद केले. आत अंधार होता. थोड्या वेळाने अंधाराची सवय झाल्यावर जावेदने कोठडीत नजर टाकली व त्याला आश्चर्याचा धक्का बसला. अशक्त व क्षीण झालेला पॉल एक भिंतीला टेकून बसला होता. त्याला ग्लानी आली होती. त्याच्याजवळ जाऊन जावेदने विचारले,

'पॉल, तू येथे कसा? आम्हाला वाटले, की तुला केव्हाच सोडून दिलं असावं.''

त्यावर खिन्नपणे हसत पॉल म्हणाला, ''या लोकांच्या एकाही शब्दावर माझा विश्वास बसत नाही.''

''तुला आमच्याकडून दुसरीकडे नेल्यानंतर काय काय झालं?''

पॉलने त्यांना आपण कोणत्या दिव्याला तोंड दिले, हे सविस्तरपणे सांगितले. ते ऐकल्यावर जावेद हळहळला. त्याने आपले अनुभव पॉलला सांगितले. एव्हाना अंधार पडू लागला होता. एका सैनिकाने त्यांना गव्हाच्या जाड रोट्या व पाणी दिले. ते पाहून अली म्हणाला,

''आपल्याला खायला देत आहेत, म्हणजे ठार मारणार नसावेत.''

''तुलाही आता त्यांच्या हालचालींवरून त्यांच्या हेतूचा अंदाज येऊ लागला तर!'' जावेद हसत म्हणाला.

''जावेद, तुला इकडे आणलं, बरं झालं. मला जरा आधार वाटतो तुझा. आतापर्यंत हे लोक काय बोलतात, हे कळायचंच नाही. क्वचितच एखादा मोडके-तोडके इंग्रजी बोलायचा.''

त्यांनी त्या बेचव व अर्धवट भाजलेल्या रोट्या खाल्ल्या व पाणीही घेतले. कोठडीच्या एका कोपऱ्यात एक पत्र्याची बादली होती. तिचा उपयोग शौचगृहासारखा केला जात होता. तिच्यातून येणारी दुर्गंधी साऱ्या कोठडीत पसरली होती. तेथे बसणे असह्य झाले होते; पण त्यांना पर्याय नव्हता. जमेची बाजू एकच, की त्या कोठडीला जाड गजांच्या दोन खिडक्या होत्या. त्या अगदी छताजवळ होत्या. त्यांतून थोडाफार वारा यायचा. त्यांना कधी झोप लागली समजले नाही. सकाळी त्यांना चहा व ब्रेड देण्यात आला. नऊच्या सुमारास त्यांना कोठडीतून बाहेर काढून चार सैनिक त्यांना एका कार्यालयाकडे घेऊन गेले. तेथील एका खोलीच्या दारावरील

नाव जावेदने वाचले, 'कर्नल रेहमत वाली मझलिश.' त्या तिघांना त्या खोलीत नेण्यात आले. त्यांना पाहताच चाळिशीच्या कर्नलने आपल्या नाकावरचा चष्मा काढला, तो वाचत असलेली फाईल बंद केली व जावेदकडे पाहत तो म्हणाला,

"जावेद इब्राहिम झारी उर्फ सुलेमान जमाल खलील, ही पहा तुझी फाईल. तुझ्या आजवरचा साऱ्या कारवायांची यात इत्थंभूत माहिती आहे. कित्येक दिवस तुझ्या पाळतीवर होतो. आता बोलाव ना तुझ्या मदतीला तुझ्या अमेरिकेतील पाठीराख्यांना! आणि हा फिरंगी, सी. आय. ए. चा गुप्तहेर! शिवाय हा अली, छादचा गुप्तहेर! वा, काय त्रिकूट आहे..." इतक्यात साऱ्या तळाचा आवार एका हेलिकॉप्टरच्या आवाजाने भरून गेला. ते पाहून कर्नल पुढे म्हणाला,

"चला, जनरलसाहेब आले म्हणायचे!"

तळाच्या पटांगणात एक हेलिकॉप्टर उतरले. त्याचे पंखे फिरायचे बंद झाल्यावर त्यातून एक जाडाजुडा, उग्र चेहऱ्याचा व बटबटीत डोळ्यांचा लष्करी उच्च अधिकाऱ्याचा गणवेश घातलेला लेफ्टनंट जनरल अल् जफार उतरला. कर्नल मझलिश व इतर काही अधिकारी त्याच्या स्वागतासाठी पुढे सरसावले. सलामीचा कार्यक्रम झाल्यावर ते सारे कर्नल मझलिशच्या कार्यालयात आले. लेफ्टनंट जनरल अल् जाफर कर्नलच्या खुर्चीत बसल्यावर बाकीचे अधिकारी तेथून निघून गेले. फक्त कर्नल मझलिश ले. जनरल अल् जफार यांच्याजवळ अदबीने उभा होता. हाता-पायांत बेड्या असलेल्या पॉल, जावेद व अली यांच्याकडे एक रागीट कटाक्ष टाकून ले. जनरल जफार म्हणाला,

"हेच काय ते हरामखोर?"

"होय, सर!" कर्नलने पुस्ती जोडली.

जावेदकडे पाहत ले. जनरल जफार म्हणाला,

"हरामखोरा, किती बदनामी केलीस सरकारची? आता भोग त्याची फळे. आणि हा नालायक फिरंगी! परिस्थितीचा फायदा घेऊन आमच्या हद्दीत शिरला ते सी. आय. ए. साठी हेरगिरी करायच्या उद्देशाने, यात शंका नाही. आणि हा छादचा मूर्ख गुप्तहेर. कोणी सांगितलं होतं हा उपद्व्याप करायला? आता पाहून घेतो एकेकाला!"

इतक्यात एक लष्करी सेवक चहा, बिस्किटे व केकचा मोठा ट्रे घेऊन त्या खोलीत आला. ले. जनरल जफारने चहा व केकचे दोन मोठे तुकडे घेतले. त्या तिघांच्या पहाऱ्यावरील सैनिकांना उद्देशून तो म्हणाला,

"त्यांना चढवा हेलिकॉप्टरमध्ये. मी कर्नलशी थोडी बातचित करून पंधरा-वीस मिनिटांत येतो आहे, असे पायलटला सांगा."

ते सैनिक त्यांना हेलिकॉप्टरकडे घेऊन गेले. सीट्सच्या दोन रांगांमागे

मोकळी जागा होती. त्या जागेत त्या तिघांना बसवण्यात आले. हेलिकॉप्टरचा जाड पत्रा चांगलाच तापला होता.

"कोठे घेऊन जाणार असेल तो आपल्याला?" पॉलने विचारले.

"खार्तुम!" जावेद खिन्नपणे म्हणाला.

पंधरा-वीस मिनिटांनी हेलिकॉप्टरचे पंखे फिरू लागले. ले. जनरल जफार व त्याचा एक साहाय्यक पायलटच्या मागे बसले होते. जावेद, पॉल व अली यांना खाली बसवल्यामुळे बाहेरचे काहीच दिसत नव्हते. हेलिकॉप्टर हळूहळू वर जाऊ लागले. ठरावीक उंची गाठल्यावर ते खार्तुमच्या दिशेने मार्गक्रमण करू लागले. पंधरा मिनिटे झाली असतील, अचानक हेलिकॉप्टरवर बंदुकीच्या गोळ्या येऊन आपटल्याचा आवाज येऊ लागला. ले. जनरल जफार पायलटला म्हणाला,

"या भागातून दूर चल, दिशा वळव..."

इतक्यात जफारच्या शेजारील खिडकीची काच फुटली.

"जावेद, काय चाललं आहे?" पॉलने जावेदला विचारले.

"दार्फुरी सशस्त्र संरक्षक गटाचे सैनिक संधी मिळेल तेव्हा सुदानच्या लष्करी हेलिकॉप्टर्सवर गोळीबार करतात. आतापर्यंत त्यांनी पाच-सहा हेलिकॉप्टर्स कोसळवली आहेत."

"अरे बापरे! आपण आत आहोत हे त्यांना समजण्याचा काहीच मार्ग नाही." पॉल म्हणाला.

"हेलिकॉप्टर कोसळले तर बरे होईल. कदाचित आपण फक्त जखमी होऊ किंवा ठार होऊ. पुढे होणाऱ्या छळातून तरी सुटका होईल!" अली म्हणाला.

"पुढचे पुढे. आता या क्षणीतरी आपण वाचायला हवे," जावेद म्हणाला.

दरम्यान हेलिकॉप्टरने आपली दिशा बदलली होती व ते अधिक उंचीवरून उडू लागले होते. गोळीबार थांबला होता. त्या तिघांना जवळजवळ दीड तासाने हेलिकॉप्टर हळूहळू खाली जात असल्याचे जाणवले. ते खार्तुम जवळ आल्याचे लक्षण होते. हेलिकॉप्टर जमिनीवर उतरल्यावर त्यांना एक धक्का जाणवला. त्याची पाती फिरायची थांबल्यावर दारे उघडण्यात आली. सशस्त्र पहाऱ्यात त्या तिघांची रवानगी खार्तुमच्या उत्तरेकडील लष्करी मुख्यालयाच्या आवारातील तुरुंगाकडे करण्यात आली. तो हेरगिरी व देशद्रोही कारवाया करणाऱ्यांच्या चौकशीसाठी वापरला जायचा. सुदानच्या हद्दीत प्रवेश केल्यापासूनचा तो त्यांचा दहावा दिवस होता.

त्यांच्या चौकशीचे कामकाज सुरू झाले. दुसऱ्या दिवशी सकाळी ९ वाजता. ते सोपवले होते लष्करी गुप्तहेर खात्याचा प्रमुख ब्रिगेडियर महदी याच्यावर. एक क्रूर व चक्रम अधिकारी अशी साऱ्या सुदानमध्ये त्याची ख्याती होती. सर्वप्रथम

त्याने त्या तिघांना आपल्या कार्यालयात बोलावले.

"हे पाहा, मी काय सांगतो ते लक्षपूर्वक ऐका. तुम्ही जर आमच्याशी सहकार्य करून सर्व प्रश्नांची उत्तरे प्रामाणिकपणे दिली, तर तुम्हाला काहीही त्रास होणार नाही. तुम्हा तिघांचे प्राथमिक जबाब मला नोंदवून घ्यायचे आहेत. आम्ही तुमच्या बाबतीत सुदानच्या फौजदारी कायद्याची प्रक्रिया सुरू करत आहोत. यथावकाश तुमच्याविरुद्ध फौजदारी खटला दाखल करण्यात येणार आहे. त्यासाठी मला तुमचे जबाब घ्यावे लागतील. त्यासाठी मी जे प्रश्न तुम्हाला विचारणार आहे, त्यांची तुम्ही उत्तरे देण्यात टाळाटाळ केलीत किंवा आमची दिशाभूल करायचा प्रयत्न केला, तर मला माझ्या मार्गाने तुमच्याकडून खरी उत्तरे मिळवावी लागतील," असे म्हणून त्या तिघांवर पहारा ठेवणाऱ्या सैनिकांना उद्देशून तो म्हणाला,

"या तिघांना आपण आपल्या पाहुण्यांचा पाहुणचार कसा करतो, हे दाखवून आणा."

ते सैनिक त्या तिघांना तुरुंगाच्या मागील बाजूकडील काही खोल्यांकडे घेऊन गेले. त्यांपैकी त्यांनी पहिली उघडली. आतमध्ये चार मोठ्या खुर्च्यांना वेगवेगळ्या ठिकाणी विजेच्या तारा जोडल्या होत्या. दुसऱ्या खोलीत पाण्याचा एक मोठा हौद व त्याच्या वरील छतास एक चक्र व त्यावर एक साखळदंड होता. साखळीच्या एका टोकाला कैद्यांच्या पायाला बांधायच्या बेड्या होत्या. एखाद्यास उलटे टांगून पाण्यात डोके बुडवायचे व बाहेर काढायचे, याची तेथे सोय होती. तिसऱ्या खोलीत फक्त वेगवेगळ्या प्रकारची धारदार उपकरणे ठेवली होती. चौथ्या खोलीत एखाद्याचे हात व पाय पसरवून भिंतीला बांधायची सोय होती. तेथे काही चाबूकही दिसत होते. अशा सात-आठ खोल्या पाहून त्या तिघांच्या अंगावर शहारे आले. शेवटी त्यांना पुन्हा ब्रिगेडियर महदीच्या कार्यालयाकडे नेण्यात आले.

"पाहिलं ना आम्ही आमच्या पाहुण्यांना कसे प्रेमाने वागवतो? तेव्हा सारं काही तुमच्या हातात आहे. आज दुपारपासून कामास सुरुवात करायची आहे!"

तीन दिवसानंतर ब्रिगेडियर महदी ले. जनरल जफार याला भेटायला गेला. सलामी झाल्यावर जनरलने ब्रिगेडियरला बसायची खूण केली.

"सर, ते तिघेही आपण गुप्तहेर असल्याचे नाकारतात. खोदून खोदून प्रश्न विचारले, तरी आपल्या उत्तरांशी ठाम राहतात."

"आपला पाहुणचार दिला की नाही त्यांना?"

"सर्व प्रकारचा पाहुणचार दिला. त्याचा काहीही उपयोग झाला नाही. सध्या त्या तिघांची परिस्थिती खूपच बिकट आहे. त्यांना हालचाल करता येत नाही. मला वाटते, त्यांना सात-आठ दिवस व्यवस्थित खाऊपिऊ घालून फौजदारी न्यायालयाकडे

पाठवावे.''

"ठीक आहे. साक्षीदारांचे काय?''

"ते तिघेही हेरगिरी करतात अशा आशयाच्या साक्षी देण्यासाठी मी काही साक्षीदार तयार ठेवतो.''

"ठीक आहे. कोणत्या न्यायाधीशासमोर त्यांचा खटला चालणार आहे मला सांगा. मी न्यायाधीशास फोन करून त्यांना कोणती शिक्षा द्यायची, हे सांगेन. हरामखोरांचा कायमचा काटा काढायला हवा.''

कडेकोट सैनिकी बंदोबस्तात पॉल, जावेद व अली यांना ३ मे या दिवशी खार्तुमच्या वरिष्ठ फौजदारी न्यायालयात हजर करण्यात आले. न्यायाधीश पन्नाशीचे, गंभीर चेहऱ्याचे होते. त्यांनी जाड भिंगांचा चष्मा लावला होता. बऱ्याच ठिकाणी त्यांचे केस करडे झाले होते. सुदानची न्यायपालिका स्वतंत्र असण्याचा प्रश्नच उद्‌भवत नव्हता. सारा कारभार लष्करी अधिकाऱ्यांच्या तालावर चालायचा. संरक्षणमंत्री 'राष्ट्रीय सुरक्षे'च्या कारणास्तव कोणत्याही क्षणी न्यायाधीशांना बडतर्फ करू शकत. खटला सुरू होण्यापूर्वी लेफ्टनंट जनरल जफार व न्यायाधीशांची सखोल चर्चा झाली होती. न्यायाधीशांनी काही प्राथमिक सोपस्कार पार पाडल्यानंतर आरोपपत्र वाचण्यास सुरुवात केली-

"आरोपी क्रमांक १, पॉल जोनाथन फोर्साईथ, राहणार - ॲनापोलिस, मेरीलँड, अमेरिका, वय ४०, व्यवसाय हेरगिरी. तुझ्यावर असा आरोप आहे, की आपण पत्रकार असल्याचा बहाणा करून आरोपी क्रमांक २ व ३ यांच्या मदतीने १५ एप्रिल २००८ या दिवशी सुदानच्या संरक्षणाविषयी अत्यंत गोपनीय माहिती काढण्याच्या उद्देशाने छादमधून सुदानच्या हद्दीत प्रवेश केला व सॅट्-फोनच्या साहाय्याने सुदानच्या शत्रूंना गुप्त संदेश पाठवून राष्ट्रीय सुरक्षा धोक्यात आणलीस. तुझ्यावर सुदानच्या फौजदारी कायद्याचे कलम ४१३ अन्वये हेरगिरी व कलम ५३८ अन्वये राष्ट्रीय सुरक्षिततेस धोका पोचविला, असे दोन आरोप आहेत. तुझ्यावरील आरोप तुला मान्य आहेत?''

"नाहीत.''

"आरोपी क्रमांक २, जावेद इब्राहिम झारी, राहणार अंजामिना, छाद; वय २७; व्यवसाय - दुभाषा व हेरगिरीस मदत करणे. तुझ्यावर व आरोपी क्रमांक ३ अली रेहमत शेख, राहणार - तिने, छाद; वय २९, व्यवसाय चालक व हेरगिरीस मदत करणे; याच्यावर आरोपी क्रमांक १ याच्या बेकायदेशीर उपक्रमास जाणीवपूर्वक मदत केल्याचा व त्यास प्रोत्साहन दिल्याचा सुदानच्या फौजदारी कायद्याच्या कलम ३५ व कलम ४२ अन्वये आरोप दाखल करण्यात येत आहेत. ते तुम्हाला मान्य आहेत?''

"नाहीत." अली व जावेदने न्यायाधीशांना सांगितले.

"ठीक. तुम्ही वकील देऊ शकत नसल्याने सरकारतर्फे अल् शरीफ यांची तुमचे वकील म्हणून नेमणूक करण्यात आली आहे. सरकारी वकील मुसा, तुम्ही साक्षी-पुरावे सादर करावेत."

सरकारी वकिलांनी साक्षीदारांना पाचारण केले. दोन साक्षीदार लष्करी अधिकारी होते. त्यांनी पॉलने जावेदच्या मदतीने आपल्याशी संपर्क साधला होता व सुदानी सैन्याविषयी काही गोपनीय कागदपत्रे पाच हजार डॉलर्सच्या मोबदल्यात उपलब्ध करून देण्याची गळ घातली होती, अशा आशयाच्या साक्षी दिल्या. तिसरा साक्षीदार होता संरक्षण मंत्रालयातील एक अधिकारी. त्याने सांगितले, की पॉलने आपल्याशी जावेदमार्फत संपर्क साधून अलीकडे सुदानने चीनकडून खरेदी केलेल्या शस्त्रास्त्रांच्या कंत्राटाच्या प्रती उपलब्ध करून देण्यासाठी आठ हजार डॉलर्सची लाच देऊ केली होती, पण आपण ती नाकारली. चौथा साक्षीदार होता गृहमंत्रालयातील एक कनिष्ठ अधिकारी. त्याच्या मार्फत पॉल व जावेद यांनी राष्ट्रीय सुरक्षा समितीच्या बैठकांचे वृत्तांत मिळविण्याचा प्रयत्न केला होता. इतर दोन साक्षीदार होते दार्फुरचे रहिवासी. त्यांनी पॉल व जावेद यांनी आपल्याजवळ 'सुदानच्या सैन्याच्या दार्फुरमध्ये काय हालचाली चालू आहेत, त्यांचे तळ कोठे आहेत, शस्त्रास्त्रांचे साठे कोठे आहेत या व अशा प्रकारच्या अन्य काही चौकश्या केल्या होत्या. त्यांच्याबरोबर अली होता. आम्हाला त्यांना हवी असलेली कसलीच माहिती ठाऊक नसल्याचे सांगितल्यावर त्यांनी आम्हाला सांगितले, की तुम्ही असली माहिती संकलित करून आम्हाला पुरवली, तर तुमचा मोठा आर्थिक फायदा होईल."

आरोपींचा तथाकथित वकील अल् शरीफ याने त्या साक्षीदारांना काही जुजबी प्रश्न विचारले. त्यांचा उलटतपास असा केलाच नाही. धादांत खोटे बोलणाऱ्या त्या साक्षीदारांच्या साक्षी चालू असताना न्यायाधीश काही नोंदी करून घेत होते. सरकारतर्फे त्या तिघांविरुद्ध भरभक्कम पुरावा सादर करण्यात आला होता. खोट्या साक्षी चालू असताना आयुष्यात प्रथमच पाहत असलेल्या त्या व्यक्तींच्या वक्तव्याने पॉल, जावेद व अली हतबल होऊन आरोपीच्या पिंजऱ्यात आपल्या नशिबाला दोष देत बसले होते. त्यांच्यावरील आरोप शाबीत झाले आहेत, या निष्कर्षाप्रत येण्यासाठी न्यायाधीशांचा मार्ग सुकर झाला होता. खटल्याचा निकाल ५ मे या दिवशी जाहीर केला जाईल, असे म्हणून न्यायाधीशांनी खटल्याची सुनावणी पुढे ढकलली.

त्या रात्री पॉल, जावेद व अली यांनी फाशीला खंबीरपणे सामोरे जायची मनाची तयारी केली. पॉलच्या डोळ्यांसमोर वारंवार बार्बरा, जेनी व वॉल्टर यांचे चेहरे येत होते. जावेद आपली आई, बहिणी व सबीना यांच्या आठवणींनी व्याकूळ

झाला होता. अली आपल्या बायको व मुलांच्या आठवणी काढत, अल्लाची प्रार्थना करत बसला होता. निकालाच्या दिवशी त्या तिघांना न्यायालयात नेण्यात आले. न्यायालयात सर्वसामान्य नागरिकांना हजर राहण्याची मुभा नव्हती. फक्त सरकारी वकील मुसा, आरोपींचे वकील शरीफ, काही सरकारी अधिकारी, न्यायालयाचे कर्मचारी व आरोपींवर पहारा ठेवणारे सैनिक एवढेच लोक हजर होते. सकाळी दहाच्या ठोक्याला गंभीर चेहऱ्याच्या न्यायाधीशांनी न्यायालयात प्रवेश केला. सर्व उपस्थित उठून उभे राह्यले व न्यायाधीश बसल्यावर त्यांना अभिवादन करून बसले. न्यायाधीशांनी आपल्या सोबत आणलेल्या एका फाईलमधील कागदपत्रांवर एक नजर टाकली व ते म्हणाले,

"तीनही आरोपींनी उठून उभे रहावे."

पॉल, जावेद व अली उभे राह्यले. तिघांच्या चेहऱ्यांवर उत्कंठा, नैराश्य, चिंता व पश्चात्ताप अशा मिश्र भावना प्रतिबिंबित झालेल्या.

"आरोपी क्रमांक १, तुझ्याविरुद्धचे सुदानच्या फौजदारी कायद्याच्या कलम ४१३ व ५३८ अंतर्गत आरोप, तसेच आरोपी क्रमांक २ व ३ यांच्याविरुद्धचे कलम ३५ व कलम ४२ अंतर्गत आरोप सिद्ध करण्यासाठी आवश्यक असलेला नि:संदिग्ध पुरावा सरकारपक्षाने यशस्वी रीत्या सादर केल्यामुळे तुमच्यावरील सर्व आरोप शाबीत झाले आहेत. तुम्हाला कायद्याने पुरस्कृत केलेल्या फाशी किंवा आजन्म कारावास यांपैकी कोणती शिक्षा द्यावी, यासाठी न्यायालय सरकारपक्षाचे व आरोपींचे म्हणणे ऐकून घेईल."

सरकारी वकील त्या तिघांना देहदंडाचीच शिक्षा द्यावी, अशी शिफारस करणार यात शंका नव्हती. पॉल, जावेद व अली यांनी मनाची तयारी केली. सरकारी वकील उठून उभे राह्यले.

"माननीय न्यायमूर्ती, सरकारपक्षाने अलीकडील काही महत्त्वपूर्ण घडामोडी लक्षात घेता असा निर्णय घेतला आहे, की या तीनही आरोपींवरील प्रस्तुतचा खटला मागे घेण्यात यावा व त्यांची त्वरित विनाशर्त मुक्तता करण्यात यावी. त्याचबरोबर त्यांना हव्या असलेल्या ठिकाणी सरकारी सुरक्षेत पाठविण्याची सरकार हमी घेत आहे."

हे ऐकताच त्या तिघांचा आपल्या कानांवर विश्वास बसेना. जेव्हा न्यायालयाच्या आदेशानुसार त्यांच्या हातापायांतील बेड्या व साखळदंड काढले गेले, त्या वेळी त्या तिघांनी एकमेकांना कडकडून मिठ्या मारल्या. त्यांच्या डोळ्यांतून आनंदाश्रूंचे ओहोळ वाहू लागले होते!

❑❑❑

- १५ -

"जावेद, मला वाटतं, की सरकारची ही काहीतरी खेळी असावी. आपणा तिघांना फासावर लटकावयाची चालून आलेली संधी डावलण्यामागे सरकारचा काही अंतस्थ हेतू असणार, यात शंका नाही. माझे व अलीचे सोडून दे. गेली चार-पाच वर्षे तुझ्या उपक्रमांमुळे संतप्त झालेले सरकार तू त्यांच्या जाळ्यात सापडला असताना तुला विनाशर्त मोकळे सोडायला तयार झाले आहे, यावर माझा अजूनही विश्वास बसत नाही."

"पॉल, माझीतर मतीच गुंग झाली आहे. हे सारं माझ्या कल्पनेच्या पलीकडचं आहे." जावेद सरकारने आपला आवाज कायमचा बंद करण्याची सुवर्णसंधी का डावलली असावी, या विचाराने गोंधळून गेला होता.

"अल्लाने माझी प्रार्थना ऐकली असणार म्हणूनच सरकारला सुबुद्धी सुचली असावी!" अलीचे हे बोलणे ऐकल्यावर पॉल व जावेद यांना हसू फुटले. इतक्यात एक सरकारी अधिकारी त्यांच्याजवळ आला व त्यांना म्हणाला,

"मी अल् याकोब, सुदानच्या गृहमंत्रालयाचा उप-सचिव. तुम्ही तिघे माझ्याबरोबर न्यायालयाच्या तळमजल्यावरील एका कार्यालयाकडे चलावे. तेथे काही महत्त्वाचे काम आहे."

हे ऐकल्यावर त्या तिघांनी 'आता हे कसले नवीन प्रकरण उद्‌भवले आहे', अशा प्रश्नार्थक नजरेने एकमेकांकडे पाहिले. त्यांच्यावर पहारा ठेवणारे सैनिक केव्हाच निघून गेले होते. त्या अधिकाऱ्याबरोबर ते तिघे न्यायालयाच्या इमारतीचा लाकडी जिना

उतरून तळमजल्यावर पोचले. न्यायालयाच्या आवारात फारशी वर्दळ नव्हती. लष्करी जीप निघून गेल्या होत्या. त्या अधिकाऱ्याच्या मागोमाग ते कोपऱ्यावरील एका मोठ्या खोलीकडे गेले. त्या खोलीचे दार बंद होते. तो अधिकारी पॉलला म्हणाला,

"तुम्ही या दोघांना घेऊन आत जा."

पॉलला काय चालले आहे समजेना. तो अधिकारी बाहेरच थांबला. पॉलने त्या खोलीचे दार ढकलले. ते आतून बंद नव्हते. पॉल व त्याच्या पाठोपाठ जावेद नि अली आत गेले. तेथील व्यक्तींना पाहून त्या तिघांच्या आश्चर्याला पारावार राहिला नाही. त्यांच्यापैकी फक्त दोघांना पॉल ओळखत होता, तर जावेद फक्त एकाच व्यक्तीला ओळखत होता. त्यांचे स्वागत करण्यासाठी ते पाचजण पुढे सरसावले.

"पॉल, अभिनंदन! चला, आज आमच्या डोक्यावरील टांगती तलवार नाहीशी झाली!" ज्या मेरीलँड प्रातांत पॉल राहायचा, त्या प्रांताचे गव्हर्नर एडवर्ड रॉबर्टसन पॉलशी हस्तांदोलन करता करता म्हणाले. दरम्यान अमेरिकेच्या विदेश खात्याचे सहायक सचिव जॉन कँपबेलनी जावेदला मिठी मारली व म्हणाले,

"जावेद, मी तर सारी आशा सोडूनच दिली होती. तुम्हाला खूपच मनस्ताप व शारीरिक यातना सहन कराव्या लागल्या असणार. पण आता ते सारं विसरायचं!"

इतक्यात निळा सूट घातलेले एक पन्नाशीचे गृहस्थ पॉल व जावेदला म्हणाले,

"मी जेकब रॉस, अमेरिकेचा येथील राजदूत. तुम्हा सर्वांचे हार्दिक अभिनंदन!"

"थँक्स...तुम्ही इकडे कसे...केव्हा...तुम्हाला कसे कळले की..." पॉलला काय बोलावे सुचेना. सुदानच्या सरकारने ऐन वेळी आपले धोरण कोणत्या कारणास्तव बदलले, याचा त्यांना हळूहळू उलगडा होऊ लागला.

जवळजवळ चार आठवड्यांपूर्वी, १० एप्रिलला जेव्हा वॉशिंग्टन डी. सी.च्या डलेस आंतरराष्ट्रीय विमानतळावर पॉलने बार्बराचा निरोप घ्यायची वेळ आली, त्या वेळी त्याच्या बाहुपाशातील बार्बरा त्याला म्हणाली,

"पॉल, ही तुझी शेवटचीच मोहीम आहे. सांभाळून रहा हे मी तुला सांगायला नको, पण मन राहवत नाही रे!"

"बार्बरा डार्लिंग, तू काळजी करू नकोस. मी तुला रोज संध्याकाळी फोन करत जाईन. मोबाईल चालला तर ठीकच, नाहीतर सॅट-फोन आहेच. समज, जर माझा फोन लागला नाही, तर तू मला फोन करायचा प्रयत्न कर. जर सलग दोन

दिवस आपला संपर्क झाला नाही, तर मी अडचणीत सापडलो आहे असा निष्कर्ष काढून खार्तुममधील अमेरिकन दूतावासाशी संपर्क साध...''

जेव्हा १५ एप्रिलनंतर पॉलचा फोन यायचे बंद झाले, तेव्हा १७ तारखेस बार्बराने पॉलशी त्याच्या सॅट-फोनवर संपर्क साधायचा प्रयत्न केला. त्या वेळी तो होता एक सशस्त्र बंडखोर गटाच्या कमांडरकडे. फोनची रिंग वाजल्यावर त्याने फोन उचलला.

''सलाम-अले-कुम. अना कमांडर मुर्तझा मझलिश एत्खल्लम् आल्लेख. इन्तमिनू?'' अरबी भाषेतील हे उत्तर ऐकल्यावर बार्बराने जे ओळखायचे ते ओळखले. तिने लागलीच सूत्रे हलवायला सुरुवात केली. सर्वप्रथम ती गेली सिनेटर व्हिन्सेंट रे यांच्याकडे. पॉलचा राजकीय वर्तुळात खूप दबदबा होता. त्याच्या पत्रकारितेतील कौशल्यामुळे त्याला खूप प्रसिद्धी मिळाली होती. कित्येक राजकीय नेत्यांशी त्याचे घनिष्ट संबंध होते. सिनेटर रे यांनी बार्बरास दिलासा दिला. ते तिला मेरीलँडचे गव्हर्नर एडवर्ड रॉबर्टसन यांच्याकडे घेऊन गेले. त्यांचे कार्यालय बाल्टिमोरमध्ये होते.

''गव्हर्नर, पॉलची सुटका व्हायलाच हवी. तुम्ही कृपा करून राजकीय पातळीवर हालचाली सुरू करा. वेळ फार कमी आहे. पॉलचा जीव धोक्यात आहे.''

गव्हर्नर रॉबर्टसन पॉलला चांगलेच ओळखायचे. त्यांनी लागलीच विदेश खात्याचे साहाय्यक सचिव जॉन कँपबेलना फोन लावला. त्यात भेटीची वेळ ठरली. ती त्याच दिवशी पाच वाजता वॉशिंग्टन डी.सी.मध्ये होणार होती.

''बार्बरा, आपण चार वाजता माझ्या विमानाने वॉशिंग्टनला जायचे आहे.''

जॉन कँपबेल, गव्हर्नर रॉबर्टसन व बार्बरा यांची चर्चा दीड तास चालली. दरम्यान जॉन कँपबेलनी अमेरिकेचे खार्तुममधील राजदूत जेकब रॉस यांच्याशी पंधरा मिनिटे चर्चा केली. ती तारीख होती २१ एप्रिल. फक्त दोनच दिवसांनी राजदूत रॉस यांनी मि. कँपबेलना काही घडामोडींची कल्पना दिली. त्या वेळी सुदानच्या सरकारने अमेरिकेचा कोणी नागरिक आपल्या ताब्यात असल्याचा इन्कार केला. अर्थात एका अर्थी ते खोटे नव्हते. त्या वेळी पॉल, जावेद नि अली सरकारधार्जिण्या बंडखोरांच्या ताब्यात होते. राजदूत रॉस यांनी सुदानच्या परराष्ट्र मंत्र्यांची भेट घेऊन एक गोष्ट स्पष्ट केली, की 'अमेरिकेच्या कोणत्याही नागरिकास सुदानच्या सैनिकांनी अथवा पोलिसांनी डांबून ठेवून त्याचा छळ केला किंवा त्याची हत्या केली, तर अमेरिका त्या घटनेकडे गंभीरपणे पाहून त्यास सुदानच्या सरकारला जबाबदार धरेल. जर असा प्रकार घडला, तर अमेरिका सुदानविरुद्ध योग्य ती कारवाई करण्यासाठी मुक्त राहील.' त्या वेळी सुदानच्या परराष्ट्र मंत्र्यांनी 'आपण

अमेरिकन नागरिक पॉल फोर्साईय सुदानमध्ये असल्यास त्याच्या सुरक्षिततेविषयी योग्य ती खबरदारी घेऊ', असे आश्वासन राजदूत रॉस यांना दिले. त्या वेळी त्यांनी त्याबाबत काही ठोस पावले उचलली नाहीत. त्या वेळी परराष्ट्र मंत्रालय व संरक्षण मंत्रालय यांच्यामध्ये फारसा समन्वय नव्हता. काही दिवसांनी पॉल-जावेद-अली यांची 'चौकशी' पुरी झाल्यानंतर त्यांच्यावर जेव्हा खार्तुमच्या न्यायालयात खटला दाखल करण्यात आला, त्या वेळी मंत्रिमंडळाच्या बैठकीदरम्यान संरक्षणमंत्र्यांनी पॉलचा विषय काढला. त्या वेळी परराष्ट्रमंत्र्यांना एकदम राजदूत रॉस यांच्याबरोबर काही दिवसांपूर्वी झालेली चर्चा आठवली. त्यांनी ती गोष्ट अध्यक्ष अल् बशीर यांच्या कानांवर घातली. सुदान व अमेरिका यांचे संबंध मैत्रीपूर्ण नसले, तरी सुदानचे सरकार अमेरिकेला दुखवू शकत नव्हते. राजनैतिकतेच्या दृष्टिकोनातून ते त्यांना जड गेले असते. त्या विषयावर चर्चा चालू असताना कायदा व न्यायमंत्र्यांनी अध्यक्षांना विचारले,

"सर, अजून अमेरिकेच्या दूतावासाला त्या खटल्याचा सुगावा लागलेला नाही. आपण या बाबतीत काय करावे, याचे मार्गदर्शन केल्यास त्याप्रमाणे पावले उचलता येतील.''

त्यावर अध्यक्षांनी थोडा वेळ विचार केला व ते म्हणाले,

"असं करू, त्यांच्यावरील खटला चालू राहू दे. साक्षी-पुरावे होऊ देत. त्यांच्यावरील सर्व आरोप शाबीत झाले आहेत, या निष्कर्षाप्रत यायला न्यायाधीशांना सांगा. तसे झाल्यावरच खटला मागे घेऊ. त्यांना सोडावे लागेल. पण पुढेमागे आपण अमेरिकन सरकारच्या आग्रहाखातर तीन गुन्हेगारांना विनाशर्त मुक्त केले आहे, याचा राजकीय कारणासाठी उपयोग करून घेऊ शकू.''

खटल्याचा निकाल लागण्यापूर्वी दोन दिवस गव्हर्नर रॉबर्टसन व जॉन कँपबेल खार्तुममध्ये दाखल झाले. त्यांनी परराष्ट्रमंत्री, कायदा व न्यायमंत्री तसेच अध्यक्ष बशीर यांची भेट घेऊन त्यांच्यावर पॉल-जावेद-अली यांच्या सुटकेसाठी दबावतंत्र वापरले. त्या तिघांच्या सुटकेमधील सर्व अडथळे दूर झाले होते.

चार गाड्यांमधून ते सारे अल्-मोग्रान मार्गावरील खार्तुम हिल्टन हॉटेलवर पोचले. त्या तिघांसाठी खोल्या आरक्षित केल्या होत्या.

"तुम्ही आता अंघोळ करून घ्या. तुमच्यासाठी तुमच्या खोल्यांमध्ये नवे कपडे ठेवलेले आहेत. अर्ध्या-पाऊण तासाने आपण एकत्र भोजन घेऊ.'' दूतावासाच्या एका अधिकाऱ्याने त्या तिघांना सांगितले. ते तिघे अर्ध्या तासात तयार होऊन हॉटेलच्या स्वागत कक्षात गेले. दुपारचे साडेबारा वाजले होते. त्या सर्वांची भोजनाची सोय स्वतंत्रपणे एका खास कक्षात केली होती.

''पॉल, बार्बराने मुलांसहित इकडे यायचा हट्ट धरला होता. पण तुमच्या सुटकेच्या तारखेची अनिश्चितता, शिवाय मुलांच्या शाळेची अडचण लक्षात घेता मी तिची समजूत काढली. रोज मी तिला फोन करून इकडच्या घडामोडींची माहिती देत असतो. हा घे माझा फोन, तिच्याशी फोनवर बोल.'' असे म्हणून जॉन कँपबेलनी बार्बराचा नंबर पॉलला जोडून दिला. पॉल त्या कक्षातून बाहेर गेला. त्याने घड्याळात पाहिले. त्या वेळी ॲनापोलिसमध्ये सकाळचे पावणेसहा वाजले होते.

बार्बरास पॉलची मुक्तता झाल्यामुळे आनंदाचे उधाण आलेले. जेनी व वॉल्टर यांनाही तिने उठवले. त्या दोघांचा आनंद गगनात मावत नव्हता. त्यांच्याशी बोलताना पॉलच्या डोळ्यांतून आनंदाश्रूंच्या धारा लागलेल्या. फोन झाल्यावर पॉल पुन्हा भोजनकक्षात गेला.

''तुम्हा तिघांना उद्या सकाळी अल्-बराहा हॉस्पिटलमध्ये दाखल व्हायचं आहे. तेथील तज्ज्ञ तुमची बारकाईने तपासणी करणार आहेत. गरज पडल्यास काही दिवस ठेवून घेतील.'' राजदूत रॉस म्हणाले.

''पॉल, जेकब आता पुढची सारी तयारी करतील. गव्हर्नर व मी आज रात्री डी. सी. साठी निघू. आता आमच्या मनावरील बोजा दूर झाला आहे. आज दुपारी व रात्री तुम्ही चांगली विश्रांती घ्या,'' जॉन कँपबेल म्हणाले.

''आम्हाला आमच्या आरामदायी खोल्यांत झोप येणार नाही. गेले तीन आठवडे अंधाऱ्या, दुर्गंधीयुक्त, होरपळणारा उष्मा असणाऱ्या कोठड्यांच्या खडबडीत कठीण जमिनीवर झोपायची सवय झाली आहे.'' जावेदने असे म्हणताच सारेजण मनसोक्त हसले.

अल्-बराहा हॉस्पिटलमध्ये त्या तिघांच्या किरकोळ जखमांवर औषधोपचार केल्यानंतर सहा दिवसांनी त्यांना डिस्चार्ज देण्यात आला. सुदैवाने कोणाचेही फ्रॅक्चर झालेले नव्हते. उत्कृष्ट भोजनाबरोबर शक्तिवर्धके दिल्यामुळे त्यांची प्रकृती पूर्ववत झाली होती. त्या दिवशी त्यांना पुन्हा 'हिल्टन'वर नेण्यात आले. त्या संध्याकाळी त्या तिघांची राजदूत रॉस व दूतावासाचे दोन अधिकारी यांच्याबरोबर पुढच्या तयारीविषयी चर्चा होणार होती. दूतावासाच्या तीन गाड्यांतून ते अल् सलाम रोटानामधील 'अल् नुबा' या प्रसिद्ध उपाहारगृहात गेले. तेथे त्यांच्यासाठी एक कक्षात भोजनाची सोय केली होती. सुदानमध्ये सार्वजनिक ठिकाणी मद्यप्राशनावर बंदी होती, पण राजदूतांनी मॅनेजरच्या परवानगीने कक्षाचे दार बंद करून ब्ल्यू लेबल जॉनी वॉकर उघडली. अलीने ऑरेंज ज्यूस घेतला, तर इतर सर्वांनी आपले स्कॉचचे ग्लास उंचावून चियर्स केले.

"तुमच्या सहीसलामत सुटकेसाठी चियर्स!" असे राजदूतांनी म्हटले. त्यावर जावेद म्हणाला,

"तुम्हा सर्वांच्या अथक प्रयत्नांसाठी आम्ही कसे आभार मानायचे, कळत नाही."

"ही आमची जबाबदारी आम्ही समर्थपणे पार पाडू शकलो, ही समाधानाची गोष्ट. कित्येक वेळा ते शक्य होत नाही. सहा वर्षांपूर्वी डॅनियलच्या बाबतीत काय झाले, तुम्हाला ठाऊक आहेच," राजदूत रॉस म्हणाले.

'वॉल स्ट्रीट जर्नल'साठी काम करणारा ३९ वर्षांचा पत्रकार डॅनियल पर्ल अल्-कायदाच्या काही कारवायांविषयी अधिक माहिती जमा करण्यासाठी जानेवारी २००२ मध्ये पाकिस्तानमध्ये गेला. त्या वेळी त्याची दिशाभूल करून 'तुझी शेख मुबारक अली गिलानी या भूमिगत दहशतवाद्याची भेट घालून देतो', असे सांगून त्यास कराची येथील एका उपाहारगृहाकडे घेऊन जात असता अपहरण करण्यात आले व लगेच एका आठवड्यात १ फेब्रुवारी २००२ या दिवशी त्याचा शिरच्छेद करण्यात आला. त्याची चित्रफित अमेरिकन दूतावासाकडे पाठविण्यात आली. या भयावह घटनेने साऱ्या जगात व पत्रकारितेच्या विश्वात एकच खळबळ उडवून दिली होती.

"जावेद, सुरुवातीस सुदानचे सरकार फक्त पॉलची मुक्तता करू असे म्हणत होते; पण मिस्टर कँपबेलनी आग्रह धरला, की तुझी व अलीची सुटका झालीच पाहिजे. गव्हर्नर रॉबर्टसन यांनीदेखील तुम्हा तिघांची विनाशर्त मुक्तता झाल्याशिवाय आम्ही येथून जाणार नाही, असे परराष्ट्रमंत्र्यांना निक्षून सांगितले. कारण आम्हाला पुरेपूर खात्री होती, की तुला त्यांनी मुक्त केले नाही, तर एका दिवसात तुला फासावर लटकावले जाणार. अलीचीही तीच गत झाली असती."

"थँक्स सर! केवळ तुम्ही सर्वजण माझ्या पाठीशी खंबीरपणे उभे राह्यलात म्हणून आज मी सुखरूप आहे," जावेद स्कॉचचा एक घोट घेत म्हणाला.

"मी तर म्हणतो की, माझे फक्त गाडीवर निभावले. नाहीतर एव्हाना मी पैगंबरवासी झालोच असतो," अली म्हणाला.

"तुझी गाडी सुखरूप आहे बरं, अली! आम्ही ती एका कमांडरकडून सोडवून आणण्यास लष्करी अधिकाऱ्यांना भाग पाडले. सध्या ती दूतावासाच्या आवारात असून आमच्या तंत्रज्ञाने तिच्यात किरकोळ दुरुस्त्या करून ती उत्तम स्थितीत ठेवली आहे. तुला सुदानी सैनिकांच्या सुरक्षिततेत छादच्या तिनेजवळील सीमेवर सोडायचे आश्वासन संरक्षणमंत्र्यांनी दिले आहे."

हे ऐकताच अलीचा चेहरा खुलला.

"पॉल, परवादिवशी तू लुफ्तांसाच्या फ्लाइटने व्हाया फ्रँकफर्ट डी. सी. ला जाशील. जावेद, तुझ्या बाबतीत आम्ही खूप विचार केला. तुला इथिओपियन एयरलाइनने व्हाया आदिस अबाबा अंजामिनास जावे लागेल. छादच्या येथील दूतावासाने तुझ्याकडे पासपोर्ट नसल्यामुळे तुला तात्पुरता प्रवासपरवाना द्यायचे ठरवले आहे. उद्या तो मिळेल. तूही परवा दुपारच्या फ्लाइटने जायला निघशील."

"हे बाकी उत्तम झालं. एकदा अंजामिनास पोचलो, की निर्धास्त होईन," जावेद म्हणाला.

"जावेद, मला एक सुचवावेसे वाटते. तू आता परिस्थिती निवळल्याशिवाय दार्फुरमध्ये जायचे धाडस करू नकोस. पुन्हा जर सुदानी लष्कराच्या तावडीत सापडलास, तर तुझी धडगत नाही," पॉल जावेदला म्हणाला.

"पॉल, ही माझी शेवटचीच मोहीम. मी यापुढे दुभाषाचे व मार्गदर्शकाचे काम करायचे नाही, असा निर्धार केला आहे."

पॉल व राजदूत इतर काही बोलत होते. जावेदचे तिकडे लक्ष नव्हते. आपला ग्लास घेऊन तो खिडकीजवळ गेला. समोर नाईल नदीच्या प्रशस्त पात्रात आजबाजूच्या रंगीत रोषणाईचे प्रतिबिंब पडले होते. वर आकाशात चांदण्यांची रोषणाई फुलली होती. पण जावेदच्या नजरेसमोर दाट काळोख पसरला होता. 'दुभाषाचे व मार्गदर्शकाचे काम करायचे सोडशील, त्या दिवशी मी सबीनाचा हात तुझ्या हाती देईन', हे रोक्सानाचे शब्द त्याच्या कानांत घुमत होते. 'आज मी तिची अट पुरी करत आहे, पण सबीनाचा हात मागण्यासाठी मी त्या दोघींचा कोठे शोध घेऊ?' या अनुत्तरित प्रश्नाने जावेद कासावीस झाला होता.

❑❑❑

- १६ -

जावेद खार्तुमहून दुपारी साडेचार वाजता आदिस अबाबाला पोचला. तेथून अंजामिनाचे विमान ७ वाजता सुटणार होते. ठरल्याप्रमाणे विमानाने हवेत झेप घेतली. जवळजवळ पाच वर्षांपूर्वी जावेद कैरोहून आदिस अबाबामार्गे अंजामिनास गेला होता, त्याची त्याला आठवण झाली. त्या वेळी तो आपल्या जिव्हाळ्याच्या माणसांच्या भेटीस आतुरला होता. त्यांची भेट झाली, पण आठच दिवसांत वडील व प्रेमळ भाऊ अहमद त्याला सोडून गेले. या खेपेस त्याची आई व बहिणी सोडल्या, तर अन्य कोणीही त्याच्या जिव्हाळ्याचे त्याला भेटायची शक्यता नव्हती. सबीनाचा शोध घेणे केवळ अशक्य होते.

विमानाच्या प्रत्येक सीटमागे छोटासा दूरदर्शनचा पडदा होता. त्यावर सिनेमासारखे करमणुकीचे कार्यक्रम पाहण्याची सोय होती. तसेच त्यावर हवे असल्यास विमानाचे मार्गक्रमण कसे चालले आहे, हेही पाहता यायचे. जावेदला करमणुकीच्या कार्यक्रमांत रस नव्हता. त्याने विमानाच्या मार्गक्रमणाची वाहिनी सुरू केली. विमानाने हवेत झेप घेऊन जवळजवळ दोन तास झाले होते. जावेदने समोरच्या पडद्यावर पाह्यले, त्या वेळी विमान दार्फुरवरून उडत होते. जावेदने खिडकीतून खाली पाह्यले. सर्वत्र गडद काळोख होता. मधूनच एखाद्या मोठ्या खेड्यातील दिवे लुकलुकताना दिसत. काही वेळाने त्याला बऱ्याच ठिकाणी दिवे दिसू लागले. जावेदला आश्चर्य वाटले. दार्फुरमधील फक्त मोजक्या खेड्यांपर्यंतच वीज पोचली होती. त्याने अधिक निरखून पाह्यल्यावर त्याच्या

लक्षात आले, की तो प्रकाश दिव्यांचा नव्हता. तो होता आगीच्या भक्ष्यस्थानी पडलेल्या वस्त्यांमधील पेटलेल्या झोपड्यांचा!

जावेद अस्वस्थ झाला. दार्फुरमधील वणवा कधी आटोक्यात येणार, या प्रश्नाला त्याच्याजवळ उत्तर नव्हते.

अंजामिनाच्या विमानतळावरील इमिग्रेशन अधिकारी जावेदचे कागदपत्र तपासत होता. तो म्हणाला,

"केवळ माणुसकीखातर तुला पुन्हा छादमध्ये प्रवेश मिळत आहे, हे लक्षात ठेव. तू येथे निर्वासित आहेस. आता पुन्हा कसलेही काम करायच्या, विशेषत: परदेशी पत्रकारांना दार्फुरकडे घेऊन जायच्या फंदात पडू नकोस. उद्या निर्वासित कार्यालयात नावनोंदणी कर."

"नक्कीच करेन."

त्या रात्री जावेद त्याच्या नेहमीच्या मासेन्या मार्गावरील छोट्या हॉटेलकडे गेला. एव्हाना रात्रीचे पावणेबारा वाजले होते. जावेदने झोपायचा प्रयत्न केला; पण अलीकडील काही घटनांच्या आठवणीने नि अनिश्चित भवितव्याच्या चिंतेने त्याला वारंवार जाग येत होती, विचित्र स्वप्ने पडत होती.

सकाळी नऊ वाजता जावेद निर्वासित उच्चायुक्त कार्यालयात गेला. नावनोंदणी झाल्यावर तेथील अधिकारी त्याला म्हणाला,

"तुला आम्ही फर्चाना येथील निर्वासित छावणीकडे पाठवू."

"त्याऐवजी इरिदिमी छावणीकडे पाठवू शकाल?" निदान आई व बहिणींचा सहवास मिळेल, या हेतूने जावेदने विचारले.

"ते शक्य नाही. त्या छावणीत आता जागा शिल्लक नाही."

त्यावर विचार करून जावेद म्हणाला,

"मला कोणत्याच छावणीकडे पाठवू नका. मी माझी स्वत:ची सोय करेन."

"ठीक आहे, जशी तुझी मर्जी. पण तुला आठ दिवसांच्या आत येथील पत्ता द्यावा लागेल. शिवाय एक लक्षात ठेव, पुन्हा पूर्वीसारख्या मोहिमा हाती घ्यायचा मूर्खपणा करू नकोस," नोंदणीअधिकारी म्हणाला.

"तुम्हाला कसे ठाऊक, मी कसल्या मोहिमा पार पाडायचो?"

"अरे, अलीकडे खार्तुममध्ये तू व अमेरिकन पत्रकार पॉल फोर्साइथ याच्यावर कोणता महाप्रसंग उद्‌भवला होता व अमेरिकन सरकारने तुम्हाला मोठ्या शिताफीने फाशीच्या तख्तावरून कसे सोडविले, याच्या सविस्तर बातम्या येथील सर्व वर्तमानपत्रांमध्ये ठळकपणे छापल्या जात होत्या. तुमचे फोटोदेखील छापले होते. एक गोष्ट सांगतो, तुझ्या प्रत्येक हालचालीवर सरकार आता बारकाईने लक्ष ठेवून असणार."

"मी खबरदारी घेईन.''

जावेदने त्याच्या मोहिमांमधून मिळवलेले भरपूर डॉलर्स त्याचा अत्यंत विश्वासू झाघवा मित्र, अंजामिनातील दार्फुरी उपाहारगृहाचा मालक झमीर याच्याकडे सुरक्षिततेसाठी ठेवले होते. जावेद नको नको म्हणत होता, तरी खार्तुममध्ये राजदूत रॉस यांनी अमेरिकन सरकारच्या वतीने त्याला दोन हजार डॉलर्स दिले होते. जावेदने अंजामिनाच्या मध्यवर्ती भागापासून दूर शहराच्या नैर्ऋत्येला मोबौतू मार्गावरील एका लहान वस्तीत दोन छोट्या खोल्या भाड्याने घेतल्या. त्याचा पत्ता त्याने निर्वासित उच्चायुक्तालयाच्या कार्यालयात दिला.

जावेदला अंजामिनामध्ये येऊन एक महिना उलटला. दरम्यान त्याने आपल्या परिचयाच्या सरकारी अधिकाऱ्यांच्या मदतीने सुदानसरकारच्या आपल्या विरुद्ध काही हालचाली सुरू आहेत का, याचा अंदाज घेतला. त्याला गृहमंत्रालयातील अधिकारी हाजी आयेमान यांनी सांगितले, की सुदानच्या सरकारने तुला अटक करून सुदानच्या सरकारच्या हवाली करावे, ही विनंती मागे घेतली आहे. त्यामुळे छादचे सरकार त्याला आता अटक करू शकणार नाही.

हे समजल्यावर जावेदने इरिदिमी छावणीत जाऊन आई व बहिणींची भेट घ्यायचे ठरवले. त्यासाठी त्याने निर्वासित उच्चायुक्त कार्यालयातून विनाहरकतीचा दाखला मिळवला. तो जोडून त्याने आपल्या आईस व बहिणीस इरिदिमी छावणीत जाऊन भेटण्याची परवानगी मिळावी, असा अर्ज गृहमंत्रालयाच्या निर्वासित विभागप्रमुखांना केला. तो मंजूर झाल्याचे त्याला एक आठवड्याने समजले. तो घेण्यासाठी तो गृहमंत्रालयात गेला. तेथील अधिकारी त्याला म्हणाला,

"तुझे नातेवाईक इरिदिमी छावणीत असल्याची आम्ही खात्री करून घेतली. हा घे तुझा परवाना. तुला छावणीकडे ५ जुलैला जावे लागेल.''

"असं? पण आज तारीख आहे २७ जून. ५ तारखेपर्यंत का बरे थांबावे लागेल?''

"अरे, प्रत्येक दिवशी फक्त ठरावीक मर्यादेपर्यंतच लोक छावणीला भेट देऊ शकतात. चार जुलैपर्यंतच्या याद्या पूर्णपणे भरल्या आहेत.''

"ठीक आहे,'' असे म्हणून त्याने परवाना घेतला. त्याला वाटले होते, की एक-दोन दिवसांत आई व बहिणींची भेट होईल. त्याने सर्वांसाठी खूप खाद्यपदार्थ, कपडे, हमीदाच्या मुलांसाठी चॉकलेट्स अशा वस्तूंची खरेदी करून ठेवली होती. आता इतके दिवस थांबलो आहोत, तर अजून आठ दिवसांनी काय फरक पडणार आहे, असा विचार करत तो आपल्या घराकडे जायला निघाला.

जावेद २ जुलैस सकाळी ६ वाजता उठला. नेहमीच्या सवयीनुसार त्याने

चहा बनवला. चहा झाल्यावर ट्रांझिस्टरवरील बातम्या ऐकत दाढी वगैरे आटोपली. सात वाजता तो त्याच्या नेहमीच्या रस्त्याकडे फिरायला जायला निघाला, इतक्यात त्याचा मोबाईल वाजला. अंजामिनास दीड महिन्यापूर्वी परतल्यानंतर त्याने चार मोहिमा नाकारल्या होत्या. त्यांपैकी एक होती 'द वॉशिंग्टन पोस्ट'ची, दुसरी रॉयटर्सची व इतर दोन सेवाभावी संस्थांच्या होत्या. आता कोण आपली विचारणा करत आहे, असा विचार करत त्याने फोन घेतला.

"जावेद, मी हाश्मी बोलतोय."

"काय म्हणताय हाश्मीसाहेब?" छादच्या परराष्ट्र मंत्रालयातील अधिकारी मि. हाश्मींचा तो फोन होता.

"जावेद, आज सकाळी ९ वाजता मंत्रालयाजवळील कर्नल लार्गो मार्गावरील फेलिक्स कॅफेत भेट," असे म्हणून मि. हाश्मींनी फोन बंद केला. जावेदला आश्चर्य वाटले. मि. हाश्मी इतक्या तुटकपणे का बरे बोलले असतील? सुदान सरकारने छादच्या सरकारला आपल्याबाबत काही नवीन विनंती तर केली नसेल? जावेदला काही कळेना. तो पुन्हा घराकडे वळला. दूध व कॉर्नफ्लेक्स यांचा नाश्ता झाल्यावर तो अंघोळ करून तयार झाला. ठरल्याप्रमाणे फेलिक्स कॅफेत दाखल झाला. बरोबर ९ वाजून ५ मिनिटांनी मि. हाश्मी तेथे आले. दोघे एका कोपऱ्यातील टेबलापाशी बसले. जावेदने दोघांसाठी कॉफी व क्रोसाँट मागवले.

"जावेद, माझ्याजवळ फार वेळ नाही. फार प्रश्न विचारू नकोस. मी काय सांगतो आहे, ते काळजीपूर्वक ऐक. काल सुदानी लष्कराचे दोन गुप्तहेर अंजामिनात पोचले आहेत. त्यांची एकमेव कामगिरी आहे, 'जावेद इब्राहिम झारीस दिसेल तेथे गोळ्या घालून ठार मारणे.' ते चोरून छादमध्ये आले आहेत. छादच्या सरकारला याचा सुगावा नाही. मला कसा लागला, हे मी खोलात जाऊन सांगू शकत नाही. तू तातडीने अंजामिना सोड. तुला येथून गायब व्हायला हवे."

"पण साहेब, ५ तारखेस मला आई व बहिणींना भेटायला जायचं आहे."

"शहाणा असलास तर तो विचार डोक्यातून काढून टाक. चल, मी निघतो." असे म्हणून मि. हाश्मींनी कॉफी संपविली व ते मंत्रालयाच्या इमारतीकडे जाते झाले.

जावेद ते ऐकल्यावर खूप काळजीत पडला. एकीकडे जिवास धोका आहे, याची त्याला जाणीव झाली; पण दुसरीकडे वर्षानंतर आई व बहिणीस भेटायला येऊ घातलेली संधी कशी सोडायची या द्विधा मन:स्थितीने तो गोंधळला. ती संधी सोडायला नको, असा त्याने विचार केला.

ज्या वेळी मि. हाश्मींनी जावेदला सावध केले, नेमके त्याच वेळी अंजामिनाच्या निर्वासित उच्चायुक्त कार्यालयात दोन 'झाघवा' गृहस्थ नोंदणीविभागाकडे गेले.

त्यांनी तेथील कर्मचाऱ्यास आपले छादच्या गृहमंत्रालयाचे बनावट ओळखपत्र दाखवले. त्यांच्यापैकी एकजण म्हणाला,

"आमचा एक मित्र जावेद झारी महिना-दीड महिन्यापूर्वी इकडे आला आहे, असे समजले. त्याचा पत्ता हवा होता."

ते दोघे 'गृहमंत्रालयाचे कर्मचारी' असल्याने तो पत्ता त्यांना देण्यामध्ये काहीच चुकीचे नाही, असा विचार करून त्या कर्मचाऱ्याने तो एका कागदावर लिहून दिला. ते तेथून निघाले. दूर गेल्यावर त्यांच्यापैकी एकजण म्हणाला,

"आज त्याच्या नेहमीच्या दार्फुरी उपाहारगृहात तो जाणार. तेथे काहीही करण्यापेक्षा रात्री त्याच्या घरावर पाळत ठेवू. दिवसाउजेडी भर रस्त्यावर त्याला खलास करण्याऐवजी रात्रीच्या अंधाराचा फायदा घेऊन त्याच्या घरातच त्याला संपवू. कोणालाही शंका येणार नाही."

"ठीक आहे. पण तो जेवायला जातो की नाही, यावरही लक्ष ठेवू."

त्या दुपारी पांढरा दार्फुरी जलाबिया व मुंडासे परिधान केलेला जावेद गिरीमा गाची मार्गावरील दार्फुरी उपाहारगृहात गेला, तेव्हा त्याच्या पाळतीवरील दोघांनी तो अंजामिनामध्येच असल्याची खात्री करून घेतली.

"आता आपण निघू. संध्याकाळी सात-साडेसात वाजल्यापासून दुरून त्याच्या घरावर पाळत ठेवू. आता पाहू, अमेरिकेचे सरकार त्याला पाठीशी घालायला धावून येते का?"

त्या दोघा सुदानी गुप्तहेरांनी आपण छादचे फिरते खेडूत फळविक्रेते असल्याची बतावणी केली. एका हातगाडीवर मोसंबी व अननसांचा ढीग रचून ते जावेद ज्या वस्तीत राहायचा, तेथे संध्याकाळी सातपासून फिरू लागले. असे फळविक्रेते अंजामिनाच्या उपनगरांतील वस्त्यांमध्ये फिरताना नेहमी दिसायचे. त्यामुळे त्यांच्याविषयी कोणाच्या मनात शंका यायचे कारण नव्हते. ते अधूनमधून जावेदच्या घरावरून चकरा मारू लागले. त्या भागात रस्त्यांवर फारसे दिवे नसल्याने बराचसा भाग अंधारात होता. मधूनमधून ते एखाद्या ठिकाणी हातगाडी थांबवून उभे राहत. त्या खेडुतांकडून काहींनी फळे विकतही घेतली. रात्री नऊ वाजल्यापासून त्यांनी आपली हातगाडी जावेदच्या घरासमोरील रस्त्याजवळ लावली. तेथे बराच काळोख होता.

"जावेद येतोय, सावध रहा." दुरून जलाबिया व मुंडासे घातलेल्या जावेदला पाहून एकजण दुसऱ्याला म्हणाला,

"तुझं पिस्तुल तयार आहे ना?"

"आहे. आता जास्त बोलू नकोस."

त्यांनी जावेदकडे न पाहता मधूनमधून 'मोसंबीऽऽऽऽ, अननऽऽऽस' असे

तेथील प्रघाताप्रमाणे म्हणायला सुरू केले. त्यांचे जावेदच्या घराच्या दाराकडे लक्ष होते. दाराचे कुलूप काढल्याचा आवाज त्यांनी ऐकला. त्यापाठोपाठ कडीचा कोयंडा सरकवल्याचा आवाज झाल्याझाल्या ते दोघे त्याच्यामागे गेले. एकाने आपले पिस्तुल त्याच्या डोक्यावर टेकवले, तर दुसरा आपले पिस्तुल त्याच्यावर रोखून म्हणाला,

"जावेद, जास्त हुशारी दाखवू नकोस. आवाज न करता आत चल!"

"अहो, पण मी जावेद नाही. तुम्ही कोण आहात?"

"जास्त शहाणपणा करू नकोस," असे म्हणून त्यांच्यापैकी एकाने त्याचा चेहरा न्याहाळला व चकित होऊन म्हणाला, "अरे, खरंच की! हा जावेद नाही!"

तो जावेद नाही याची खात्री झाली, तरी ते त्याला आत घेऊन गेले. त्या गृहस्थाने दिवा चालू केला. तो भीतीने थरथर कापत होता. त्या दोघांनी दार लावून घेतले.

"तू कोण आहेस?"

"मी मोमीन अनादिक. जावेद झारीने ही जागा माझ्याकडून भाड्याने घेतली होती, त्याला फक्त दीड महिना झाला. आज सकाळी दहा वाजता तो अचानक माझ्याकडे आला व म्हणाला की, 'मला येथे नोकरी करता येत नाही, त्यामुळे माझी खूप आर्थिक ओढाताण सुरू आहे. आता पूर्वीसारखी कामे करणार नाही.' मी त्याला विचारले, की आता तुझा काय विचार आहे, तर म्हणाला की, 'त्याला इरिदिमी निर्वासित छावणीत आई व बहिणींना ५ तारखेस भेटायचा परवाना मिळाला आहे. त्यांना भेटून दार्फुरमधील झिवैमधली थोडीफार शेती आहे त्यावर गुजराण करण्यासाठी तिकडे जाणार आहे. माझ्याकडे दुसऱ्या एकाने जागेसाठी तगादा लावला होता. उद्या तो इकडे राहायला येईल, त्याआधी जरा साफसफाई करायला मी आलो."

"जाताना तो आपलं सामान घेऊन गेला?"

"सामान होतंच कोठे? एक पलंग, गादी, पांघरूण, चार भांडी व एक स्टोव्ह हे सारं माझंच सामान त्याला वापरायला दिलं होतं!"

आपली मोहीम यशस्वी झाली नाही, म्हणून ते दोघे हताश झाले. दुसऱ्या दिवशी त्यांना गृहमंत्रालयातील त्यांच्या हस्तकाने सांगितले, की जावेदला ५ जुलैस इरिदिमी छावणीत भेटीसाठी जायचा परवाना मिळाला आहे. त्या दोघांनी चार तारखेच्या संध्याकाळपासून इरिदिमी छावणीवर पाळत ठेवली. जावेद ५ तारखेस तिकडे फिरकलादेखील नाही. ते गुप्तहेर दार्फुरी रहिवासी असल्याचे भासवून झिवैला गेले. तिकडे जावेदचा मागमसूही नव्हता. त्यांच्या हातावर तुरी देऊन तो कोठे गायब झाला, हे काही केल्या त्यांना कळेना!

❑❑❑

- १७ -

“ ‘मुले नि महिला वाचवा’ या आमच्या अमेरिकेतील संस्थेमार्फत छादमधील छावण्यांतील सर्व महिला निर्वासितांची इंधनाची समस्या सोडवावी व त्यांच्या मुलांच्या शिक्षणाची सोय केली जावी, यासाठी वेगवेगळ्या आंतरराष्ट्रीय सेवाभावी संस्थांना आर्थिक मदतीचे आवाहन जानेवारी २००६ मध्ये करण्यात आले. तसेच आम्हीदेखील एक मोहीम राबवून अमेरिकेतील जनतेला या बिकट समस्यांचे भीषण रूप दाखवून दिले व सढळ हाताने आर्थिक मदतीचे आवाहन केले. आम्हाला निर्वासित उच्चायुक्त कार्यालयाने या उपक्रमासाठी प्रोत्साहन दिले व तो यशस्वी करण्यासाठी सहकार्याचे आश्वासन दिले. आज या दोन्ही उपक्रमांचे उद्‌घाटन होत आहे, याचे आम्हाला खूप समाधान वाटत आहे. परंतु या प्रसंगी आम्हाला एका गोष्टीची खंत वाटते, की ज्यांच्या दूरदृष्टीच्या सल्ल्यामुळे व प्रेरणेमुळे आम्ही हे उपक्रम हाती घ्यायचे ठरवले, ते जावेद इब्राहिम झारी आज या कार्यक्रमास उपस्थित राहू शकत नाहीत. तथापि याच छावणीत वास्तव्य करत असलेल्या त्यांच्या मातोश्री श्रीमती जैतुनबी यांच्या हस्ते इंधन प्रकल्पाचे व भगिनी हमीदा यांच्या हस्ते शैक्षणिक प्रकल्पाचे उद्‌घाटन होत आहे, ही त्यातल्या त्यात समाधानाची गोष्ट आहे...”

जैतुनबी व हमीदा यांना उच्चायुक्त कार्यालयाचा दुभाषा मेगन काय बोलत आहे, याचे वेळोवेळी भाषांतर करून सांगत होता. मेगनने आपल्या भाषणात केलेला जावेदचा गौरवपूर्वक उल्लेख ऐकून त्या दोघींचा ऊर अभिमानाने भरून आला व

त्यांचे डोळे पाणावले. मेगननेच त्यांना जावेदच्या बाबतीत गेल्या पाच-सहा महिन्यांत काय काय घडले व गेल्या चार-पाच महिन्यांपासून तो कोठेतरी अज्ञातवासात वास्तव्यासाठी गेला आहे, हे सांगितले. जावेदच्या आठवणीने व त्याच्या सुरक्षिततेच्या चिंतेने जैतुनबी व हमीदा खूप व्याकूळ झाल्या.

एक आठवड्यापूर्वी मेगन अंजामिनास पोचली होती. पोचण्यापूर्वी तिने जावेदला फोन करायचा खूप प्रयत्न केला; पण तो लागला नाही. पॉल फोर्साइथच्या गायब होण्याच्या व सुटकेच्या बातम्या अमेरिकेतील सर्व प्रसारमाध्यमांनी साऱ्या देशात ठळकपणे प्रसृत केल्या होत्या. त्यांची सुटका झाल्यानंतर तिने जावेदला फोन करून त्याचे अभिनंदन केले होते. अंजामिनात पोचल्यावर तिने गृहमंत्रालय व निर्वासित उच्चायुक्तालयात सखोल चौकशी केल्यावर तिला सांगण्यात आले, की जुलैच्या सुरुवातीस कधीतरी जावेद गूढ रीत्या अंजामिनातून गायब झालेला आहे.

दक्षिण आफ्रिकेतील जोहान्सबर्ग येथील जेकब जिंबा याचा 'फोकस आफ्रिका' मधील 'पेटलेले दार्फुर' हा लेख जेव्हा एप्रिल २००४ मध्ये प्रसिद्ध झाला, तेव्हा त्याने खूप खळबळ उडवून दिली होती. प्रत्यक्ष हिंसाचाराची त्यातील छायाचित्रे हृदयभेदक होती. दक्षिण आफ्रिकेचे परराष्ट्रमंत्री जोसेफ एडिंगा यांनी तो लेख वाचल्यावाचल्या त्यांचे 'आफ्रिका संघ' या विभागीय संघटनेतील राजदूत डेव्हिड कासो यांना चर्चेसाठी पाचारण केले.

'आफ्रिका संघ' जिला पूर्वी 'आफ्रिका एकीकरण संघटना' या नावाने ओळखले जायचे, ही सर्व आफ्रिकन राष्ट्रांची विभागीय संघटना १९६३ साली अस्तित्वात आलेली. तिची स्थापना इथिओपियाचे तत्कालीन सम्राट हैले सेलासी यांच्या पुढाकाराने झाल्याने त्यांच्या इच्छेस मान देऊन संघटनेचे मुख्य कार्यालय इथिओपियाची राजधानी आदिस अबाबा येथे स्थापण्यास सर्व सदस्यांनी अनुमती दर्शविली. संघटनेची मुख्य उद्दिष्टे विभागीय सहकार्य व सामंजस्य साधणे, सदस्यांमध्ये राजकीय, सामाजिक व आर्थिक एकीकरण घडविण्याच्या प्रक्रियेस चालना देणे व संपूर्ण आफ्रिकेत शांतता व सुरक्षितता प्रस्थापित करणे अशी होती.

"डेव्हिड, तुम्ही जेकब जिंबाचा दार्फुरवरील लेख वाचला?"

"हो. आतापर्यंत काही त्रोटक बातम्या आपल्यापर्यंत येत होत्या. आता तेथे नेमके काय चालले आहे, याचे सुस्पष्ट चित्र दिसू लागले आहे. अद्याप जनसंहार चौकशी समितीचा अहवाल प्रसिद्ध झालेला नाही. तो प्रसिद्ध झाल्यावर या साऱ्या प्रकरणावर अधिक प्रकाश पडेल."

"तो अहवाल प्रसिद्ध होऊ नये म्हणून चीनने गेली काही वर्षे खूप दबाव आणला आहे. तो जेव्हा प्रसिद्ध व्हायचा तेव्हा होऊ दे. तोपर्यंत आपण शांतपणे

दार्फुरमधील संहार पाहत राहिलो तर तेथील जनता आपल्याला कधीच माफ करणार नाही. तोपर्यंत त्यांचा संपूर्ण नि:पात होईल. सुदानसरकारच्या बेछूट अत्याचारांना व हिंसाचाराला आळा बसविण्याच्या उद्देशाने आपल्याला काही ठोस पावले उचलायला हवीत. आफ्रिका संघाच्या येत्या सर्वसाधारण सभेत हा विषय आपल्या विनंतीखातर चर्चेस यावा, यासाठी विषयनियामक समितीस आपण लेखी विनंती पाठवावी, असे मला वाटते. तुमचे काय मत आहे?''

''आपण म्हणता ते योग्य आहे. मी आजच त्या बाबतीत हालचाली सुरू करतो.''

जानेवारी २००५ मध्ये जेव्हा आफ्रिका संघाच्या सर्वसाधारण सभेत दार्फुरचा विषय चर्चेस आला, तेव्हा सुदानने तेथे केवळ वांशिक कारणास्तव वेगवेगळ्या वंशांच्या जमातींमध्ये कुरबुरी सुरू आहेत, अशी सारवासारव केली; पण बऱ्याच राष्ट्रांनी तेथील परिस्थितीविषयी व निर्वासितांच्या समस्येविषयी चिंता व्यक्त केली. सुदानच्या राजदूतांनी ती समस्या 'सुदानचा अंतर्गत प्रश्न असून सरकार ती सोडविण्याचा प्रामाणिक प्रयत्न करत आहे', असा पोकळ दावा केला. त्याच्याशी सहमत नसलेले केनिया, नायजेरिया, सिएरालिओन, अंगोला व नामिबिया यांनी संघाच्या घटनेतील कलम ९ (जी) अन्वये दार्फुरमध्ये सशस्त्र आफ्रिकन शांतिदल पाठविण्याची जोरदार मागणी केली व तशा आशयाचा प्रस्ताव सर्वसाधारण सभेत सादर केला. त्यास सुदानने कडवा विरोध केला. शेवटी बऱ्याच चर्चेनंतर तो ठराव बहुमताने संमत करण्यात आला. सशस्त्र शांतिदलाची रचना, त्याचा आकार, त्याचे अधिकारक्षेत्र व नेतृत्व अशा बाबींवर तातडीने शिफारशी करण्यासाठी आठ सदस्यराष्ट्रांची सुकाणूसमिती नेमण्यात आली.

चीनचा विरोध न जुमानता अमेरिकेने जनसंहार चौकशी समितीचा अहवाल संयुक्त राष्ट्राच्या आम सभेत सादर करावा, यासाठी ऑक्टोबर २००६ मध्ये जोर धरला. अमेरिकेचा कट्टर वैरी ओसामा बिन लादेन याला सुदानच्या सरकारने १९९२ ते १९९६ दरम्यान आश्रय दिला होता, या कारणास्तव अमेरिकेचा सुदानवर रोष होताच. विषयनियामक समितीने तो अहवाल सादर करण्यास हिरवा कंदील दाखवला. त्या अनुषंगाने आमसभेत दार्फुरसमस्येवर सांगोपांग चर्चा झाली व सुदानविरुद्ध आर्थिक व राजनैतिक निर्बंध लादण्यासाठी तो विषय सुरक्षा समितीकडे पाठवण्यात आला. निर्बंध लादण्याचा अधिकार फक्त सुरक्षा समितीस होता. मार्च २००७ मध्ये अमेरिकेने सुदानवर आर्थिक निर्बंध लादावेत व सुदानला सदस्यराष्ट्रांनी शस्त्रपुरवठा करू नये, अशा आशयाचा ठराव सुरक्षा समितीत सादर केला. संयुक्त राष्ट्रसंघाच्या सुरक्षा समितीचे एकूण पंधरा सदस्य असतात. त्यांपैकी अमेरिका,

इंग्लंड, फ्रान्स, रशिया व चीन हे कायम सदस्य तर इतर दहांची दोन वर्षांकरिता निवड होत असते. कायम सदस्यांना नकाराधिकार असल्याने त्यांच्यापैकी एकाने जरी ठरावाविरुद्ध मत दिले, तर ठराव संमत होत नाही. अमेरिकेच्या ठरावावर बरीच उलटसुलट चर्चा झाली. जेव्हा ठराव मतास टाकला, तेव्हा ठरावाच्या बाजूने अकरा मते मिळाली, तीन सदस्य तटस्थ राह्यले तर चीनने ठरावाविरुद्ध मत दिले. आपल्या मताबद्दल बोलताना चीनचे प्रतिनिधी म्हणाले,

"चीनच्या दृष्टिकोनातून दार्फुरसमस्या हा सुदानचा अंतर्गत प्रश्न असून त्यात संयुक्त राष्ट्रसंघाने ढवळाढवळ करू नये. सुदानच्या सरकारने ती समस्या सामोपचाराने सोडविण्यास आपण कटिबद्ध आहोत, असे आश्वासन या समितीस दिल्यामुळे सुदानवर निर्बंध लादल्यास ती समस्या सोडविण्यात अडथळे येण्याची शक्यता आहे. या कारणास्तव चीन आपला नकाराधिकार वापरत आहे."

चीन सुदानला शस्त्रपुरवठा करत आहे, हे सर्वश्रुत होते. चीन-सुदानचे मैत्रीपूर्ण संबंध, त्यांच्यातील वाढता व्यापार तसेच चीनची सुदानमधील मोठी आर्थिक गुंतवणूक यांच्या पार्श्वभूमीवर चीन नकाराधिकार वापरणार, याची अमेरिकेला खात्री होती. तरीदेखील सुदानवर राजनैतिक दबाव वाढविण्यासाठी सुरक्षा समितीतील चर्चा उपयुक्त ठरत होती. अमेरिकेने तेथेच न थांबता जून २००७ मध्ये संयुक्त राष्ट्रसंघाच्या आमसभेत 'दार्फुर साहाय्य योजना' प्रस्तावित केली. या योजनेंतर्गत युद्धाची झळ बसलेल्या दार्फुरी जनतेच्या मदतीसाठी विविध उपक्रम राबविण्यात येणार होते. ऑक्टोबर २००७ मध्ये आमसभेने या योजनेस हिरवा कंदील दाखवला.

आफ्रिका संघाच्या शांतिदलावर सुदानच्या सरकारने अनेक निर्बंध लादले होते. तसेच दार्फुर साहाय्य योजनेस त्यांनी सहकार्य करायला नकार दर्शविला. अध्यक्ष अल् बशीर यांनी आंतरराष्ट्रीय दबावास न जुमानता दार्फुरवरील हल्ले चालूच ठेवले. जंजाविद व बंडखोर सशस्त्र गटांना उत्तेजन दिले. आंतरराष्ट्रीय समुदायाने दार्फुरसमस्या सोडविण्यासाठी अन्य मार्ग अवलंबायचे ठरवले. निर्वासित उच्चायुक्त कार्यालय निर्वासितांना आधार देत होतेच, पण निर्वासितांचा लोंढा कमी होत नव्हता. आंतरराष्ट्रीय रेडक्रॉसला अल् बशीरनी दार्फुरच्या काही भागात मानवतावादी कार्य करायची परवानगी दिली. निर्वासित उच्चायुक्त कार्यालयास व रेड क्रॉसला अनेक श्रीमंत राष्ट्रांनी सढळ हाताने मदत केली. पण समस्येच्या मुळापर्यंत जाऊन ती कायमची निकालात काढण्यात अनेक अडथळे होते. त्यांतील सर्वात मोठा अडथळा होता, अध्यक्ष ओमार अल् बशीर यांचा आडमुठा स्वभाव नि त्यांचे दार्फुरविरोधी कठोर धोरण!

द हेग येथे २००२ साली १९९८ च्या रोम करारान्वये पुरस्कृत आंतरराष्ट्रीय

फौजदारी न्यायालय स्थापण्यात आले. या न्यायालयाच्या अभियोग विभागाने जनसंहार चौकशी समितीचा अहवाल, निर्वासित उच्चायुक्त कार्यालयाचे दार्फुरबाबतचे वार्षिक अहवाल तसेच विविध प्रसिद्धिमाध्यमांतून प्रकाशित झालेली माहिती यांचा सखोल अभ्यास करून एक ऐतिहासिक निर्णय घेतला. त्या न्यायालयाचे प्रमुख अभियोक्ते मि. लुईस मोरेनो ओकॅम्पो यांनी १४ जुलै २००८ या दिवशी प्रसिद्धीस दिलेल्या पत्रकात म्हटले की, "सुदानचे अध्यक्ष ओमार अल् बशीर यांनी २००३ सालापासून दार्फुरमधील फुर, मसालित व झाघवा या अल्पसंख्याक जमातींच्या लोकांचा जंजाविद अरब योद्धे, सशस्त्र बंडखोर गट व सुदानी लष्कर यांच्या मदतीने हेतुपुरस्सर रीत्या पद्धतशीरपणे छळ केला असल्याचा सकृत्‌दर्शनी पुरावा आंतरराष्ट्रीय फौजदारी न्यायालयाकडे उपलब्ध झालेला आहे. त्या जमातींच्या लोकांचा छळ करण्यासाठी त्यांच्यावर हल्ले, महिलांवर बलात्कार, मालमत्तेची नासधूस व विनाश, लूटमार आणि जाळपोळ असे विविध मार्ग अवलंबिले गेले आहेत. त्यांच्या छळाबरोबरच त्यांच्यावर अत्याचार करून त्यांची मोठ्या प्रमाणावर हत्या करण्यात आली आहे. या पार्श्वभूमीवर या न्यायालयाच्या घटनेतील कलम ६ अन्वये जनसंहार (जिनोसाईड), कलम ७ अन्वये मानवतेविरुद्ध गुन्हे व कलम ८ अन्वये युद्धगुन्हे करण्याचे हुकूम दिले, ते करण्यास प्रोत्साहन दिले व असे गुन्हे प्रत्यक्ष करणाऱ्यांना जाणीवपूर्वक संरक्षण दिले, या कारणास्तव अध्यक्ष ओमार अल् बशीर यांना आंतरराष्ट्रीय कायद्याच्या मूलतत्त्वांनुसार तसेच या न्यायालयाच्या घटनेच्या कलम २८ अन्वये वैयक्तिक रीत्या जबाबदार धरून त्यांच्यावर या न्यायालयात फौजदारी खटला चालविला जावा, अशी शिफारस करण्यात आली आहे. त्या शिफारशीस अनुसरून या न्यायालयाच्या घटनेच्या कलम ५८ अन्वये अध्यक्ष ओमार अल्-बशीर यांच्या अटकेचे वॉरंट जारी करण्यात आले आहे."

आजवर युगोस्लाव्हिया, रुवांडा अशा देशांच्या पदच्युत राष्ट्रप्रमुखांवर आंतरराष्ट्रीय न्यायाधिकरणासमोर खटले चालविले गेले; पण एखाद्या राष्ट्राच्या सध्याच्या प्रमुखावर अटकेचे वॉरंट जारी होण्याची ही जगाच्या इतिहासातील पहिलीच घटना होती. त्यामुळे ती खूपच खळबळजनक ठरली. अध्यक्ष अल् बशीर यांनी न्यायालयाचा धिक्कार केला. आपल्याविरुद्ध पाश्चात्त्य राष्ट्रांनी रचलेल्या कटाचा हा एक भाग आहे, असे म्हणून त्या वॉरंटची निर्भर्त्सना केली. त्या वॉरंटची अंमलबजावणी सुदानमध्ये करता येणे शक्यच नव्हते. पण त्या वेळी ज्या १०४ राष्ट्रांनी रोम करार स्वीकृत केला आहे, त्यांच्या भूमीवर अध्यक्ष अल् बशीर यांनी पाय ठेवताक्षणी त्यांना अटक करायचे बंधन त्या सर्व राष्ट्रांवर होते. अर्थात अध्यक्ष अल् बशीर त्या १०४ राष्ट्रांपैकी एकाकडेही फिरकले नाहीत, तर त्यांना अटक

होण्याची शक्यता नव्हती. त्या वॉरंटामुळे साऱ्या जगाचे लक्ष दार्फुरकडे वेधले गेले व अध्यक्ष अल् बशीर यांच्यावरील दबाव वाढला, या दोन जमेच्या बाजू होत्या.

जगाच्या वेगवेगळ्या भागांत जेथे वैद्यकीय सेवेची आवश्यकता असेल, अशा ठिकाणी काम करणारी फ्रेंच सेवाभावी संख्या 'मेदसां सां फ्रॉन्तिए' -एम. एस. एफ. – विनासीमा धन्वंतरी यांचे अधिकारी सुदानच्या आरोग्यमंत्र्यांना भेटले व आपल्याला दार्फुरमधील जनतेसाठी वैद्यकीय मदत द्यायची इच्छा आहे. असे त्यांना सांगितले. सुदानचे सरकार आंतरराष्ट्रीय सेवाभावी संस्थांना दार्फुरमध्ये मुक्त संचार करू देण्यास नाखूष होते. तेथे चाललेले अत्याचार जगासमोर येऊ नयेत म्हणून सरकार खबरदारी घेत होते. तथापि त्यांनी दार्फुरी जनतेसाठी औषधपुरवठा करण्यास एम. एस. एफ. ला परवानगी दिली. आंतरराष्ट्रीय रेड क्रॉसला मात्र त्यांनी काही वैद्यकीय मदत केंद्रे व हॉस्पिटल चालवायची परवानगी दिली होती. तसे केले नसते, तर सरकारवर खूप आंतरराष्ट्रीय दबाव आला असता.

'ॲम्नेस्टी इंटरनॅशनल' व 'ह्युमन राइट्स वॉच' या दोन आंतरराष्ट्रीय संस्था मानवी हक्कांच्या संरक्षणासाठी गेली कित्येक वर्षे कार्यरत आहेत. दार्फुरमध्ये प्रत्यक्ष जाऊन त्यांनी परिस्थितीची पाहणी केली. दोन्ही संस्थांच्या सदस्यांना जावेद दार्फुरमध्ये घेऊन गेला होता. त्यानंतर त्या संस्थांनी संयुक्त राष्ट्रसंघाच्या मानवी हक्क समितीमध्ये दार्फुरचा प्रश्न उपस्थित केला. सुदानच्या सरकारवर तसेच अध्यक्ष ओमार अल् बशीर यांच्यावरील आंतरराष्ट्रीय समुदायाचे दडपण दिवसेंदिवस वाढत होते.

जावेदचा दुभाषा व मार्गदर्शक म्हणून काम करण्याचा उद्देश हळूहळू सफल होत होता. साऱ्या जगाचे लक्ष आता दार्फुरवर केंद्रित झाले होते. दार्फुरी जनतेच्या मदतीसाठी मोठ्या प्रमाणावर अर्थसाहाय्य उपलब्ध होत होते. जावेदने या प्रक्रियांना प्रत्यक्ष नि अप्रत्यक्ष रीत्या हातभार लावला होता. त्याच्या उपक्रमास यश मिळत आहे हे त्याच्या कानावर गेले असणार, यात शंका नव्हती. पण त्यावर तो प्रतिक्रिया व्यक्त करू शकत नसावा. त्याचे वास्तव्य कोठे आहे, हे फक्त मोजक्या व्यक्तींनाच ठाऊक होते. त्यापैकी एक होती...

❑❑❑

- १८ -

प्रा. उमेश कदम
जनसंपर्क अधिकारी व कायदा सल्लागार
आंतरराष्ट्रीय रेड क्रॉस
आदिस अबाबा

प्रा. कदम,
सप्रेम नमस्कार,
माझे नाव जावेद झारी. मी मूळचा दार्फुरचा. सध्या माझे वास्तव्य सुदानमध्ये नाही. आपले नाव व ई-मेल पत्ता मला आंतरराष्ट्रीय रेड क्रॉसच्या संकेतस्थळावर मिळाला. मी आज आपल्याला एक विनंती करण्यासाठी हा संदेश पाठवत आहे.

अलीकडे माझ्या ऐकण्यात असं आलं आहे, की सुदानमधील काही निर्वासित इथिओपियामध्ये आश्रयासाठी गेले आहेत. गेली जवळजवळ चार-पाच वर्षे मी दोन व्यक्तींच्या शोधात आहे. त्यांची नावे अशी : सबीना मुश्ताक, वय अंदाजे २५ व रोक्साना मुश्ताक, वय अंदाजे ३५. माझी व त्यांची शेवटची भेट जुलै २००५ मध्ये झाली होती. त्यांची दार्फुरमधील वस्ती बुरुंगा या खेड्याच्या दक्षिणेला चार कि. मी. अंतरावर होती. पुढे फेब्रुवारी २००६ मध्ये जेव्हा मी त्यांना भेटण्यासाठी त्यांच्या वस्तीकडे गेलो, तेव्हा ती जळून बेचिराख झाल्याचे दिसले. सबीना व रोक्साना यांचा शोध जवळपासच्या वस्त्यांवर घेतला; पण काही तपास लागला नाही. मी तेथे जाण्यापूर्वी दोन आठवडे आधी त्या

१४२ / अमानुष

वस्तीवर जंजाविदनी हल्ला केल्याचे काही गावकऱ्यांकडून समजले.

त्यानंतर मी सातत्याने अंजामिना येथील तुमच्या संस्थेच्या 'कुटुंब पुनर्भेट' विभागाच्या संपर्कात आहे. त्या विभागप्रमुखांच्या मते त्या दोघी छादमधील एकाही निर्वासित छावणीत आश्रयासाठी गेलेल्या नाहीत. त्या दोघी इथिओपियात असण्याची शक्यता कमीच आहे. तरीदेखील तुमच्या 'कुटुंब पुनर्भेट' विभागप्रमुखांना एकदा खात्री करून घ्यायची विनंती करावी. त्या दोघींना शोधण्यात आपण मला मदत केली, तर मी आपला ऋणी होईन.

आपला नम्र,
जावेद झारी
१२ नोव्हेंबर २००९.

जानेवारी २००९ पासून मी आंतरराष्ट्रीय रेड क्रॉसच्या आदिस अबाबा येथील कार्यालयात कायदा सल्लागार म्हणून काम पाहत होतो. त्या कार्यालयात कायद्याची कामे फारशी नसल्याने माझ्याकडे जनसंपर्क अधिकारी या पदाचा कार्यभारही सोपवला गेला होता. आतापर्यंत जवळजवळ बारा वर्षे मी आंतरराष्ट्रीय रेड क्रॉसच्या दिल्ली व कुआलालंपूर येथील कार्यालयात केवळ कायदा सल्लागार म्हणून काम केलेले; पण इथिओपियात गेल्यावर या नव्या व वेगळ्या जबाबदारीचा मी आनंदाने स्वीकार केला. माझे नाव व आमच्या कार्यालयाचा पत्ता, ई-मेल वगैरे आमच्या संस्थेच्या संकेतस्थळावर उपलब्ध होते.

जावेद झारींचा तो संदेश वाचून मला आश्चर्य वाटले. रेड क्रॉसच्या दृष्टिकोनातून मी दार्फुरमधील घडामोडींवर लक्ष ठेवून होतो, त्याबद्दल वर्तमानपत्रात येणारे लेख वाचत होतो. प्रसिद्ध अमेरिकन पत्रकार पॉल फोर्साइथ व जावेद झारींची सुदानमधून अमेरिकन सरकारच्या हस्तक्षेपाने झालेली सुटका माझ्या वाचनात आली होती. तीन-चार महिन्यांपूर्वी 'टाइम' मॅगेझिनमध्ये मी 'द मिसिंग गाइड' या नावाचा जावेद झारींवरील एक स्तंभ वाचला होता. त्यात त्यांच्या कार्याविषयी काही माहिती होती. त्यात म्हटले होते, की 'सुदानमधून सुटका झाल्यानंतर ते अंजामिनास गेले. तेथे त्यांना निर्वासित दर्जा दिला गेला. त्यानंतर जवळजवळ दीड महिन्याने, जुलै २००८ मध्ये ते अंजामिनामधून रहस्यमय रीत्या जे भूमिगत झाले, ते अद्याप त्यांचा ठावठिकाणा लागलेला नाही.' या पार्श्वभूमीवर जावेद झारींच्या संदेशाने मला आश्चर्य वाटले. मी त्यांना लगेच उत्तर पाठवले.

प्रिय मि. झारी,

आपला संदेश मिळाला. मी आपल्याविषयी पूर्वी काही बातम्या व लेख वाचलेले आहेत. आपल्या विनंतीचा मी माझ्या सहकाऱ्यांच्या मदतीने पाठपुरावा करेन. तथापि मला काही अधिक तपशील मिळाल्यास त्यात मदत होईल. सबीना व रोक्साना मुश्ताक (त्या सख्या बहिणी आहेत का?) यांचे वर्णन व उपलब्ध असल्यास फोटो पाठवावेत. तसेच आमच्या कार्यालयाच्या नोंदीसाठी त्यांचे व आपले काय नाते आहे, हेदेखील कळवावे.

आपला जीव धोक्यात घालून दार्फुरमधील युद्धग्रस्त जनतेच्या हालअपेष्टांना जगासमोर आणण्याच्या उपक्रमाचे मला खूप कौतुक वाटते. केवळ तुमच्यासारख्यांच्या उपक्रमांमुळेच आज जग दार्फुरकडे गंभीरपणे पाहत आहे व तेथील जनतेच्या हालअपेष्टा कमी करण्याचा प्रयत्न करत आहे.

आपल्या उत्तराची वाट पाहत आहे.

आपला नम्र,
उमेश कदम
१३ नोव्हेंबर २००९

मी मुद्दाम जावेद झारींना 'सध्या तुम्ही कोठे आहात', असा अडचणीत टाकणारा प्रश्न विचारला नव्हता. दोन दिवसांनी जावेद झारींचा विस्तृत संदेश आला.

'प्रिय प्रा. कदम,

तत्परतेने उत्तर पाठविल्याबद्दल धन्यवाद. तुम्ही माझ्या कार्याविषयी जे कौतुकोद्‌गार काढलेत, त्याबद्दल मी आपला आभारी आहे. माझ्या अल्पशा कुवतीनुसार मी माझ्या बांधवांवर होणाऱ्या अत्याचाराला वाचा फोडण्याचा प्रयत्न केला, एवढेच!

आता तुम्हाला सबीना व रोक्साना यांच्याबद्दल सांगतो. डिसेंबर २००३च्या सुमारास मी सुदानी सैन्याचा ससेमिरा चुकवत असताना त्यांच्या वस्तीजवळ होतो. त्या वेळी त्या दोघींनी मला...'

जावेद झारींनी त्यांना सुदानी सैनिकांपासून संरक्षण का हवे होते, त्यांचे इजिप्तमधील वास्तव्य, इस्रायलमधून हकालपट्टी, अस्वानच्या तुरुंगातील दिवस, तुरुंगातून नाट्यमय रीत्या सुटका, छादला स्थलांतर, दुभाषा व मार्गदर्शकाच्या व्यवसायास सुरुवात, सबीनाची ओळख व तिचे प्रेमात झालेले रूपांतर यांविषयी

सविस्तरपणे लिहिले होते. त्यांनी सबीना व रोक्साना यांचे तीन फोटो पाठवले होते. सर्वांत महत्त्वाचे म्हणजे त्यांनी त्यांचा सध्याचा पत्तादेखील कळवला होता; पण तो गुलदस्त्यात ठेवावा, अशी विनंतीही केली होती.

रोक्साना व सबीना यांच्याविषयीचा सारा तपशील घेऊन मी आमच्या कार्यालयातील 'कुटुंब पुनर्भेट' विभागाची प्रमुख मेर्लिन ग्रिम हिच्याकडे गेलो व तिला म्हणालो,

"मेर्लिन, एक नवीन शोधविनंती आली आहे."

"असं? सारे तपशील आहेत?"

"हो, हे घे." असे म्हणून मी तिला एक कागद दिला. त्यावर सबीना नि रोक्साना यांचा सारा तपशील मी लिहिला होता.

मेर्लिनने तिच्या संगणकातील माहितीशी मी दिलेला तपशील पडताळून पाह्यला. बरीच माहिती वाचल्यानंतर ती म्हणाली,

"उमेश, त्या दोघी इथिओपियात आल्याची आपल्याकडे नोंद नाही. पण तू त्यांना शोधणाऱ्या व्यक्तीला तसे कळविण्यापूर्वी येथील निर्वासित उच्चायुक्त कार्यालयाकडून खात्री करून घे. काही निर्वासितांचे पुनर्वसन त्यांनी केले आहे. त्यात त्यांचा समावेश असू शकतो. आपल्याकडे फक्त छावण्यांतील निर्वासितांचे संदर्भ आहेत."

"ठीक आहे," असे म्हणून मी मेर्लिनचा निरोप घेतला. माझ्या कार्यालयात जाऊन एक फोन लावला. तो होता निर्वासित उच्चायुक्त कार्यालयाची जनसंपर्क अधिकारी पॅट्रिशिया कॉनेली हिचा. तिचा व माझा चांगला परिचय होता. इथिओपियातील मानवतावादी संघटनांच्या बैठकीदरम्यान आमची वारंवार भेट व्हायची. मोकळ्या वेळेत आमच्या गप्पा चांगल्याच रंगत. ती न्यूझीलंडची होती. कधीकधी आम्ही जेवायला बाहेर जात असू.

"हॅलो पॅट, काय म्हणतेस?"

"अरे उमेश, मी ठीक आहे. तुझं कसं काय चाललंय? काल मार्कच्या कॉकटेलला आला नाहीस?"

"अगं, जरा कामात होतो. बरं हे पाहा, मला तुला भेटायचं आहे. तू आज लंचला मोकळी आहेस?"

"हो, आहे ना! कोठे भेटायचं? 'शिचुआन' की 'ग्रीक क्लब?" तिला माझ्या आवडीची उपाहारगृहे ठाऊक होती.

"ग्रीक क्लब, साडे-बारा वाजता!"

आदिस अबाबाचा ग्रीक क्लब उत्कृष्ट ग्रीक भोजनासाठी प्रसिद्ध होता. खूप

वर्षांपूर्वी मी उत्तर ग्रीसमधील थेसालोनिकी या शहरात एका अभ्याससत्रासाठी एक महिना वास्तव्य केलेले. तेव्हापासून मला ग्रीक भोजनाची आवड निर्माण झाली होती.

"हाय उमेश, फार वेळ वाट पहावी लागली नाही ना?"

"छे, छे! मीही आत्ताच पोचलो."

मी एक टेबल आरक्षित केले होते. आम्ही स्थानापन्न झाल्यावर एक वेट्रेस आमची ऑर्डर घ्यायला आली. पॅट्रिशियाने मुसाका तर मी युवेत्सी मागवले. प्यायला ज्युस मागवले.

"पॅट, तू जावेद झारी हे नाव ऐकलं असशीलच."

"दार्फुरचे जावेद झारी?"

"हो."

"अर्थातच. पॉल फोर्साइथ प्रकरण माझ्या लक्षात आहे."

"परवा मला त्यांची ई-मेल आली..." अशी सुरुवात करून मी जावेदच्या विनंतीविषयी तिला सांगितले.

"ठीक आहे. ऑफिसला गेल्या गेल्या मी माहिती काढते व तुला फोन करते. सध्या कोठे असतात मिस्टर झारी?"

"मला तरी कोठे ठाऊक आहे? त्यांनी त्यांच्या संदेशात म्हटलं आहे, की ते सध्या 'स्वयंस्वीकृत हद्दपारीत' आहेत."

त्या दिवशी संध्याकाळी मी जावेद झारींना संदेश लिहायला घेतला.

प्रिय. मि. झारी

तुमचा सविस्तर संदेश मिळाल्यानंतर मी आमच्या कार्यालयात तसेच येथील निर्वासित उच्चायुक्त कार्यालयात सबीना व रोक्साना यांच्याविषयी माहिती काढायचा प्रयत्न केला. दोन्ही कार्यालयांच्या नोंदीनुसार त्या दोघी इथिओपियात आल्या असाव्यात, असे वाटत नाही. त्यांचा शोध घेण्यात तुम्हाला अद्याप यश येऊ शकले नाही, याचा खेद वाटतो. त्यांच्याविषयी काही धागे-दोरे हाती लागले, तर मी लागलीच तुमच्याशी संपर्क साधेन. इथिओपियात येणाऱ्या नव्या निर्वासितांमध्ये त्याचा समावेश आहे का, याचीही माहिती मी वेळोवेळी काढेन. दरम्यान त्यांचा व तुमचा संपर्क साधला गेला, तर कृपया मला तसे कळवावे.

आपला विश्वासू,
उमेश कदम
१६ नोव्हेंबर २००९

दुसऱ्या दिवशी सकाळी ६ वाजता जावेद उठला. ब्रश वगैरे आटोपून त्याने चहा करून घेतला. त्या दिवशी शनिवार होता. चहा घेता घेता वर्तमानपत्र वाचून झाले. त्याने आपल्या बेडरूममधील टेबलावरील लॅप-टॉप सुरू केला. त्याला आलेले सर्व ई-मेल संदेश वाचून झाल्यावर त्याने एक संदेश लिहायला घेतला.

प्रिय प्रा. कदम,

तुम्ही माझ्या विनंतीकडे वैयक्तिक लक्ष घालून सबीना व रोक्साना यांचा शोध घ्यायचा प्रयत्न केला, याबद्दल मी तुमचा आभारी आहे. त्या दोघी इथिओपियात असण्याची शक्यता कमीच होती. दार्फुरमधील सर्व निर्वासित जवळच्या छादच्या सीमेकडे जाऊन छादमध्ये आश्रय घेतात, हे सर्वश्रुत आहे. इथिओपियातील एकमेव सुदानी निर्वासित छावणीत केवळ दक्षिण सुदानमधील काही लोक, जेव्हा तेथे कलह चालू होता, तेव्हा आश्रयासाठी गेले आहेत, हेही मला ठाऊक होते. सबीना व रोक्साना यांना शोधण्यासाठी मी अंधारात चाचपडत आहे. केवळ एक प्रयत्न करून पाहावा म्हणून मी तुम्हाला विनंती केली. त्यांचे काय झाले असावे, या विचाराने मी कित्येक वेळा अस्वस्थ होतो. माझ्या प्रयत्नांना यश येईल की नाही, याची खात्री नाही; पण मी प्रयत्न करत राहणार, यात शंका नाही.

तुमच्या मदतीबद्दल पुनश्च आभार.

तुमचा उपकृत,
जावेद झारी.
१७ नोव्हेंबर २००९

संदेश पाठवून झाल्यानंतर जावेदने त्याचा लॅप-टॉप बंद केला. खिडकीजवळ जाऊन त्याने पडदा दूर केला. बाहेर स्वच्छ सूर्यप्रकाश होता. हॉलंडच्या द हेग या शहराच्या झ्वोलसेस्त्रात येथील त्याच्या सहाव्या मजल्यावरील फ्लॅटमधून उत्तरेकडे दिसणारे प्रचंड हिरवे कुरण, त्यात चरणाऱ्या काळ्या-पांढऱ्या धष्टपुष्ट गायी व दूरवर दिसणाऱ्या पवनचक्क्या यांच्याकडे तो टक लावून पाहत राहिला. त्या वेळी त्या पवनचक्क्या फिरत नव्हत्या; पण जावेदचे विचारचक्र काही केल्या थांबायला तयार नव्हते.

❑❑❑

- १९ -

जावेदची व मि. हाश्मींची चर्चा झाल्यावर तो सरळ आपल्या घरी गेला. त्याचे थोडेफार जे सामान होते, ते त्याने एका बॅगेत भरले. ती घेऊन तो झमीरच्या दार्फुरी उपाहारगृहाकडे गेला. त्याने त्याला विश्वासात घेतले.

"झमीर, मला काही दिवसांसाठी बाहेरगावी जावं लागणार आहे. माझी ही बॅग तुझ्याकडे राहू दे. मला इकडे काही मदत लागली, तर तुला फोन करेन. पण तत्पूर्वी तू माझं एक काम कर. तू इरिदिमी छावणीकडे जाऊन आई व बहिणींना भेट. त्यांना या पिशवीतील वस्तू दे. तुला गृहमंत्रालयातून छावणीकडे जाण्यापूर्वी परवाना घ्यावा लागेल. तुझ्या जाण्यायेण्यासाठी जो खर्च येईल, तो मी तुला देईन. तसेच आईला देण्यासाठी काही पैसे देऊन ठेवतो."

"जावेद, मी नक्कीच त्यांची भेट घेईन. तू माझ्या भावासारखा आहेस. मी तुझ्याकडून जाण्यायेण्याचे पैसे घेईन, असं वाटतंय तुला?"

"तुला त्रास होऊ नये म्हणून म्हणालो."

"बरं, ते जाऊ दे. तू आता तुझ्या तयारीला लाग."

जावेद तेथून घरमालक मौमीन अनादिफकडे गेला व आपण त्याची जागा खाली करत असल्याचे सांगितले. त्याने दोन दिवसांपूर्वीच ऑक्टोबर महिन्याचे घरभाडे चुकते केले होते. जावेदने घराची किल्ली मौमीनला दिली. एव्हाना दुपारचा एक वाजला होता. जावेद पुन्हा झमीरकडे गेला. त्याने दुपारचे जेवण

तेथेच घेतले. जेवणानंतर तो उपाहारगृहामागील झमीरच्या एका खोलीत आराम करायला गेला. त्याने अंजामिना सोडायची सारी तयारी केली होती. आपल्या घरावर आता पाळत असल्याच्या शक्यतेमुळे तिकडे फिरकायचे नाही, असे त्याने ठरवले. तसेच झमीरच्या उपाहारगृहावरदेखील पाळत असायची शक्यता होती. झमीरने सातच्या सुमारास जावेदला त्याच्या खोलीतच जेवायला दिले. अंधार पडायला सुरुवात झाली होती. साडेसात वाजता जावेदच्या सूचनेनुसार झमीरने उपाहारगृहाच्या मागील बाजूस टॅक्सी आणली. त्याने टॅक्सी ड्रायव्हरला कोठे जायचे आहे, हे सांगितले होते. तसेच टॅक्सीचे भाडेही ठरवले होते. झमीरला मिठी मारून जावेदने त्याचा निरोप घेतला व तो पटकन टॅक्सीत जाऊन बसला.

''तुमचं नाव काय?'' जावेदने पन्नाशीच्या ड्रायव्हरला विचारले.

''मी अन्वर मर्झबान.''

''आपल्याला बोंगोरला पोचायला अंदाजे किती वेळ लागेल?''

''रस्ता जरा खराब असल्याने चार तास तरी लागतील. रात्रीच कसे काय प्रवास करायचे ठरवले?''

''माझा चुलतभाऊ बोंगोरच्या अलीकडे एक वस्ती आहे तेथे राहतो. मघाशी त्याची प्रकृती चिंताजनक आहे असा फोन आला. मलेरिया झाला आहे म्हणे! म्हणून तातडीने निघावे लागले.''

पहाटे १ च्या सुमारास गाडी बोंगोरजवळ पोचली होती. तेथे रस्त्याच्या डाव्या बाजूला जवळजवळ दोनशे मीटरवर एक वस्ती होती. तिच्याकडे पाहत जावेद म्हणाला,

''ही काय मुसाची वस्ती आली. मला येथेच सोडा. गाडी वस्तीपर्यंत जाऊ शकत नाही.'' असे म्हणून त्याने अन्वरला गाडीभाडे दिले. तो म्हणाला,

''अन्वरचाचा, सावकाश जा हं. तुम्ही खूप दमला असाल.''

''हे तर माझं नेहमीचंच असतं. मी सावकाश जाईन. चला, खुदा हाफिज!'' अन्वरने गाडी वळवायला सुरुवात केली. तो निघून गेल्यावर जावेद त्या वस्तीच्या विरुद्ध दिशेला, पश्चिमेकडील माळरानातून लोगोने नदीच्या दिशेला चालू लागला. तेथून नदी फक्त तीन-चारशे मीटर अंतरावर होती. तिचा अलिकडला तीर छादच्या हद्दीत तर पलीकडला कॅमेरूनच्या हद्दीत होता. त्या ठिकाणी नदीच त्या दोन्ही देशांतील सीमा होती. लोगोने नदीत मोठ्या प्रमाणावर मच्छीमारी चालायची. सर्व कोळी पहाटे २ च्या सुमारास जाळी घेऊन आपल्या होड्यांतून नदीत जात व पहाटे ५ च्या सुमारास आपल्या वस्त्यांवर परतत. माशांची छाननी करून सकाळी ६ वाजता बोंगोर– अंजामिना रस्त्यावर येऊन थांबत. रोज सव्वासहा-साडेसहाच्या

सुमारास बर्फाची खोकी भरलेला एक ट्रक कोळ्यांकडून मासे गोळा करत अंजामिनाकडे जात असे.

जावेद एका कोळ्यांच्या वस्तीवर पोचला. तेथे एक वयस्कर कोळी आपले गुंता झालेले जाळे मोकळे करत बसला होता. त्याचे सारे काम रात्रीच चालायचे. जावेद त्याच्याजवळ जाऊन म्हणाला,

"कोळीमामा, मला पलीकडच्या तीरावर सोडाल? मी कॅमेरूनमधल्या यागौआचा आहे. अंजामिनात मजुरी करून चार पैसे मिळवतोय. मला काल निरोप आला की, वडलांची प्रकृती खूप बिघडलीय. मला तातडीने तिकडे जायला हवे."

"अरे पोरा, पोलिसांच्या बोटी गस्त घालतात रे अधूनमधून. मला उगीच अडचणीत आणू नकोस."

"मामा, अंधारात काही कळणार नाही. मी तुम्हाला पाच हजार आफ्रिकन फ्रँक देतो, कृपा करून माझं एवढं काम करा. आता वडलांचं काही खरं नाही म्हणे..." असे म्हणून जावेदने आपले डोळे टिपले. ते पाहून कोळी म्हणाला,

"रडू नको पोरा. चल, तुला पलीकडे सोडतो."

पाच हजार मध्य आफ्रिकन फ्रँक म्हणजे फक्त दहा अमेरिकन डॉलर्स. ही कोळीमामासाठी मोठी रक्कम होती. त्यांनी जावेदला अंधाराचा फायदा घेऊन सावधगिरीने पैलतीरी सोडले. तेथून यागौआ एक किलोमीटरवर होते. जावेद अंधारातून चालत त्या खेड्यात पोचला. सकाळी ७ वाजता तेथून जवळचे शहर मारौआकडे जाणारी एक जुनाट व्हॅन त्याने पकडली. दोन दिवसांनी जावेद मारौआजवळील नायजेरियाच्या हद्दीतील मुबी या गावी पोचला. तेथून मजल-दरमजल करत आठ दिवसांनी तो नायजेरियातील सर्वांत मोठे शहर लेगॉस येथे पोचला. जवळजवळ दीड कोटी लोकवस्तीचे लेगॉस अतिशय गजबजलेले शहर नायजेरियाच्या दक्षिणेला अॅटलांटिक महासागराच्या काठावर होते. गुन्हेगारीसाठी कुप्रसिद्ध असलेल्या त्या शहरात जावेदने नायजेरियन कामगाराचा पेहराव परिधान केला होता. तेथील एकाही खिसेकापूला जावेदकडे पाच-सहा हजार अमेरिकन डॉलर्स आहेत, याची शंका यायचे कारण नव्हते. नायजेरियातील नव्याने वसविण्यात आलेल्या अबुजा येथे राजधानी लेगॉसहून १९९१ साली स्थलांतरित केली असली, तरी बरीच महत्त्वाची कार्यालये लेगॉसमध्येच होती. जावेदने किरीकिरी मार्गावरील एका छोट्या व स्वस्त हॉटेलमध्ये एक खोली घेतली. तो नेहमी अतिशय साधेपणाने राहायचा. पैसे अतिशय जपून वापरायची त्याची जुनी सवय आता त्याच्या कामी येत होती.

खडतर प्रवासाने जावेद थकला होता. एक दिवस संपूर्ण विश्रांती घेतल्यानंतर

त्याने आपल्या डायरीतील काही फोननंबर्स एका कागदावर लिहिले. प्रत्येकाच्या नावासमोर वेळेमधील फरक लक्षात घेता किती वाजता फोन करायचा, याची नोंद केली. जावेदने एक मोबाईल फोनचे स्थानिक 'सीम'कार्ड विकत घेतले. पण ते वापरण्याऐवजी तो हॉटेलजवळील एका फोनबुथकडे गेला. क्रमाक्रमाने जावेदच्या लंडन, ॲमस्टरडॅम, पॅरिस, न्यूयॉर्क, वॉशिंग्टन, शिकागो, सिडनी, जोहान्सबर्ग अशा ठिकाणी असलेल्या परिचितांचे फोन वाजू लागले. जावेदच्या जिवाला धोका असून त्याने बेकायदेशीरपणे लेगॉसमध्ये तात्पुरता आश्रय घेतला आहे, हे समजल्यावर ते त्याला कशा प्रकारे मदत करता येईल, हे अजमावू लागले. जॉन कॅंपबेल यांनी आपण एक-दोन दिवसांत फोन करतो, असे आश्वासन दिले. ठरल्याप्रमाणे त्यांचा फोन आला.

"जावेद, काल माझी व अमेरिकेचे नायजेरियातील राजदूत किथ वॉकर यांची चर्चा झाली. दूतावास अबुजात आहे. त्यांनी लागलीच लेगॉसमधील निर्वासित उच्चायुक्त कार्यालयाशी संपर्क साधला. त्याचे प्रमुख आहेत टांझानियन राजनीतिज्ञ प्रा. ऑगस्टिन माहिगा. त्यांनी तुला मदत करायचे आश्वासन दिले आहे. तू लवकरच त्यांची भेट घे. काही लागलं तर मला पुन्हा फोन कर."

"थॅंक्स कॅंपबेलसाहेब. मी उद्या सकाळी प्रा. माहिगांना भेटायला जाईन."

दुसऱ्या दिवशी सकाळी म्हणजे १५ जुलै या दिवशी जावेद सकाळी नऊ वाजता लेगॉसच्या इशैलू ॲव्हेन्यूवरील निर्वासित उच्चायुक्त कार्यालयात हजर झाला. त्याने प्रा. माहिगांच्या सचिवेस आपण त्यांची भेट घेऊ इच्छीत आहोत, असे सांगितल्यावर तिने त्याला जवळजवळ बाहेर काढायचेच राह्यले. जावेदने अट्टहास केल्यावर ती म्हणाली,

"या कागदावर तुझे नाव व कामाचे स्वरूप लिही. मी पाहते साहेबांना वेळ आहे की नाही? कदाचित एक-दोन दिवसांनी यावं लागेल."

"ठीक आहे," असे म्हणून जावेदने त्या कागदावर 'जावेद झारी. संदर्भ : मा. जॉन कॅंपबेल, सहायक परराष्ट्र सचिव, वॉशिंग्टन डी. सी व मा. किथ वॉकर, अमेरिकेचे राजदूत, अबुजा', एवढाच मजकूर लिहिला. काहीशा नाखुषीने ती तो कागद प्रा. माहिगांच्या कक्षात घेऊन गेली. काही क्षणांतच प्रा. माहिगा स्वत: बाहेर आले व म्हणाले,

"या मि. झारी, मी तुमची वाटच पाहत होतो," असे म्हणून जावेदच्या खांद्यावर हात ठेवून ते त्याला आत घेऊन गेले. जाता जाता ते त्यांच्या सचिवेला म्हणाले,

"जोपर्यंत मि. झारी माझ्याबरोबर आहेत, तोपर्यंत मी कोणाचाही फोन

घेणार नाही किंवा कोणालाही भेटणार नाही. आमच्यासाठी कॉफी व केक घेऊन ये.'' ते ऐकल्यावर ती ओशाळून गेली व तिने जावेदकडे 'आपली चूक झाली' असे सूचित करणारा एक कटाक्ष टाकला.

पन्नाशीचे प्रा. माहिगा यांचे व्यक्तिमत्त्व अभ्यासू होते. ते एक मुरब्बी राजनीतिज्ञ होते. निर्वासित उच्चायुक्त कार्यालयासाठी त्यांनी वेगवेगळ्या देशांत महत्त्वपूर्ण जबाबदाऱ्या हाताळल्या होत्या. निर्वासित उच्चायुक्तालयाच्या वार्षिक खर्चाचा जवळजवळ २७ ते ३० टक्के बोजा अमेरिकन सरकार उचलत असल्यामुळे प्रा. माहिंगा यांनी जावेदच्या समस्येवर तोडगा काढण्यासाठी जातीने लक्ष घालायचे ठरवले होते.

''मि. झारी, मला राजदूत वॉकर यांनी मिस्टर कॅंपबेल यांचा निरोप कळवला आहे. गेल्या काही महिन्यांपासून तुमच्या बाबतीत ज्या घडामोडी झाल्या आहेत, त्यांची मला पुरेपूर कल्पना आहे. सर्वप्रथम तुम्हाला मी एक गोष्ट सांगतो, की तुम्ही आता निश्चिन्त रहा. आम्ही तुम्हाला तुमच्या अडचणीतून सहीसलामत सोडवू.''

हे ऐकताच जावेदला हायसे वाटले. तो म्हणाला,

''थँक्स साहेब. तुमचा मला खूप आधार वाटतो.''

''बरं, आता आपल्याला काही पावले उचलावी लागतील. आपण लगेचच तुमची 'निर्वासित' असल्याची नोंदणी करू. आम्ही तो तपशील नायजेरियाच्या गृहमंत्रालयाला कळवू. ते झाल्यानंतर तुम्ही तुमच्या पुनर्वसनासाठी आम्हाला एक विनंतीवजा अर्ज करा. जोपर्यंत दार्फुरमधील परिस्थिती निवळत नाही, तोपर्यंत तुम्ही तिकडे फिरकण्याचा धोका पत्करू नये. राजकीय कारणास्तव तुमचे अशा एखाद्या राष्ट्रात पुनर्वसन करावे लागेल, की तेथे तुमच्या केसालाही धक्का लागणार नाही. अर्थात असा देश तुम्हाला स्वीकारायला तयार असायला हवा. काही पाश्चात्त्य राष्ट्रे तुमच्यासारख्यांना मानवतावादी दृष्टिकोनातून आश्रय देतात व पुनर्वसन करतात. वेळोवेळी आमच्याकडे कोणती राष्ट्रे किती निर्वासितांना स्वीकारू शकतात, याची आकडेवारी उपलब्ध असते. पुनर्वसनाची संपूर्ण प्रक्रिया आमच्यामार्फत पुरी केली जाते.''

''सध्या कोणकोणत्या राष्ट्रांनी निर्वासितांचे पुनर्वसन करायची तयारी दर्शविली आहे?''

''थांबा, तुम्हाला त्यांची यादी देतो.'' असे म्हणून प्रा. माहिगांनी जावेदला एक कागद दिला.

''मिस्टर झारी, तुमच्या वतीने आम्ही काही राष्ट्रांना पुनर्वसनाची विनंती पाठविल्यावर संपूर्ण प्रक्रिया पार पाडण्यासाठी दोन ते तीन महिने लागतात. बरे,

तुम्हाला एखाद्या ठरावीक देशाला जायचा प्रयत्न करायचा असेल, तर तुम्ही तसे आम्हाला सुचवू शकता.''

''ठीक आहे, साहेब. मी सर्वप्रथम आज तुमच्या कार्यालयात नोंदणी करतो व पुनर्वसनासाठीचा अर्ज देऊन ठेवतो; पण मी कोणत्या देशांना प्राधान्य देऊ इच्छितो, हे सात-आठ दिवसांत सांगितले तर चालेल?''

''नक्कीच. एकदा तुम्ही नोंदणी केली, की तुमच्या येथील वास्तव्याबद्दल कोणीही आक्षेप घेऊ शकणार नाही. शिवाय तुम्हाला निर्वासितभत्ता सुरू होईल. बरे, मी माझ्या एका साहाय्यकाला तुमचे नोंदणीचे सोपस्कर पार पाडण्यासाठी मदत करायला सांगतो. आमच्या नोंदणीपुस्तकात तुमचा येथील तात्पुरता पत्ता व फोननंबर लिहा. गरज पडल्यास तुमच्याशी संपर्क साधता येईल.''

''थँक्स साहेब. तुमच्या मदतीबद्दल मी तुमचे आभार कसे मानू? मला तुम्ही एका मोठ्या संकटातून वाचवलं आहे.''

''मिस्टर झारी, तुमचं जगावेगळं कार्य लक्षात घेता आज तुमच्या पाठीशी अमेरिकेसारख्या बलाढ्य देशाचे विदेश खाते खंबीरपणे उभे असताना तुम्हाला मदत करणे हे आमचे कर्तव्य आहे.''

त्यानंतर आठ दिवस झाले. जावेद प्रा. माहिगांना भेटायला गेला नव्हता, पण त्या दिवशी दुपारी तीनच्या सुमारास प्रा. माहिगांचा त्याला फोन आला.

''मिस्टर झारी, एक आश्चर्यकारक गोष्ट घडली आहे. मघाशी आमच्याकडे हॉलंडच्या विदेश मंत्रालयातून एक संदेश आला. त्यात म्हटले आहे, की 'निर्वासित उच्चायुक्त कार्यालय, लेगॉस येथे सध्या आश्रयास आलेले दार्फुर, सुदान येथील निर्वासित मिस्टर जावेद इब्राहिम झारी, नोंदणी क्रमांक २६३५६ यांचे हॉलंडमध्ये पुनर्वसन करण्यास डच सरकारने मान्यता दिली आहे. आपल्या कार्यालयाने मिस्टर झारी यांना लवकरात लवकर हॉलंडला पाठविण्याचे सोपस्कर पार पाडावेत, ही विनंती. अधिक तपशिलासाठी अबुजा येथील आमच्या दूतावासाशी संपर्क साधावा.' मिस्टर झारी, एवढ्या तडकाफडकी पुनर्वसन व्हायची ही घटना माझ्या अठरा वर्षांच्या निर्वासित उच्चायुक्त कार्यालयातील कारकिर्दीत मी पहिल्यांदाच अनुभवतो आहे.''

''माहिगासाहेब, मी उद्या सकाळी आपल्याला भेटायला येईन. आता पुढचे सोपस्कर पार पाडायला आपण सुरुवात करू.''

''ठीक आहे, मी तुमची सकाळी नऊच्या सुमारास वाट पाहतो.'' प्रा. माहिगांना एका गोष्टीचा अचंबा वाटला. आपले इतक्या लवकर पुनर्वसन तेही अर्ज न करता होत आहे, याचे जावेद झारींना मुळीच आश्चर्य वाटले नव्हते; पण प्रा.

माहिगांना एक गोष्ट माहीत नव्हती...

आठ दिवसांपूर्वी जावेद जेव्हा पहिल्यांदा प्रा. माहिगांचा निरोप घेऊन निर्वासित उच्चायुक्त कार्यालयातून बाहेर पडला, तो सरळ त्याच्या हॉटेलजवळील फोनबूथवर गेला. जावेदने घड्याळात पाह्यले, त्या वेळी नायजेरियात दुपारचे पाच वाजले होते तर वॉशिंग्टनमध्ये सकाळचे आठ. जावेदने पॉल फोर्साइथला फोन लावला.

"पॉल, मी जावेद. सध्या लेगॉसमध्ये आहे..." जावेदने पॉलला अलीकडील घडामोडींची कल्पना दिली.

"जावेद, तुला जर अमेरिकेत पुनर्वसनासाठी प्रयत्न करायचा असेल, तर त्यात काहीही अडचण येणार नाही. तू फक्त जॉन कँपबेलना सांगायचा अवकाश, ते सारी सूत्रे हलवतील."

"पॉल, त्यांनी माझ्यासाठी आत्तापर्यंत एवढं केलं आहे, की आता त्यांच्याजवळ शब्द टाकायला मला संकोच वाटतोय."

"तसं असेल तर तू ही कामगिरी माझ्यावर सोपव. मी सारे पाहून घेईन."

"थँक्स पॉल. मी माझा निर्णय पक्का झाल्यावर तुला पुन्हा फोन करेन."

नायजेरिया व हॉलंड यांच्या वेळेत फरक नव्हता. जावेदने पॉलचा फोन झाल्यावर लगेच ॲमस्टरडॅमच्या फिलिप व्हॅन होव्हरला फोन केला. त्याला सर्व परिस्थिती समजावून सांगितली. फिलिप व जावेद यांचे अधूनमधून फोनवर बोलणे व्हायचे. खार्तुमहून जावेदची सुटका झाल्याचे फिलिपने जेव्हा वर्तमानपत्रात वाचले, तेव्हा त्याचा जावेदला अभिनंदनपर फोन आला होता.

"जावेद, तू अमेरिकेचा विचार डोक्यातून काढून टाक. हे पाहा, हॉलंडहून तू साडे-सहा तासांत छाद किंवा सुदानला पोचू शकतोस. तुझी आई, बहिणी तिकडे आहेत. आज ना उद्या परिस्थितीत बदल होईल. तुला तिकडे जाणे शक्य होईल. अमेरिकेसारख्या प्रचंड देशात तुला स्थिरस्थावर व्हायला खूप वेळ लागेल. तुला इकडे आल्यानंतर व्यवस्थितपणे स्थिरस्थावर व्हायला सारी मदत करायची मी हमी घेतो. त्यासाठी काय करायचे, हे माझ्या डोक्यात घोळत आहे. पण ते मी तुला आताच सांगत नाही. तू मला फक्त तुझा नोंदणीक्रमांक सांग. पाच-सहा दिवसांत 'तुझे हॉलंडमध्ये पुनर्वसन करण्यास डच सरकार तयार आहे', असा संदेश लेगॉस येथील निर्वासित उच्चायुक्त कार्यालयास जाईल. माझे सरकारदरबारी उच्चपदस्थांशी घनिष्ट संबंध आहेत. गरज पडल्यास मी परराष्ट्रमंत्र्यांशीही बोलू शकतो. तू आता इकडे स्थलांतर करायच्या तयारीस लाग..."

❑❑❑

- २० -

जावेद २९ ऑगस्ट २००८ या दिवशी सकाळी साडेनऊ वाजता ॲमस्टरडॅमच्या शिफोल विमानतळावर पोचला. फिलिप व सास्किया त्याला घ्यायला विमानतळावर आले होते. ते जवळजवळ दीड वर्षांनी भेटत होते. फिलिपने जावेदला पाह्यल्यावर त्याला कडकडून मिठी मारली.

"जावेद, त्या दिवशी आद्रेजवळ अपघात झाल्यानंतर मी जो बेशुद्ध झालो, त्यानंतरचे मला काहीच आठवत नाही. सास्कियाने मला नंतर सांगितले, की तू मला खांद्यावरून दोन किलोमीटरवरील दवाखान्यात घेऊन गेलास!"

"त्या वेळी दुसरा पर्यायच नव्हता." जावेद गाडीत बसता बसता म्हणाला. फिलिपने गाडी सुरू केली. सास्किया जावेदकडे पाहत म्हणाली,

"जेव्हा मी फिलिपला ॲमस्टरडॅमच्या सेंट लुकास आन्द्रियास हॉस्पिटलमध्ये दाखल केले, तेव्हा तेथील मुख्य न्यूरॉलॉजिस्ट म्हणाले, की फिलिपला अपघात झाल्यानंतर तातडीने वैद्यकीय मदत मिळाल्यामुळे तो वाचला. आद्रेहून आबेचेला रेड क्रॉसच्या रुग्णवाहिकेतून घेऊन जाताना त्याला प्राणवायू दिला गेला. कोमात गेलेल्या पेशंटला बऱ्याच वेळा श्वासोच्छ्वासात अडथळा येतो. फिलिपचे तसेच झाले होते. जावेद, केवळ तुमच्यामुळे फिलिप त्या अपघातातून वाचला आहे!" जावेदशी बोलताना सास्कियाचे डोळे पाणावले होते. तिच्या नजरेतून कृतज्ञता ओसंडून वाहत होती.

"तसं पाह्यलं तर मीदेखील आज फिलिपमुळेच जिवंत आहे. एका बंडखोर सशस्त्र गटाच्या सैनिकांच्या कमांडरला त्याने फोन केला, म्हणूनच मी वाचलो!" जावेद हसतहसत म्हणाला.

फिलिपची गाडी ॲमस्टरडॅमच्या व्हाँदेल पार्कजवळील हुयगेनस्त्रात मार्गावरील घराजवळ पोचली.

"जावेद, पावणेबारा वाजलेत. तू अंघोळ आटप. आपण लगेच 'ब्रंच' करू. नंतर तू आराम कर. सास्किया ब्रंच झाल्यावर जाईल."

"कामावर जायचं आहे तुम्हाला, सास्किया?"

"नाही. आज ॲमस्टरडॅममध्ये मला एक काम आहे. मी येथून ८० कि. मी. अंतरावरील देन हेल्डर या गावी काम करते. माझा तेथे छोटा फ्लॅट आहे. आम्ही दोघे फक्त वीकएंडलाच भेटत असतो. आठवडाभर दोघेही कामात असतो. भेटीगाठीसाठी वेळच मिळत नाही."

जावेदला ॲमस्टरडॅमला पोचून एक आठवडा झाला. फिलिपने आपल्या ओळखीच्या आधारे जावेदचा निवासी व्हिसा व कामाचा परवाना यासंबंधीचे सर्व सोपस्कर पटपट पार पाडले. फिलीपने जावेदचे पुढे काय करायचे, याचा थोडाफार विचार करून ठेवला होता. एके संध्याकाळी ते गप्पा मारत बसले असता फिलिप म्हणाला,

"जावेद, मी तुला एक गोष्ट सुचवू इच्छितो. हे पाहा, तुझ्यासारख्यांना पुनर्वसनासाठी पाश्चात्त्य राष्ट्रे स्वीकारण्यामागे काही कारणं आहेत. आपण मानवतावादी आहोत हे जगाला दाखवायचं असतं, पण त्याचबरोबर ज्यांना स्वीकारलं आहे त्यांना त्यांच्या उदरनिर्वाहासाठी सफाई कामगार, औद्योगिक मजूर, पेट्रोल पंपावर मदतनीस अशी हलकी कामे देऊ करायची. कारण पाश्चात्त्य तरुण अशी कामे करायला तयार नसतात. जे काही करतात, ते भरमसाठ मजुरी वसूल करतात. तुझ्या बाबतीत तसे होऊ नये, म्हणून मी तुला काही मार्गदर्शन व मदत करेन. अर्थात त्यासाठी तुझे सहकार्य व तुझा प्रतिसाद मिळायला हवा."

"सांग फिलिप. मीदेखील आता हातपाय हलवावे या विचारातच होतो. एखादी सन्मानाची नोकरी मिळविण्यासाठी कष्ट करायची माझी तयारी आहे."

"जावेद, तू हुशार आहेस, उत्तम इंग्रजी बोलतोस, तुझ्या अंगात धडाडी आहे व तू ध्येयनिष्ठ नि जिद्दी आहेस. मला वाटते, तू एखादा छोटा अभ्यासक्रम करून मगच नोकरीचा विचार करावास."

"फिलिप, तुझी कल्पना चांगली आहे. पण मला त्यात दोन अडचणी दिसतात. एकतर मी फक्त शालांत परीक्षा उत्तीर्ण झालो आहे. तेदेखील सुदानमध्ये.

त्याचा माझ्याजवळ दाखला किंवा प्रमाणपत्र नाही. दुसरे म्हणजे माझ्याकडे अभ्यासक्रमाची फी भरण्याएवढे पैसेही नाहीत.''

''ते तू माझ्यावर सोपव. कित्येक पाश्चात्त्य संस्था फक्त तुमचा व्यावहारिक अनुभव पाहून तुमची अर्हता ठरवतात. दुसरे म्हणजे सुदानसारख्या अप्रगत नि युद्धग्रस्त देशातील तरुण आपले उत्तम प्रकारे पुनर्वसन व्हावे या हेतूने एखादा अभ्यासक्रम करू इच्छितो हे समजल्यावर शैक्षणिक संस्थाच काय, काही धर्मादाय संस्था नि प्रतिष्ठाने तुझ्यावर शिष्यवृत्त्यांची खैरात करतील!''

हॉलंडच्या पश्चिम किनाऱ्यावरील द हेग या ऐतिहासिक टुमदार शहराच्या कार्तेनिरकेद मार्गावरील सामाजिक अभ्यास संस्था- इन्स्टिटट्युट ऑफ सोशल स्टडीज - १९५२ साली स्थापण्यात आली. समाजशास्त्राशी निगडित कित्येक विषयांचे पदविका, पदवी व पदव्युत्तर अभ्यासक्रम या संस्थेमार्फत चालवले जातात. संस्थेच्या गुणवत्तेची कीर्ती साऱ्या जगभर पसरलेली. त्यातल्या त्यात मानवी हक्क, सार्वजनिक धोरण, समानता नि सामाजिक प्रगती या विषयांचा अभ्यास करण्यासाठी साऱ्या जगभरातून तरुण-तरुणी संस्थेमध्ये प्रवेश घेतात. सर्व अभ्यासक्रमांसाठी इंग्रजी माध्यम असल्याने मोठ्या प्रमाणावर परदेशी विद्यार्थी संस्थेकडे आकर्षिले जातात. संस्थेच्या प्राध्यापकांमध्ये जगातील वेगवेगळ्या देशांतून आमंत्रित केलेल्या तज्ज्ञांचा समावेश होता. संस्थेच्या संस्थापकांनी विकसित व विकसनशील राष्ट्रांमध्ये सहकार्य व समन्वय साधण्याच्या धोरणावर विशेष भर दिला होता.

फिलिपने संस्थेचे माहितीपत्रक मिळवून जावेदला वाचायला दिले. ते वाचल्यावर जावेद भारावून गेला. एवढ्या विख्यात संस्थेत आपल्याला शिकायची संधी मिळेल की नाही, याबद्दल तो साशंक होता. फिलिपने जावेदला संस्थेच्या 'आंतरराष्ट्रीय स्थलांतरण व मानवी सुरक्षा' या विषयाच्या सहा महिन्यांच्या पदविका अभ्यासक्रमासाठी अर्ज करायला सांगितले. त्या अर्जासोबत जावेदने एक निवेदन जोडले होते. त्यात त्याची पार्श्वभूमी, त्याने दार्फुरमध्ये केलेले कार्य, त्याची सध्याची परिस्थिती यांविषयी सविस्तर माहिती दिली होती. फिलिपने त्या अभ्यासक्रमाचे संचालक डॉ. डेव्ह गास्पर यांची मुलाखतीसाठी वेळ घेतली होती. ठरल्या वेळी त्यांच्या कार्यालयात गेल्यावर फिलिपने त्यांची व जावेदची ओळख करून दिली.

''हॅलो, मिस्टर झारी. या बसा.'' पन्नाशीचे, टक्कल पडलेले प्रा. गास्पर स्मितवदनाने म्हणाले,

जावेद व फिलिप बसले.

''प्रा. गास्पर, मि. झारींनी एक छोटे निवेदन लिहिलेले आहे. आपण कृपया ते वाचल्यास आमच्या भेटीचा उद्देश स्पष्ट होईल,'' फिलिप म्हणाला.

"असं? ठीक आहे." असे म्हणून त्यांनी फिलिपने दिलेले निवेदन वाचायला घेतले. ते वाचत असताना त्यांच्या चेहऱ्यावर आश्चर्य, औत्सुक्य व चिंता असे विविध भाव प्रतीत होत होते. निवेदन वाचून झाल्यावर त्यांनी आपला चष्मा काढून ठेवला. जावेदकडे पाहत ते म्हणाले,

"मि. झारी, तुम्ही मी संचालित करीत असलेल्या अभ्यासक्रमास प्रवेश घेऊ इच्छिता, हे मी आमच्या संस्थेचे भाग्य मानतो. तुमचे दार्फुरमधील दुर्मीळ नि विदारक अनुभव त्या अभ्यासक्रमास प्रवेश घेणाऱ्या इतर विद्यार्थ्यांना सहा महिन्यांत जे शिकवतील, ते आमच्यासारखे पुस्तकी ज्ञान असलेले प्राध्यापक सहा वर्षांतही शिकवू शकणार नाहीत. तुम्ही तुमच्या अर्जात तुमच्या आर्थिक परिस्थितीविषयी लिहिलं आहे. तुमची अभ्यासक्रमाची फी माफ व्हावी व तुम्हाला संपूर्ण अभ्यासक्रमासाठी निवासी शिष्यवृत्ती मिळावी, यासाठी मी शिफारस तर करेनच; पण ती मंजूर होण्याची हमी घेईन."

जावेदचा अभ्यासक्रम १ ऑक्टोबरला सुरू झाला. अभ्यासक्रमास सव्वीस विद्यार्थी होते. जवळजवळ सारे परदेशी होते. फिलिपिन्स, दक्षिण आफ्रिका, नेपाळ, इंडोनेशिया, भारत, श्रीलंका, कोलंबिया, कॅनडा अशा वेगवेगळ्या देशांतील तरुण व तरुणी त्यात सहभागी झालेल्या. अल्पावधीतच जावेदची बऱ्याच सहाध्यायांशी मैत्री जमली. काही विषयांवरील चर्चांमध्ये जावेद हिरिरीने भाग घ्यायचा. आपली मते ठामपणे मांडायचा. सर्व विद्यार्थ्यांना अभ्यासक्रमाचा एक भाग म्हणून एक दीर्घ शोधनिबंध लिहायची सक्ती होती. जावेदने 'दार्फुरी जनतेचे स्थलांतर व त्यांची असुरक्षितता : कारणमीमांसा व उपाययोजना' हा विषय संशोधनासाठी निवडला होता. त्या विषयावरील त्याची सखोल माहिती वापरून त्याने प्रा. गास्पर यांच्या मार्गदर्शनाखाली शोधनिबंध लिहिला. प्रा. गास्पर यांनी त्या वर्षीचा उत्कृष्ट लेख, अशी त्याची वाहवा केली. त्यांच्या पुढाकाराने तो शोधनिबंध संस्थेच्या 'विकास आणि परिवर्तन' या आंतरराष्ट्रीय ख्यातीच्या नियतकालिकात छापून आला. जावेदचा अभ्यासक्रम ७ एप्रिलला संपला. जावेदने पदविकेची परीक्षा दिली. एप्रिलच्या शेवटच्या आठवड्यात पदविकाप्रदान कार्यक्रमास जावेद व फिलिप हजर राह्यले. जावेदला तो अभ्यासक्रम विशेष प्रावीण्यासह पुरा केल्याबद्दल प्रशस्तिपत्रक व सर्वोत्कृष्ट शोधनिबंधाचे सुवर्णपदक त्या कार्यक्रमात प्रदान करण्यात आले.

"फिलिप, हे केवळ तुझ्यामुळे शक्य झाले." जावेद कार्यक्रमानंतर फिलिपला मिठी मारून म्हणाला.

"अरे, तुझ्या आजवरच्या अथक परिश्रमांचं फळ मिळालं म्हणायचं. बरं, हे

पाहा, ही केवळ सुरुवात आहे. तुला अजून पुढे खूप मोठा पल्ला गाठायचा आहे. मी तुझ्याबद्दल काही योजिलं आहे. त्याबाबत आपण सविस्तरपणे नंतर बोलू. चल, निघायला हवं.''

द हेगपासून ॲमस्टरडॅम ५० कि. मी. अंतरावर होते. सहा वाजता कार्यक्रम, त्यानंतरच्या भेटी-गाठी, फोटो वगैरे आटोपल्यानंतर फिलिपच्या गाडीतून ते त्याच्या घरी सातच्या सुमारास पोचले. फिलिपने जावेदकडे तिरप्या नजरेने पाहत गालातल्या गालात हसत घराचे दार उघडले. जावेदने घरात पाय टाकल्यावर त्याला आश्चर्याचा धक्काच बसला. समोर सास्किया व त्या दोघांचे वीस-पंचवीस मित्र-मैत्रिणी जावेदच्या स्वागताला उभे, तर मधोमध एका टेबलावर भलामोठा केक व त्याच्या शेजारी भली मोठी शँपेनची बाटली! जावेदला पाहताच सर्वांनी 'हार्टी काँग्रॅच्युलेशन्स, जावेद'चा घोष सुरू केला. ते पाहून जावेद काही क्षण बावरून गेला. सास्कियाने जावेदला केक कापायची सुरी दिली. तो कापल्यावर तिने एक छोटा तुकडा जावेदच्या तोंडात घातला. फिलिपने त्याला शँपेन उघडायला लावली.

सास्कियाच्या मैत्रिणी स्वयंपाकघरातून मोठमोठ्या प्लेट्समधून वेगवेगळ्या प्रकारचे चीज, सलामी, रूकवोस्ट व मेटवोस्ट सॉसेजेसचे काप, किबेलिंग माशाचे काप नि सॅलड्स घेऊन आल्या. जावेदशी सर्वजण आपुलकीने गप्पा मारत होते, त्याचे अनुभव ऐकत होते व त्याच्या यशाची तोंड भरून स्तुती करत होते. सात वाजता सुरू झालेली मेजवानी रात्री दीडपर्यंत चालली. शॅपेन संपल्यावर हानिकेन बीयरचे कॅन नि 'बोक्मा औद' जिनिव्हरच्या बाटल्या उघडल्या गेल्या.

रात्री सर्वजण निघून गेल्यावर जावेद त्याच्या बेडरूमच्या खिडकीजवळ उभा होता. त्याने खिडकीचा पडदा दूर केला. ढगाळ आकाशामुळे चांदण्या किंवा चंद्र दिसत नव्हता. जावेद खिन्न चेहऱ्याने काळोख्या आभाळाकडे पाहत राह्यला. सबीना, आई नि बहिणींच्या आठवणीने तो व्याकूळ झाला. त्याच्या यशाची झळाळी त्याच्या व्याकूळतेने झाकोळली होती. काही वेळाने एका बाजूचे ढग कमी होऊन हळूहळू लुकलुकणाऱ्या चांदण्या दिसू लागल्या. आपल्या आयुष्यातील काळोख दूर होऊन पुन्हा शीतल चांदणे पाहायला मिळेल की नाही, या विवंचनेने झुरत तो अंथरुणावर पडून राहिला. त्या रात्री त्याला खूप उशिरा झोप लागली.

दुसऱ्या दिवशी शनिवार होता. फिलिप व सास्किया दहा वाजता उठले. जावेद आठ वाजताच उठला होता. त्याने चहा करून घेतला व नंतर त्याने एका तासात रात्रीचा सारा पसारा आवरून, ग्लास व प्लेट्स घासूनपुसून जागच्या जागी ठेवल्या. ॲश-ट्रे साफ केले. घर अगदी व्यवस्थित आवरून ठेवले. फिलिप व सास्किया यांनी उठल्यावर ते पाह्यल्यावर फिलिप जावेदला रागावला,

"अरे, एवढी घाई का केलीस? आपण तिघांनी मिळून सारं आवरलं नसतं का?"

"मी आठ वाजताच उठलो. गप्प बसून राहण्यापेक्षा काहीतरी करावे म्हणून आवरून टाकले."

सास्कियाने साडेअकराच्या सुमारास 'ब्रंच' करायला घेतले. फिलिप तिला मदत करत होता. फ्राइड एग्ज, ग्रील्ड मश्रुम, चीज टोस्ट, टोमॅटो ज्युस असा ब्रंचचा बेत होता. ते खाऊन झाल्यावर सास्किया निघून गेली. त्या संध्याकाळी तिला कामानिमित्त झ्युरिकला जायचे होते. संध्याकाळी फिलिप व जावेद घराजवळील व्हॉन्देल पार्कमध्ये पाऊण तास जॉगिंग करून आले. दोघांनी शॉवर घेतल्यावर फिलिपने जेवणाची तयारी करायला घेतली. जावेद त्याला सॅलड करण्यात मदत करत होता. फिलिपने बुलॉनिज स्पॅघेटी करायला घेतली. बुलॉनिज सॉस करता करता फिलिप जावेदला म्हणाला,

"जावेद, सोमवारी आपल्याला पुन्हा द हेग ला जायचंय."

"असं? आता काय काम काढलं आहेस तेथे?"

"तेथील बाध्विसवेग मार्गावर 'आंतरराष्ट्रीय स्थलांतरण संघटना' यांचे विभागीय कार्यालय आहे. अलीकडेच त्यांनी 'प्रकल्प अधिकारी' या पदांसाठी अर्ज मागवले आहेत. परवाच त्यांच्या संकेतस्थळावर ती जाहिरात माझ्या पाहण्यात आली. तुझा अर्ज आपण प्रत्यक्ष जाऊन सादर करू व कार्यालयाचे संचालक मि. विल्यम व्हॅन कॅसे यांचीही भेट घेऊ."

जावेदला २९ एप्रिलला मुलाखतीसाठी पाचारण करण्यात आले. दरम्यान त्याने संघटनेविषयी बरीच माहिती एकत्रित करून ठेवली होती. संघटना जेव्हा स्थापली त्या वेळी म्हणजे १९५१ साली, तिचे स्वरूप फक्त एका युरोपियन स्थलांतरण समितीचे होते. तिची स्थापना फक्त दुसऱ्या महायुद्धामुळे स्थलांतरण केलेल्यांना मदत करण्यासाठी झालेली. पुढे जगाच्या अन्य भागांत वेगवेगळ्या कारणांमुळे मोठ्या प्रमाणावर लोकांचे स्थलांतरण होऊ लागले. समितीचे रूपांतर आंतरराष्ट्रीय संघटनेमध्ये झाले व तिला संयुक्त राष्ट्रसंघाच्या विशेष संलग्नीकृत संघटनेचा दर्जा देण्यात आला. तिचे कार्यक्षेत्रही विस्तृत झाले. निर्वासित, विस्थापित तसेच ज्या लोकांचे कोणत्याही कारणास्तव उच्चाटन झाले असेल, त्यांना साहाय्य करण्यासाठी आंतरराष्ट्रीय सहकार्यास चालना देण्यासाठी संघटना काम करू लागली. अशा लोकांची आर्थिक, सामाजिक नि सांस्कृतिक उन्नती साधण्यासाठी संस्थेने भरीव कामगिरी केली. जगाच्या वेगवेगळ्या भागांत संघटनेची विभागीय कार्यालये उघडण्यात आली.

जावेदची मुलाखत चांगली झाली. त्या दिवशी ॲमस्टरडॅमला परत जाताना फिलिप म्हणाला,

''जावेद, तुला ही नोकरी मिळण्यासाठी मी माझ्या माहितीच्या राजकीय क्षेत्रातील वजनदार व्यक्तींना तुझ्यासाठी शब्द टाकायला सांगू शकत होतो; पण तसे केले तर तुला पुढे सतत त्याची बोचणी लागून राहील. तू तुझ्या कर्तृत्वावर अभ्यासक्रम पुरा केलास. त्याच्या आधारे आता नोकरीही मिळेल. तुला सन्मानाने व ताठ मानेने जगायची संधी मिळेल.''

''खरं आहे, फिलिप. माझ्या पुनर्वसनासाठी तू खूप धावपळ केलीस. तुझे मार्गदर्शन व मदत मी कधीही विसरू शकणार नाही. पाहायचं आता नोकरीचं काय होतं ते!''

मे महिन्याच्या दहा तारखेस जावेदला त्याची निवड झाल्याचे पत्र आले. जावेदचा त्यावर विश्वासच बसेना. फिलिप व सास्किया त्या संध्याकाळी ती आनंदाची बातमी साजरी करण्यासाठी जावेदला ॲमस्टरडॅमच्या लेलिएग्राक्त मार्गावरील 'डि ख्रिस्तोफ' या प्रसिद्ध व महागड्या उपाहारगृहात जेवायला घेऊन गेले. जावेदचा सुरुवातीचा पगार होता, पाच हजार अमेरिकन डॉलर्स. संघटनेमार्फत स्केव्हनिंगेन भागातील झ्वोलसेस्त्रात या मार्गावरील त्यांच्या निवासी इमारतीतील सहाव्या मजल्यावरील दोन बेडरूम्सचा सुसज्ज फ्लॅट देऊ केला होता. जावेदला २८ मे या दिवशी फ्लॅटची किल्ली मिळणार होती. त्याला १ जूनपासून कामावर रुजू व्हायची विनंती करण्यात आली होती. अप्रगत सुदानच्या युद्धग्रस्त दार्फुरमधील एका खेड्यातील उंट राखणाऱ्या झाघवा मुलापासून एका विख्यात आंतरराष्ट्रीय संघटनेचा अधिकारी हा जावेदच्या आयुष्याचा प्रवास अकल्पित व अविश्वसनीय होता.

फिलिप व सास्किया जावेदला घेऊन २८ मे या दिवशी द हेगला गेले. घरात सर्व सामान होतेच. सास्कियाने किचनमधील वस्तू पाहिल्या. आवश्यक त्या सर्व गोष्टी होत्या. ते तिघे फ्रेडेरिक हेंड्रिकलान मार्गावरील 'आल्बर्टहाईन' या सुपरमार्केटकडे गेले. ज्युस, पास्ता, चीज, भाज्या, काही मसाले, ब्रेड, दुधाचे कार्टन्स अशा दैनिक उपयोगाच्या वस्तूंची त्यांनी खरेदी केली. सास्कियाने जावेदचे किचन लावून दिले. तिने त्या तिघांच्या संध्याकाळच्या जेवणासाठी मश्रुम सूप, फ्राय 'सोल' मासा व परतलेल्या मिश्र भाज्या असा छानसा बेत केला. रात्री नऊ वाजता ते जावेदचा निरोप घेण्यासाठी उठले.

''वीकएंडला माझ्याकडे किंवा कधी सास्कियाकडे देन हेल्डरला आपण भेटत जाऊ,'' फिलिप म्हणाला.

''कधी कधी बदल म्हणून तुम्ही दोघे माझ्याकडेही येत चला.'' जावेद

म्हणाला

"आम्ही नक्कीच येऊ. तू आधी जरा स्थिरस्थावर हो. बरं, काही गरज पडली तर केव्हाही आमच्याशी संपर्क साध." सास्किया म्हणाली.

ते दोघे निघून गेल्यावर जावेदला एकटे वाटू लागले. आतापर्यंत त्याला फिलिपचा सहवास मिळाला होता. द हेगच्या वसतिगृहातदेखील जावेदला खूप चांगले मित्र मिळाले होते.

जावेदने कामास सुरुवात केली. त्याच्या विभागाचे प्रमुख मिस्टर ॲलेक्स स्टॉक यांनी जावेदला त्याच्या कामाचे स्वरूप समजावून सांगितले. इतर विभागप्रमुखांनी आपापल्या कामाची माहिती जावेदला दिली. जावेदच्या आपल्या सहकाऱ्यांशी ओळखी झाल्या. अल्पावधीतच तो कार्यालयात लोकप्रिय झाला. सहकाऱ्यांच्या घरी त्याचे जाणेयेणे सुरू झाले. तोदेखील आपल्या सहकाऱ्यांना घरी जेवायला बोलावून काही दार्फुरी पदार्थ त्यांना खाऊ घालू लागला. जावेदचे दार्फुरमधील अनुभव, त्याच्यावर गुदरलेले कठीण प्रसंग आणि तो संकटात सापडलेल्या घटनांचे चित्तथरारक कथन ऐकून त्याचे सहकारी अवाक व्हायचे.

जावेदने काम करायला सुरुवात करून जवळजवळ चार महिने झाले होते. एके दिवशी त्याच्या कार्यालयाची प्रशासकीय सहायिका सिल्व्ही ट्रॅपन त्याच्याकडे येऊन म्हणाली,

"जावेद, माझे काही मित्र व मैत्रिणी शुक्रवारी संध्याकाळी स्केव्हनिंगेन बीच वरील 'सारिना' या उपाहारगृहात जेवायला जाणार आहोत. तू येशील आमच्याबरोबर?"

जावेदने विचार केला. त्याला नाही म्हणायचे काही कारण नव्हते. त्याच्या व सिल्व्हीच्या चांगल्या गप्पा चालायच्या.

"ठीक आहे. मी येईन, सिल्व्ही. कोठे भेटायचं?"

"मी तुला घ्यायला येते. आपण माझ्या गाडीनेच जाऊ." सिल्व्ही म्हणाली. तिचं घर द हेगच्या हॉफव्हिए भागातील बिनेनहॉफ मार्गावर होतं.

ठरल्याप्रमाणे सिल्व्ही साडेसहा वाजता जावेदच्या घराकडे गेली. जावेद सिल्व्हीची वाट पाहत त्याच्या फ्लॅटच्या इमारतीसमोर उभा होता. त्याने आज फिकट तपकिरी रंगाची कॉर्डाइटची पँट व निळा ब्लेझर घातला होता. एव्हाना त्याला पाश्चात्त्य पेहरावाची सवय झाली होती. ते गप्पा मारत सिल्व्हीच्या गाडीने पाचच मिनिटांत स्केव्हनिंगेन बीचवर पोचले. द हेगचा तो समुद्रकिनारा अप्रतिम होता. एका बाजूला उपाहारगृहांची, बार्सची व लहानलहान भेटवस्तूंच्या दुकानांची लांबलचक रांग होती. त्याच्या उत्तरेला भव्य पंचतारांकित कार्लटन हॉटेल व कॅसिनो होता. त्या सर्वांच्या समोरून चालत जायचा भव्य बांधीव रस्ता होता. त्याच्या खाली

पंधरा-वीस फुटांवर वालुकामय किनारा सुरू व्हायचा. तेथील वाळू पिवळसर व पांढुरकी होती. सुटीच्या दिवशी ऊन निघाले, तर त्या किनाऱ्यावर पाय ठेवायलाही जागा मिळायची नाही. तोकडे कपडे घातलेल्या तरुण-तरुणींनी तो पूर्णपणे व्यापलेला असे. संध्याकाळी मात्र वाळूत पहुडणाऱ्यांची गर्दी कमी व्हायची, तर उपाहारगृहे व बार्समधली वाढायची. सिल्व्हीने गाडी पार्क केली. ते दोघे 'सारिना' मध्ये पोचले.

"तुझे मित्र नि मैत्रिणी किती वाजता येतो म्हणाले?"

आपल्या सोनेरी दाट केसांच्या बटा मागे सरकवत सिल्व्ही म्हणाली,

"अरे काय झालं सांगू का, त्या तिघांचं ऐनवेळी रद्द झालं. माझ्या मैत्रिणीच्या नवऱ्याला काल फ्ल्यु झाला. त्या दोघांचं बारगळल्यावर माझी दुसरी मैत्रीण म्हणाली, की पुन्हा कधीतरी आपण जेवायला जाऊ. मी विचार केला, की तुला अचानक सारा कार्यक्रम रद्द झाला आहे असं सांगण्याऐवजी निदान आपण दोघांनी तरी जेवायला जावं."

"अगं सिल्व्ही, ऐनवेळी कार्यक्रम रद्द केला असतास, तरी मला वाईट वाटलं नसतं. बरं, ते जाऊ दे. काय मागवायचं?"

ते उपाहारगृह इंडोनेशियन पद्धतीच्या भोजनासाठी प्रसिद्ध होते. एके काळी इंडोनेशिया हॉलंडच्या डच साम्राज्याचा भाग होता. त्यामुळे हॉलंडमध्ये बरीच इंडोनेशियन उपाहारगृहे होती.

"तुला साटे, नासी गोरांग व इकान सांतेन चालेल?"

"नक्कीच." जावेदला एव्हाना त्या भोजनाची रुची निर्माण झाली होती. ते काहीसे मसालेदार चविष्ट भोजन त्याला आवडायचे. सिल्व्हीने वेटरला जेवणाची ऑर्डर दिली. त्याच्याबरोबर घेण्यासाठी इटालियन रेड वाइनही मागवली. वेटरने त्यांचे वाइनचे ग्लास भरले. दोघांच्या गप्पा सुरू झाल्या. पंचविशीची सिल्व्ही खूप गप्पिष्ट होती. तिचे निळे डोळे खूप बोलके होते. मधूनच मानेला किंचित झटका देऊन कपाळावर आलेल्या सोनेरी बटा मागे सरकवायची तिला सवय होती. ती दिसायला तशी खूप सुंदर नसली, तरी नाकीडोळी नीटस होती. गप्पा मारता मारता त्यांचे जेवण झाले. साडेनऊ केव्हा वाजले, हे त्या दोघांनाही समजले नाही. सिल्व्हीने बिल भागवले. ते दोघे उपाहारगृहातून बाहेर पडले.

"जावेद, हवा छान आहे ना? समुद्राच्या काठावर एक चक्कर टाकायची?"

"चालेल. उद्या सुटीच आहे. घरी जायची घाई नाही."

ते दोघे लाटांमुळे ओली होऊन काहीशा घट्ट झालेल्या वाळूच्या थरावरून चालू लागले. आकाश स्वच्छ असल्याने चांदण्यांचे प्रतिबिंब पडलेल्या हलक्या लाटा चंदेरी झालर लेऊन जावेद व सिल्व्हीच्या पायांपर्यंत पोचत होत्या. सिल्व्हीने

जावेदचा हात आपल्या हातात गुंफला होता. हळुवार वाऱ्यामुळे तिचे रेशमासारखे सुळसुळीत सोनेरी केस जावेदच्या खांद्याशी चाळा करत होते. काही वेळ चालल्यावर ते दोघे स्वच्छ कोरड्या वाळूत समोरील अथांग सागराचा अनोखा आविष्कार पाहत बसले. वाइनमुळे जावेदला हलकीशी धुंदी आली होती. तारुण्याने मुसमुसलेल्या पंचविशीच्या सिल्व्हीच्या निकट सहवासाने तो काहीसा चलबिचल झाला होता. इतक्यात अनपेक्षितपणे सिल्व्हीने आपले डोके जावेदच्या खांद्यावर टेकवले व हात त्याच्या खांद्यावर टाकत ती म्हणाली,

"जावेद, आय लव्ह यू!"

जावेदला काय बोलावे सुचेना. आतापर्यंत त्याचे व सिल्व्हीचे संबंध केवळ मैत्रीचे होते. तिच्या बाबतीत इतर कसलाही विचार त्याच्या मनाला शिवला नव्हता. काही क्षण तसेच स्तब्धतेत गेल्यावर जावेद जरा भानावर येऊन म्हणाला,

"सिल्व्ही, मी कोणामध्येतरी गुंतलो आहे."

"आय एम सो सॉरी, जावेद. मला ठाऊक नव्हतं." सिल्व्ही जावेदपासून थोडे दूर होत म्हणाली.

"सिल्व्ही, तू गैरसमज करून घेऊ नकोस. आपली मैत्री पूर्वीसारखीच राहू दे."

"अर्थात, जावेद. मला तुझा स्वभाव खूप आवडतो. बरे, मी एक प्रश्न विचारू?"

"विचार ना."

"कोण आहे ती भाग्यवान व्यक्ती, तुझी प्रेयसी?"

"दार्फुरची सबीना. हा पहा तिचा फोटो." असे म्हणून जावेदने आपल्या पैशाच्या पाकिटाच्या पारदर्शी कप्प्यातील त्याचा व सबीनाचा मेगनने घेतलेला फोटो सिल्व्हीला दाखवला. तो पाहत ती म्हणाली,

"छान हसऱ्या चेहऱ्याची आहे रे! इकडे कधी आणणार आहेस तिला?"

"तिला इकडे आणण्याचं तू नावच काढू नकोस. ती सध्या जिवंत आहे की नाही नि असल्यास कोठे आहे, हेदेखील मला ठाऊक नाही."

जावेदच्या उत्तराने सिल्व्ही चक्रावून गेली. दार्फुरी झाघवा तरुणांचा दिल्या शब्दाला जागण्याचा अढळ निश्चय किती ठाम असतो, याची तिला यत्किन्चितही कल्पना नव्हती.

❑❑❑

- २१ -

इथिओपियाचा जवळजवळ निम्मा भूप्रदेश समुद्रसपाटीपासून २००० ते ४००० मीटर उंचीवर आहे. हा सारा डोंगराळ, दऱ्याखोऱ्यांचा व उंचीवरील पठारांचा प्रदेश सदैव थंड व हिरवागार असतो. तेथील परंपरागत व्यवसाय हा पशुसंवर्धनाचा. त्यासाठी मुबलक चराऊ कुरणे व मोठमोठे तलाव असल्यामुळे हा व्यवसाय शेकडो वर्षांपासून वधारला. देशाची उर्वरित भूमी रूक्ष नि जवळजवळ वाळवंटासारखीच म्हणावी. देशाच्या काही भागात आजही काही आदिवासी टोळ्या आढळतात. काही वांशिक अल्पसंख्याकही विविध भागांत आहेत. तसे पाहिले तर वेगवेगळ्या वंशांचे लोक पूर्वी गोडीगुलाबीने राहत; पण गेल्या दहा-पंधरा वर्षांपासून पर्यावरणाचे संतुलन बिघडल्यामुळे पर्जन्यमान कमी झाले. चराऊ कुरणे व पाणी यांची टंचाई भासू लागली. त्यामुळे काही फिरस्त्या जमाती आपल्या जनावरांचे ताफे घेऊन कुरणांच्या शोधात दूरवर जाऊ लागल्या. अशा भटक्या जमातींचे लोक दूर गेल्यावर तेथील स्थानिक जमाती व त्यांच्यामध्ये संघर्ष होऊ लागला. वांशिक तणावातून हिंसाचार होऊ लागला. त्याची झळ वर्षानुवर्षे वास्तव्य करत असलेल्या खेडोपाड्यांतील जनतेला बसली.

इथिओपियाच्या पश्चिमेकडील गांबेला या प्रांतात अनुवाक व नुआर या दोन जमातींमध्ये वारंवार हिंसाचार झाल्यामुळे काही खेडुतांनी मे २०१० मध्ये जीव वाचविण्यासाठी आपली घरेदारे सोडून दूरवर रानोमाळी आश्रय घेतला. ही गोष्ट आमच्या कार्यालयास समजल्यावर आम्ही इथिओपियन रेड क्रॉसच्या स्वयंसेवकांच्या

मदतीने त्या विस्थापितांना मदतकार्य सुरू केले. जनसंपर्क अधिकारी या नात्याने मी त्या घडामोडींवर बारकाईने लक्ष ठेवून होतो. काही इतर सेवाभावी संस्था त्याबाबत आमच्याकडे चौकशी करू लागल्या. त्या संपूर्ण कामाची इत्थंभूत माहिती करून घेण्यासाठी मी तिकडे जाऊन प्रत्यक्ष माहिती घ्यावी, असे ठरले. तिकडे मदतकार्यावर देखरेख करणारा आमचा सहकारी सेमूनिगस याला मी येत आहे, असा निरोप पाठवला.

मे महिन्याच्या दहा तारखेस माझा सहकारी कमाल याच्यासोबत मी तिकडे जायला निघालो. आम्ही आमच्या कार्यालयाची टोयोटा लँडक्रुझर जीप घेतली होती. कमाल व मी आळीपाळीने गाडी चालवत होतो. आदिस अबाबापासून गांबेला ५८५ कि. मी. अंतरावर होते. आम्ही वाटेतील छोटे शहर जिम्मा येथे एक मुक्काम करून ११ तारखेस दुपारी चार वाजता गांबेलाजवळील तैलूत या खेड्याजवळ पोचलो. गावाबाहेर तंबू ठोकून सेमूनिगस राहत होता. त्याच्या शेजारीच माझा व कमालचा तंबू उभा केला. हवेत खूप उष्मा होता. जवळच्या एका विहिरीवर जाऊन मी अंघोळ करून आलो. विस्थापितांना वाटण्यासाठी दोन मोठे ट्रक भरून आमचे सामान तेथे आधीच पोचले होते. त्यात पाण्यासाठी जेरी कॅन्स, तंबू, अंथरुणे-पांघरुणे, भांडी-कुंडी, धन-धान्य असे बरेच सामान होते. संध्याकाळी कमाल व सेमू पोर्टेबल गॅसवर भात व मासे शिजवत होते. मी त्यांच्याशी गप्पा मारत बसलो. सेमू म्हणाला,

''कदमसाहेब, उद्या सकाळी नऊ वाजता आपण निघू. विस्थापितांची पहिली वस्ती आहे येथून उत्तरेला १५ कि. मी. अंतरावर. त्यानंतर पश्चिमेकडील जिकावो नि दक्षिणेला अकोबो येथील वस्त्यांवर परवा नि तेरवा जाऊ. रोज आपण मुक्कामाला येथेच येऊ. नंतर तुम्ही व कमाल आदिस अबाबाला जा. माझे काम संपायला अजून आठ-दहा दिवस लागतील.''

''ठीक आहे, सेमू. तुला येथील परिस्थितीची चांगली कल्पना आहे. तू सांगशील त्याप्रमाणे प्रवासाचे नियोजन कर.''

आम्ही दुसऱ्या दिवशी विस्थापितांच्या पहिल्या वस्तीकडे गेलो. इथिओपियन स्वयंसेवक विस्थापितांना शिधा वाटत होते. जवळजवळ शंभर-सव्वाशे विस्थापित एका रांगेत उभे होते. सारेकाही शिस्तबद्ध रीतीने चाललेले. कोठेही दंगा, आरडाओरड किंवा झुंबड नव्हती. विस्थापितांच्या चेहऱ्यावर कृतज्ञता दिसत होती. त्यांच्यापैकी काहींच्या प्रतिक्रिया नोंदविण्यासाठी मी कमालच्या मदतीने त्यांच्याशी संवाद साधू लागलो. एक वृद्ध, एक पन्नाशीची महिला व एक चाळिशीचा शेतकरी यांच्याशी काही बोलून झाल्यावर माझे लक्ष एका बावीस-तेवीस वर्षांच्या मुलीकडे गेले.

कमालने तिला त्या भागात बोलल्या जाणाऱ्या अम्हारिकमध्ये तिचे नाव विचारल्यावर तिच्या मागे उभ्या असलेल्या पस्तिशीच्या बाईने कमालला सांगितले,

"तिला अम्हारिक येत नाही. ती सुदानची आहे."

हे ऐकल्यावर मला आश्चर्य वाटले. दक्षिण सुदानमधून काही निर्वासित इथिओपियात आश्रयासाठी आलेले मला ठाऊक होते. पण ते जवळजवळ दीडशे निर्वासित पश्चिम इथिओपियाच्या बेनशांगूल या गावाजवळच्या छावणीमध्ये राहत होते. या विस्थापितांमध्ये सुदानी निर्वासित असणे अकल्पित होते. मी कमालला म्हणालो,

"कमाल, तुला थोडं थोडं अरबी येतं ना?"

"हो. का बरं?"

"या मुलीला मला काही प्रश्न विचारायचे आहेत. तू भाषांतर कर."

"ठीक आहे, विचारा तुम्ही."

"तुझं नाव काय?"

"नुरैना."

"तू सुदानमधून इकडे केव्हा आलीस?"

"खूप दिवस झाले. एक वर्ष होऊन गेले असावे."

"तू इकडे येण्याचे कारण?"

"तिकडे दार्फुरमध्ये खूप चकमकी सुरू होत्या. आम्ही एखाद्या सुरक्षित ठिकाणी स्थलांतर करायचे ठरवले. खरं म्हणजे छादमध्ये निर्वासित छावण्या आहेत असं समजलं होतं; पण आम्हाला रस्ता ठाऊक नव्हता. जेथे चकमकी नाहीत, अशा सुदानमधील एखाद्या ठिकाणी जायचे ठरवले. या गावाहून त्या गावाला असे करत आम्ही या भागात आलो."

"असे तुम्ही किती लोक आहात?"

"सारे मिळून सतरा. त्यांपैकी आठ मुले, सात महिला नि दोन वृद्ध आहेत."

"तुम्ही आतापर्यंत कोठे राहत होता?"

"अकोबोजवळील एका कॉफीच्या मळ्यात. त्या मळ्याच्या मालकाने आमच्यापैकी बऱ्याच जणांना कामावर ठेवून घेतले. आम्ही मळ्यातच आमच्या झोपड्या उभ्या केल्या. मळेवाला आनुवाक आहे. परवा त्याच्या घरावर नुआर जमातीच्या लोकांनी हल्ला केला. ते पाहून आम्ही सुरक्षिततेसाठी इतर खेडुतांबरोबर इकडे आलो."

"तुमच्यापैकी कोणाचं नाव सबीना आहे?"

"नाही. त्या नावाचं कोणीच नाही."

माझा भ्रमनिरास झाला; पण मी चिकाटी सोडली नाही.

"बरं, तुला शेवटचा एकच प्रश्न विचारतो. तुमच्याप्रमाणे इतर काही लोक सुदानहून इथिओपियात येऊन निर्वासित छावण्यांमध्ये न राहता खेडोपाडी मोल-मजुरी करत आहेत?"

"मला नेमकं ठाऊक नाही, पण आम्ही इकडे येत असताना वाटेत मलाकाल येथे काहींचे गट दिसले. तेदेखील इथिओपियाच्या दिशेनेच चालले होते; पण ते मलाकालहून कोडोक, बेल्गो, मुर्तेरो मार्गे इथिओपियाच्या असोसा भागाकडे जाणार होते. आमच्या गटातील साठीचा झिब्बा म्हणाला, की तो मार्ग खूप खडतर आहे. आम्ही बुनारूआल व वातमार्गे अकोबोकडे आलो."

मी नुरैनाचे आभार मानले. आमचे त्या भागातील काम संपल्यावर मी आदिस अबाबाला परतलो. नुरैनाबरोबर झालेल्या संवादामुळे माझे विचारचक्र सुरू झाले. सबीना व रोक्साना इथिओपियात येऊन एखाद्या खेड्यात मोलमजुरी करत असाव्यात का, अशी शंका माझ्या डोक्यात घोळत होती. जेव्हा एखादी व्यक्ती आपला देश सोडून दुसऱ्या देशात आश्रय घेते, तेव्हा ती 'निर्वासित' बनते; पण आपल्याच देशात सुरक्षेसाठी दुसरीकडे आश्रय घेतला, तर ती 'विस्थापित' या सदरात मोडते. निर्वासितांना निर्वासित उच्चायुक्त कार्यालय मदत करते, तर विस्थापितांना रेड क्रॉस. मी निर्वासित उच्चायुक्त कार्यालयातील पॅट्रिशियास फोन केला.

"हॅलो पॅट, मी उमेश बोलतोय."

"अरे उमेश, खूप दिवसांनी फोन केलास."

"हो, जरा कामात होतो. बरे, पॅट मला तुला भेटायचं आहे. तुला कधी वेळ आहे?"

"केव्हाही ये. आज दुपारी मी तशी मोकळीच आहे."

"ठीक. मी चार वाजता येतो."

ठरल्याप्रमाणे मी पॅट्रिशियास भेटायला गेलो.

"पॅट, गेल्या आठवड्यात गांबेलामधील विस्थापितांच्या काही वस्त्यांना मी भेट दिली. त्या वेळी माझ्या निदर्शनास आले, की काही सुदानी निर्वासित इथिओपियातील काही खेड्यात मोलमजुरी करून दिवस गुजरत आहेत. त्यांपैकी काहींना वांशिक हिंसाचाराची झळ बसली आहे."

"खरंच की काय? मला हे ठाऊक नव्हतं. तसं असेल तर आम्हाला त्याचा पाठपुरावा करावा लागेल."

"हा प्रश्न तुमच्या कार्यालयाच्या अखत्यारीत येत असल्याने तो तुझ्या

निदर्शनास आणला.''

"हे बाकी तू चांगलं केलंस. बरं, आता एक काम कर. तू मला जे सांगितलंस, ते एका छोट्या ई-मेल संदेशाने मला कळव. तुझा संदेश आल्यावर मी शोधमोहिमेच्या तयारीला लागते. अर्थात आमच्या कार्यालयाच्या निर्वासित शोधविभागाचे कर्मचारी त्या मोहिमेवर जातील.''

"माझ्या अंदाजानुसार वेलेगा प्रांतातील असोसापासून दक्षिणेला गांबेला प्रांताच्या अकोबोपर्यंतचा जो भाग सुदानला लागून आहे, तेथेच निर्वासित आढळण्याची जास्त शक्यता आहे.'' मी पॅट्रिशियाच्या कार्यालयातील भिंतीवर टांगलेल्या इथिओपियाच्या नकाशामधील तो भाग पॅट्रिशियाला दाखवला व पुढे म्हणालो, "असोसाच्या उत्तरेला सुदानी सैन्य व एका दक्षिण सुदानी सशस्त्र गटाच्या चकमकी सुरू आहेत, तर अकोबोच्या दक्षिणेला डोंगराळ प्रदेश व युगांडाची हद्द आहे.''

"ठीक आहे, मी शोधविभागाचा माझा सहकारी इयान गोर्लिकला त्याबाबत सांगते.''

"पॅट, मागे तुला मी जावेद झारींबद्दल सांगितलं होतं, ते लक्षात आहे?''

"हो. ते एका ताटातूट झालेल्या मुलीच्या शोधात आहेत, बरोबर?''

"बरोबर. मला फारशी शक्यता वाटत नाही; पण जर काही सुदानी निर्वासित तुमच्या आढळात आले, तर त्यात सबीना मुश्ताक ही पंचविशीची तरुणी आढळते का पाहा.''

"ठीक आहे. जावेद झारींकडे तिचा फोटो आहे?''

"हो. त्यांनी माझ्याकडे ई-मेलने पाठवला होता. मी तुला उद्या ई-मेलने पाठवतो.''

पॅट्रिशियाची व माझी भेट होऊन एक महिना उलटला. मधून मधून मी तिला फोन करून शोधमोहीम कोठवर आली आहे, याची चौकशी करत होतो. ती अजून चालू असल्याचे व बावीस निर्वासितांचा शोध लागल्याचे अलीकडेच पॅट्रिशियाकडून कळाले. जुलै २०१० मध्ये आमच्या मुख्य कार्यालयाने मला दीड महिन्यासाठी दक्षिण आफ्रिकेतील प्रिटोरिया येथील आमच्या विभागीय कार्यालयात तेथील कायदाविभागाचे सुसूत्रीकरण करण्यासाठी व त्यात सुधारणा करण्याच्या कामगिरीवर जायची विनंती केली. मला दक्षिण आफ्रिकेहून नामिबिया, झिंबाब्वे, लेसोथो व बोटस्वाना या देशांतील संरक्षण नि विदेश मंत्रालयांच्या सचिवांशी चर्चा करायला जायचे होते. जुलैच्या शेवटच्या आठवड्यात मी नामिबियाची राजधानी विंडहोक येथे असताना मला पॅट्रिशियाचा ई-मेल संदेश आला. तो वाचल्यावर माझा त्यावर विश्वासच बसेना!

'प्रिय उमेश,

तुझे काम ठीक चालले असेल. तुला एक आनंदाची बातमी सांगायची म्हणजे असोसाच्या दक्षिणेकडील बांबेसी या खेड्यात आमच्या शोधपथकाला सबीना नि रोक्साना मुश्ताक यांचा शोध लागला. मी माझ्या सहकाऱ्यांना त्यांचे फोटो दिले होते. ते पडताळून पाह्यल्यावर त्यांची ओळख पटली. तू मिस्टर झारींना ही खूषखबर कळव. त्या दोघींना व त्यांच्या बरोबरीच्या अन्य सात निर्वासितांना आम्ही बेनशांगून येथील छावणीकडे पाठविणार आहोत. ते सर्व निर्वासित त्यास तयार झाले आहेत. तुला सबीनाविषयी मला काही सांगायचं आहे; पण ते तू आदिस आबाबाला आल्यानंतर सांगेन.

तुझी विश्वासू,
पॅट'
२७ जुलै २०१०

मी लागलीच मि. झारींना संदेश लिहायला घेतला.

'प्रिय मि. झारी,

तुम्हाला एक अत्यंत आनंदाची बातमी सांगायची म्हणजे सबीना व रोक्साना यांचा अलीकडेच इथिओपियामध्ये शोध लागला. त्याची पार्श्वभूमी अशी...'

मी त्यांना थोडक्यात त्यांचा शोध कसा लागला याची पार्श्वभूमी कळविली. माझ्या संदेशात पुढे लिहिले,

'सबीनाचे हॉलंडमध्ये पुनर्वसन करण्यासाठी तुम्ही योग्य ती पावले उचलालच. सध्या मी नामिबियात असून ऑगस्टच्या वीस तारखेस आदिस अबाबाला जाईन. तेथील निर्वासित उच्चायुक्त कार्यालयातील मिस पॅट्रिशिया कॉनेली यांच्याशी तुम्ही संपर्क साधावा. त्यांना मी या संदेशाची प्रत पाठवत आहे. वरील मायन्यात त्यांचा ई-मेल पत्ता आहेच.

तुमची कित्येक दिवसांची इच्छा पुरी व्हायची दाट शक्यता आहे, याचा मला आनंद होत आहे.

तुमचा विश्वासू,
उमेश कदम'
२७ जुलै २०१०

त्याच दिवशी संध्याकाळी जावेद झारींचे उत्तर आले.

'प्रिय प्रा. कदम,

तुमचा ई-मेल संदेश वाचल्यापासून मी हवेत तरंगत आहे. गेली चार वर्षे मी सबीनाच्या बाबतीत चिंताग्रस्त होतो. ती जिवंत आहे की नाही, याची खात्री नव्हती. तुम्ही मला चिंतामुक्त केले, याबद्दल मी तुमचे आभार कसे मानू? माझ्या अंधारमय आयुष्यातील एकमेव प्रकाशकिरण माझे उर्वरित जीवन चैतन्यमय करेल, याची मला खात्री आहे.

तुम्ही सुचविल्याप्रमाणे मी मिस पॅट्रिशिया कॉनेली यांच्याशी त्वरित संपर्क साधत आहे.

तुमचे पुनश्च मन:पूर्वक आभार.
तुमचा उपकृत,
जावेद झारी.'

□□□

- २२ -

दक्षिण आफ्रिकेहून मी २० ऑगस्टला आदिस अबाबाला पोचलो व लगेच दोन दिवसांनी मला काही महत्त्वाच्या वैयक्तिक कामासाठी भारतास जावे लागले. तिकडे दोन आठवडे राहून पुन्हा आदिस अबाबाला पोचलो. जवळजवळ दोन महिन्यांच्या कार्यालयातील अनुपस्थितीमुळे बरीच खोळंबलेली कामे निकालात काढण्यात मी खूप व्यस्त होतो. माझे सहकारी व चार सहायक माझ्या अनुपस्थितीत माझ्या विभागाचा कारभार पाहत होते; पण काही कामे मलाच करावी लागणार होती. वार्षिक अहवालाचा मसुदा, पुढच्या वर्षीचे अंदाजपत्रक नि काही उच्चस्तरीय बैठकांची तयारी अशी कामे मी स्वतःच करणे आवश्यक होते. या साऱ्या कामात माझे तीन आठवडे पाहता पाहता निघून गेले. त्या धावपळीत मी जावेद व सबीनाचे पुढे काय झाले, याची चौकशी करायचे विसरलो. सप्टेंबरच्या दुसऱ्या आठवड्यात एके दुपारी थोडी उसंत मिळाली, तेव्हा पॅट्रिशियाला फोन केला.

"निर्वासित उच्चायुक्त कार्यालय, जनसंपर्क विभाग," असे एक रूक्ष आवाजाची बाई म्हणाली. तिच्या इंग्रजी उच्चारांवर जर्मन भाषेचा प्रभाव असल्याची मला शंका आली.

"मला पॅट्रिशिया कॉनेली यांच्याशी बोलायचं आहे."

"मिस् कॉनेलेची तीन आठवड्यांपूर्वी किगालीला बदली झाली. मी कार्ला श्रोडर, तिच्या जागी आले आहे. तुमचं काय काम आहे?"

"मी आंतरराष्ट्रीय रेड क्रॉसचा जनसंपर्क अधिकारी, उमेश

कदम. पॅट्रिशिया व मी सबीना मुश्ताक नावाच्या एका दार्फुरी निर्वासित मुलीचे हॉलंडला पुनर्वसन होणार होते, त्या प्रकरणावर लक्ष ठेवून होतो. त्याचे पुढे काय झाले, हे मला समजू शकेल?''

''तुमच्या कार्यालयाने त्याबद्दल काही पुढाकार घेतला होता?''

''नाही. केवळ वैयक्तिक कारणास्तव आम्ही दोघे त्या प्रकरणात लक्ष घातले होते.''

''आम्ही वैयक्तिक चौकश्यांना उत्तरे देत नाही. हवे असल्यास तुमच्या कार्यालयप्रमुखांनी आमच्या कार्यालयप्रमुखांना रीतसर पत्र लिहून चौकशीची विनंती केली, तर आम्ही त्यास उत्तर देऊ.'' त्या बाईचा कडक आवाज ऐकून फोन खाली ठेवावा, असे वाटले. आमच्या कार्यालयाचा त्या प्रकरणाशी संबंध नसल्याने तसे करणे शक्य नव्हते. त्या कार्यालयात माझ्या परिचयाचे अन्य कोणीही नव्हते. त्यानंतर फक्त पाच-सहा दिवस झाले असतील, मला जावेद झारींचा ई-मेल संदेश आला व माझ्या सर्व शंकांचे निरसन झाले.

'प्रिय प्रा. कदम,

तुम्हाला एक आनंदाची बातमी कळविण्यासाठी हा संदेश लिहीत आहे. १ सप्टेंबर या दिवशी मी सबीनास द हेगला घेऊन आलो. त्या वेळी तुम्ही भारतास गेल्याचे समजले. तुमची भेट होणार नाही, यामुळे मला खूप वाईट वाटले. फिलिपच्या मदतीने सबीनाच्या पुनर्वसनाचे सारे सोपस्कार पटपट पार पडले. मी जेव्हा सबीनाची बेनशांगूल छावणीत भेट घेतली, तेव्हा आमच्या अश्रूंना आवर घालणे अशक्य झाले होते. मिस पॅट्रिशिया कॉनेली त्या वेळी किगालीला जायच्या गडबडीत होत्या. तरीदेखील त्यांनी वेळ काढून पुनर्वसनाचे त्यांच्या कार्यालयातील सर्व सोपस्कार जातीने लक्ष घालून पटपट पार पाडले.

तुम्हाला दुसरी आनंदाची बातमी सांगायची म्हणजे काल सबीना व मी नोंदणीपद्धतीने विवाहबद्ध झालो. रोक्सानादीदींनी आमच्या विवाहास काहीही आक्षेप घेतला नाही. अर्थात मी त्यांची अट पुरी केली होतीच. सबीनाची व माझी गेल्या चार वर्षांची इच्छा फलद्रुप होण्यासाठी तुमची जी मदत झाली, ती मी जन्मभर विसरू शकणार नाही. केवळ तुमच्या सतर्कतेमुळे आम्हा दोघांच्या आयुष्यात आज हा दिवस उजाडला आहे. तुमच्या उपकाराच्या ओझ्यातून कसे उतराई व्हायचे, असा मला प्रश्न पडला आहे. तुम्ही तुमच्या सवडीनुसार सहकुटुंब आमच्याकडे रहायला यावे. तसे झाले तर माझा व सबीनाचा आनंद गगनात मावणार नाही. मी तिला तुमच्याबद्दल सर्वकाही सांगितले आहे.

तुम्हाला तिसरी आनंदाची बातमी सांगायची म्हणजे माझी आई, बहिणी व भाचा-भाची यांना निर्वासित छावणीतून काढून त्यांना अंजामिनामध्ये मी घर करून दिले आहे. माझा तेथील दार्फुरी मित्र झमीर याने ती सारी धावपळ केली. आता माझी आर्थिक स्थिती सुधारली असल्याने मी त्या सर्वांच्या खर्चासाठी दरमहा पैसे पाठवत असतो. पण अजूनही मी त्यांना भेटायला जाऊ शकत नाही. आता त्यावरही लवकरच तोडगा निघायची चिन्हे आहेत. फिलिपच्या सल्ल्यानुसार मी हॉलंडच्या नागरिकत्वासाठी अर्ज केला आहे. तो नक्कीच मंजूर होईल. एकदा मी हॉलंडचा नागरिक झालो, की छाद किंवा सुदानचे सरकार मला अटक करू शकणार नाही. ते झाल्यानंतर मी अंजामिनास जाईन.

कृपया तुम्ही तुमचे फोननंबर्स कळवावेत. निदान फोनवर तरी तुमचा आशीर्वाद घ्यायची आम्हाला संधी द्यावी, ही विनंती.

तुमचा उपकृत,
जावेद.'
४ ऑक्टोबर २०१०.

मी जावेदला माझे फोननंबर्स कळविले. त्यानंतर दोन दिवसांनी त्याचा फोन आला. मी त्या उभयतांचे हार्दिक अभिनंदन केले. सबीनाशीदेखील जावेदच्या मदतीने बोललो. ते दोघे माझ्याशी बोलल्यामुळे खूप भारावून गेले होते.

फेब्रुवारी २०११ मध्ये एका महत्त्वाच्या बैठकीसाठी मला आमच्या जिनिव्हा येथील मुख्य कार्यालयात सहा दिवसांसाठी जायचे होते. आमच्या कार्यालयाच्या प्रवासविभागाचा प्रमुख तिलाहुन माझे तिकीट व स्विस व्हिसा असलेला पासपोर्ट घेऊन माझ्याकडे आला व म्हणाला,

"कदमसाहेब, हे घ्या तुमचे तिकीट व पासपोर्ट. प्रवासाच्या तारखा बरोबर आहेत की नाही, एकदा तपासून पाहा."

"कोणत्या विमान कंपनीचं तिकीट आहे, तिलाहून?"

"के. एल. एम. चं. इकडे स्विस एयरलाइन येत नसल्यामुळे तुम्हाला ॲमस्टरडॅमला जाता-येता विमान बदलावं लागेल."

काही विचार करून मी तिलाहूनला विचारले,

"तिलाहून, जिनिव्हावरून परत येताना ॲमस्टरडॅमला पोचल्यावर दोन-तीन दिवस हॉलंडमध्ये राहून मी इकडे येऊ शकेन?"

"हो, नक्कीच. फक्त हॉलंडचा व्हिसा घ्यावा लागेल व परतीच्या प्रवासाच्या तारखा बदलाव्या लागतील."

"छान! हे पाहा, प्रवासास अजून दहा-बारा दिवस बाकी आहेत. तू माझा हॉलंडचा व्हिसा करायला पासपोर्ट त्यांच्या दूतावासाकडे पाठव व परतीच्या प्रवासाची तारीख अशा रीतीने बदल, की मला हॉलंडमध्ये तीन दिवस राहायला मिळेल."

"ठीक. मी आजच व्हिसाचा अर्ज पाठवून देतो."

चार दिवसांनी माझा व्हिसा व तारखा बदललेले तिकीट हाती पडल्यावर जावेदला संदेश लिहायला घेतला.

'प्रिय जावेद,

मी लवकरच जिनिव्हास एका बैठकीसाठी जाणार आहे. ती संपल्यावर मी द हेगला यायचे ठरवले आहे. माझा प्रवास व्हाया ॲमस्टरडॅम असल्याने मी तिकडे यायचे ठरवले. त्याचा मुख्य उद्देश तुम्हा उभयतांची भेट घ्यायचा व तुमच्या समवेत दोन-तीन दिवस राहायचा आहे. गेल्या काही महिन्यांपासून आपला ऋणानुबंध इतका वृद्धिंगत झाला आहे, की आता तुम्हा उभयतांची भेट घेतल्याशिवाय मला चैन पडणार नाही.

मी २७ फेब्रुवारीस ॲमस्टरडॅमला पोचत आहे. पूर्वी मी चार वेळा द हेगला भेट दिली आहे व कित्येक आठवडे तेथे राहिलो आहे. द हेग ॲकॅडेमी ऑफ इंटर-नॅशनल लॉ च्या अभ्यास व संशोधनसत्रांमध्ये मी त्या वेळी भाग घेतला होता. हे लिहिण्याचा हेतू हा, की तुम्ही मला घ्यायला विमानतळावर येऊ नका. शिफोल विमानतळावरून वीस मिनिटांत जलद रेल्वेने मी द हेगला पोचेन व नंतर ट्रॅम किंवा बसने तुमच्या घरी येईन. फक्त तुमचा पत्ता मला कळवावा.

तुम्हा दोघांच्या भेटीची मला उत्सुकता लागून राहिली आहे. तुमच्या उत्तराची वाट पाहत आहे.

तुमचा विश्वासू,
उमेश कदम.'
१२ फेब्रुवारी २०११

त्याच दिवशी संध्याकाळी जावेदचे उत्तर आले.

'प्रिय प्रा. कदम,

तुमचा संदेश वाचून खूप आनंद झाला. आम्ही दोघे आता २७ तारखेची आतुरतेने वाट पाहत आहोत. माझ्या घरचा पत्ता व फोननंबर खाली दिले आहेत. तुम्ही नि:संकोचपणे हवे तितके दिवस आमच्याकडे रहावे. तसेच तुमच्या भोजनाच्या काही विशेष आवडीनिवडी असल्यास तसे कळवावे. सत्तावीस तारखेस शनिवार

असल्याने त्या दिवशी मी घरीच असेन. तुम्ही अंदाजे किती वाजेपर्यंत पोचाल, हे कळवावे.

तुमचा उपकृत,
जावेद.

जावेदचे इवोलसेस्त्रात या मार्गावरील घर शोधायला मला फारसा वेळ लागला नाही. मी त्याच्या घराची बेल वाजवली, त्या वेळी दुपारचे साडेतीन वाजले होते. जावेदनेच दार उघडले.

"कदमसाहेब, या, या, या!" असे म्हणून त्याने मला मिठी मारली.

"द्या, ती सूटकेस इकडे द्या." असे म्हणून तो माझी बॅग घ्यायला पुढे सरसावला.

"जावेद, राहू दे. फारशी जड नाही." मी म्हणालो. पण तो काही ऐकायला तयार नव्हता. मी आत गेलो. दिवाणखाना आटोपशीर होता. मोजके फर्निचर होते. भिंतीवर जावेद नि सबीना यांचा मेगनने घेतलेला रंगीत फोटो होता. दार्फुरचे काही फोटोही भिंतीवर दिसत होते.

"बसा हं, तुमच्यासाठी पाणी आणतो. बरं, चहा, कॉफी किंवा ज्युस, काय घ्याल तुम्ही?"

"कॉफी चालेल."

जावेद आत गेला. आत जायच्या खोलीला पडदा होता. जावेद लगेच पाणी घेऊन आला. त्याने पाण्याचा ट्रे मधल्या टी-पॉयवर ठेवला.

"प्रवास कसा काय झाला?"

"ठीक झाला. फक्त दीड-पावणे दोन तासांची तर फ्लाइट. बरे, सबीना कशी आहे? घरातच आहे ना?"

"हो, आहे ना. तुमची ओळख करून देतो हं. पण आधी कॉफी घेऊ." असे म्हणून जावेद पुन्हा आत गेला. मी आल्यापासून त्याची धावपळ चालू होती. जावेदने दोघांसाठी कॉफी, केक व बिस्किटे आणली. आमची कॉफी घेऊन झाली.

"बसा हं, सबीनाला घेऊन येतो." असे म्हणून जावेद आत गेला. काही वेळाने आतील खोलीच्या दारातून तो सबीनाला बाहेर यायला खुणावत होता.

"मी तिला म्हणालो की, संकोचू नकोस, कदमसाहेब आपल्या घरचेच आहेत असं समज."

सबीनाला चारचौघांत वावरायची सवय नसावी. दार्फुरमधील जीवनशैली नि हॉलंडमधली यांत किती तफावत होती!

आतील खोलीचा पडदा बाजूला करून सबीना दिवाणखान्यात आली. मी उठून उभा राह्यलो नि तिला पाहताच जागच्या जागी थिजलो. साऱ्या शरीरातून झर्रकन विद्युत्प्रवाह सरकल्यासारखे वाटले. माझ्या तोंडातून शब्द फुटेना.

सबीनाचे दोन्ही हात कोपरापासून छाटलेले होते!

❑❑❑

- २३ -

सबीना व रोक्साना सकाळी दहाच्या सुमारास घराच्या अंगणात गहू पाखडत बसल्या होत्या. चार-पाच कोंबड्या काही धान्य खायला मिळते का, हे अजमावत त्यांच्या आसपास घोटाळत होत्या. आकाश निरभ्र होते.

"दीदी, आज शेताकडे जाऊ या? लसणीचे काही गड्डे झाले असतील. शिवाय कोंबड्यांना घालायला मकाही आणता येईल. गेल्या आठ दिवसांत सारी कणसं वाळली असतील."

"ठीक आहे, जेवण झालं की जाऊ. शेळ्यांनाही घेऊन जाऊ. इथलं सारं गवत संपलंय. त्यांनी बाभळीचा पालाही ओरबाडून संपवलाय. बरं, मी म्हणत होते की, उद्या बुरुंगाला जाऊन येऊ. मीठ, मिरच्या व तेल संपत आलंय. हल्ली खादेरच्या दुकानात तरी काय मिळतंय?"

"मागच्या खेपेला म्हणत होता, की सहा उंट घेऊन अल् फाशेरला जाणार, त्यांतील दोन तेथे विकणार व आलेल्या पैशातून बरंच सामान राह्यलेल्या चार उंटांवर लादून आणणार."

"पण तिकडच्या चकमकींमुळे त्याला जमले असेल की नाही कोण जाणे?"

बुरुंगाचा विषय निघाला, की सबीना उदास व्हायची. जावेदच्या कुटुंबाचे हाल आठवून तिला वाईट वाटायचे. 'जावेदही किती दिवसांत फिरकला नाही इकडे. तो ठीक असेल ना? की सुदानी सैनिकांच्या हाती लागला असेल?'

"सबीना, अगं कोणत्या तंद्रीत आहेस? कोंबड्या तुझ्या

सुपातील गहू खाताहेत.''

सबीना एकदम चपापून भानावर आली. रोक्सानाने ओळखले, की ती जावेदच्या आठवणीने त्याच्या विचारात हरवून गेली असावी.

''सबीना, तुला एक गोष्ट सांगू? गेले सात-आठ महिने जावेद इकडे फिरकला नाही. त्याचा काही ठावठिकाणा नाही. आज येथे तर उद्या तेथे, असे त्याचे केव्हाचे चालले आहे. ते देखील चोरून, लपतछपत, सैनिकांचा डोळा चुकवत. बरं, त्याचं सगळं काम बेकायदेशीर नि धोकादायक. तू त्याच्या भरवशावर विसंबून राहू नकोस. मी तुला एक सल्ला देते. तू त्याचा विचार डोक्यातून काढून टाक. आपण तुझ्यासाठी एखादा चांगला मुलगा पाहू. परवा तू शेतावर गेली होतीस, तेव्हा बुरुंगाहून जमिला आली होती. तिच्या धाकट्या भावाबद्दल मला सांगत होती. महंमद आता सत्तावीसचा झालाय. तू त्याला पाह्यलं आहेस. त्यांचे पन्नास उंट आहेत म्हणे. तुझ्याबद्दल खोदून खोदून विचारत होती. तर मी काय म्हणते, उद्या बुरुंगाला गेल्यावर तिची भेट घेते.''

''दीदी, तू त्या फंदात पडू नकोस. माझं जावेदवर प्रेम आहे. त्यानं मला शब्द दिला आहे.''

''पण दिलेला शब्द पाळायला तो आज आहे कोठे?''

''ते तू मला विचारू नकोस. कधी ना कधी येईल तो मला न्यायला!''

त्यानंतर दोन दिवसांची गोष्ट. सकाळचे अकरा वाजून गेले होते. रोक्साना व सबीना मक्याचे वाळलेले दाणे मुसळात घालून कांडत होत्या. त्या त्याच्या कण्या करून ठेवत. त्यांचे कांडण करायचे काम चालू असल्यामुळे घोडेस्वार अगदी वस्तीपर्यंत येईतोपर्यंत त्यांना घोड्यांच्या टापा ऐकूच आल्या नाहीत. काही घोडी खिंकाळल्याचा आवाज ऐकल्यावर त्या दोघी घाबरून गेल्या. इतक्यात चार जंजाविद घरात घुसले व त्या दोघींना त्यांनी फरफटत बाहेर अंगणात आणले. बाहेर तीन जंजाविद होते. सारे दाढी वाढवलेले धष्टपुष्ट जंजाविद भयावह दिसत होते. त्यांच्या हातांत बंदुका तर कंबरेला तलवारी लटकत होत्या. त्या दोघी भीतीने थरथर कापू लागल्या. एका जंजाविदने रोक्सानाला दरडावून विचारले,

''किती जनावरे आहेत तुझ्याकडे?''

''चार उंट, आठ शेळ्या नि दहा कोंबड्या.'' घाबरत घाबरत रोक्साना म्हणाली.

''धान्य आहे की नाही?''

''आहे ना! एक पोतं मका व गव्हाची तीन पोती आहेत.''

तो जंजाविद त्याच्या एका सहकाऱ्याला म्हणाला,

''आबू, सारं धान्य त्या उंटावर लाद. जनावरांना दोरखंड बांध. घराची तलाशी घे. अजून काही मिळालं तर तेही घे.''

इतर जंजाविद आपल्या बंदुका नाचवीत साऱ्या वस्तीभोवती फिरत होते. एवढ्यात त्यांच्या म्होरक्याचे लक्ष सबीनाकडे गेले. तो तिच्याकडे पाहत म्हणाला,

''तू माझ्याबरोबर त्या समोरच्या झोपडीकडे चल.''

ते ऐकल्यावर रोक्साना रडतरडत म्हणाली,

''कृपा करून तिच्यावर बळजबरी करू नका. तुम्हाला हवं तितकं धान्य, सारी जनावरं, भांडी-कुंडी सारं काही घेऊन जा; पण तिला सोडा. मी हात जोडते.''

''चूप बैस. आम्हाला शहाणपण शिकवू नकोस! दार्फुरी कुत्री साली!''

त्यापुढील एक तास रोक्साना हतबल होऊन आपल्या झोपडीतील एका कोपऱ्यात थरथरत बसून सबीनाचा टाहो, आरडाओरडा नि आक्रोश ऐकत राहिली. आपण तो अत्याचार थांबविण्यासाठी काहीही करू शकत नाही, या विचाराने ती व्याकूळ झाली. जंजाविदच्या म्होरक्याने आपले आटोपल्यावर त्याच्या सर्व साथीदारांना एका मागोमाग एक असे सबीना असलेल्या झोपडीकडे जायला सांगितले होते. झोपडीकडे जाऊन आलेले जंजाविद अंगणातील झाडाखाली बसले होते. त्यांच्यापैकी एकजण म्हणाला,

''साली खूप प्रतिकार करत होती. हातांनी दूर ढकलत होती नि पाठीवर ओरखडे काढत होती.''

''तुझ्यासुद्धा? मलादेखील तिनं तसंच केलं!'' दुसरा एक जंजाविद म्हणाला.

''थांबा, तिला चांगलाच धडा शिकवतो. होऊ दे साऱ्यांचं, मग पहा काय करतो ते!'' त्या सर्वांचा म्होरक्या म्हणाला.

काही वेळाने सबीनाचा आक्रोश थांबला. आता तिच्या झोपडीतून केवळ वेदनांनी विव्हळण्याचा व रडण्याचा आवाज ऐकू येत होता. तो म्होरक्या त्याच्या दोन साथीदारांना म्हणाला,

''जा, त्या कुत्रीला बाहेर आणा!''

त्या दोघांनी विव्हळत पडलेल्या सबीनाला ओढत बाहेर अंगणात आणले. तिला बसवत नव्हते. ती जागच्या जागी कलंडली.

''हिच्या त्या शहाणपण शिकवणाऱ्या बहिणीला बाहेर घेऊन या.''

एक जंजाविद रोक्सानाला बाहेर घेऊन आला.

''तुझी ही मूर्ख बहीण आम्हाला प्रतिकार करत होती.'' तो म्होरक्या आपली धारदार तलवार पाजळीत म्हणाला, ''त्याची आयुष्यभर लक्षात राहील अशी अद्दल घडवितो आता तिला.'' असे म्हणून त्याने दोन सहकाऱ्यांच्या मदतीने सबीनाचे

दोन्ही हात कोपरापासून छाटून टाकले!

रोक्सानाच्या आक्रोशाला सीमा राहिली नाही. तिला दोन जंजाविदनी धरून ठेवले होते. सबीनाचे आक्रंदन हृदय पिळवटून टाकत होते. दोन जंजाविद सबीनाचे छाटलेले हात मिरवीत त्या दोघींभोवती नाचू लागले.

"आम्ही तुम्हा दोघींना मारून टाकणार होतो, पण त्यामुळे तुमची सुटका होईल. आता तुझ्या मूर्ख बहिणीला आयुष्यभर आपल्या चुकीचा पश्चात्ताप होईल आणि तिचे हाल पाहून तुझेदेखील आयुष्यभर हाल होतील!'

सबीना अखंड रक्तस्रावाने बेशुद्ध पडली.

"चला रे, पेटवा यांच्या झोपड्या", "असे म्हणून तो म्होरक्या आपल्या घोड्यावर स्वार झाला. इतरांनी कापडाचे पेटते बोळे झोपड्यांच्या छतांवर टाकले. पाहतापाहता सारी वस्ती पेटली. जंजाविद निघून गेले. एका झाडाखाली बसलेली रोक्साना मृत्युशय्येवरील आपल्या बेशुद्ध बहिणीकडे व भस्मसात होत असलेल्या वस्तीकडे हताशपणे पाहत होती. पण ती लगेचच सावरली. तिने पटकन एक जंगली औषधी पाला आणला, तो दगडावर वाटला व त्याचा लेप सबीनाच्या जखमांवर लावला. तिने आपली एक शाल फाडून दोन्ही हातांच्या जखमांवर घट्ट बांधली. सबीनाचा रक्तस्राव थांबला होता. रोक्सानाने बेशुद्ध सबीनाला उचलून खांद्यावर घेतले व ती बुरुंगाच्या दिशेने चालू लागली. दोन किलोमीटर चालल्यावर दुसऱ्या एका वस्तीतील काही लोक तिच्या मदतीला आले. बुरुंगात एक प्राथमिक आरोग्य केंद्र होते. ते सर्वजण सबीनाला तिकडे घेऊन गेले. तेथील सहायकाने सबीनाला वेदनाशामक इंजेक्शन दिले व तिच्या जखमा निर्जंतुक रसायनाने धुऊन त्यावर स्वच्छ बँडेज बांधले. त्यानंतर त्याने रेड क्रॉसने दिलेला बिनतारी संच सुरू केला. त्याने ७० कि. मी. अंतरावरील लांग्या येथील रेड क्रॉसच्या हॉस्पिटलशी संपर्क साधला. नंतर तो रोक्सानाला म्हणाला,

"हिच्या हातांवर तातडीने शस्त्रक्रिया करावी लागेल. लांग्याहून रेड क्रॉसची रुग्णवाहिका येईल. तिच्यातून तुम्हा दोघींना तिकडे घेऊन जातील."

दोन तासांनी रुग्णवाहिका बुरुंगात पोचली. तिच्यातून आलेल्या एका युरोपियन नर्सने सबीनाला तपासले व तिच्या पायातील शिरेतून तिला सलाईन देणे सुरू केले. स्ट्रेचरवरून तिला रुग्णवाहिकेत ठेवले. रोक्साना व ती नर्स सबीनाजवळ बसल्या.

त्या दिवशी संध्याकाळी सात वाजता रेड क्रॉसचे शल्यविशारद डॉ. झिऑन यांनी सबीनाच्या दोन्ही हातांवर शस्त्रक्रिया करून जखमेला टाके घातले.

"हिला बरे व्हायला एक महिना लागेल. आता तुम्ही हिच्याजवळ येथेच रहा. आम्ही हॉस्पिटलच्या मागे रुग्णांच्या नातेवाइकांसाठी राहायला तंबू ठोकले

आहेत. जेवणाचीही सोय केली आहे. घरी वस्तीवर कोणी आहे?'' डॉक्टरांनी रोक्सानाला विचारले.

"कोणीच नाही. जंजाविदनी सारी वस्ती बेचिराख केली. आम्ही दोघीच तेथे राहायचो.''

"हं. अजून किती निरपराधांचे बळी घेणार आहेत, किती वस्त्या बेचिराख करणार नि किती निष्पाप मुलींवर अत्याचार करणार कोणास ठाऊक! ते दुष्ट जंजाविद आपलं पाप कोठे फेडतील?'' हताशपणे डॉ. झिऑन म्हणाले.

रात्री अकराच्या सुमारास सबीना शुद्धीवर आली. रोक्साना शेजारीच बसली होती. आपल्या हातांकडे पाहून सबीनाच्या डोळ्यांतून धारा वाहू लागल्या.

"असू दे, सबीना. रडू नकोस. निदान तुझा जीवतरी वाचला.''

"मारून टाकलं असतं, तर बरं झालं असतं. जितेपणी मरण सहन करण्यापेक्षा परवडलं असतं!''

"काय करायचं सबीना, आपल्या नशिबालाच दोष देत बसायचं झालं.''

"दीदी, त्या नराधमांनी माझी सारी स्वप्नं धुळीस मिळवली. जावेदचा तर पत्ताच नाही आणि आता लागला तर तो माझ्या या अशा अवस्थेकडे पाहून माझा थोडाच स्वीकार करेल? काय गुन्हा केला म्हणून अल्लाने मला ही सजा दिली?''

रोक्सानाजवळ या प्रश्नांना उत्तर नव्हते.

जवळजवळ सव्वा महिन्यानंतर सबीनाच्या जखमा भरल्या. तिच्या साऱ्या गरजांसाठी आता तिला रोक्सानावर अवलंबून रहावं लागत होतं. त्या दिवशी संध्याकाळी डॉ. झिऑन रोक्सानाला म्हणाले,

"तुम्हाला आता येथून मलाकाल येथील एका विस्थापितांच्या छावणीकडे पाठवायची सोय केली आहे. इतर रुग्णांसाठी आम्हाला जागेची कमतरता भासत आहे. उद्या सकाळी तुम्हा दोघींना व आणखी चौघांना रेड क्रॉसच्या जीपमधून जायचं आहे. तिकडे चकमकी नसल्यामुळे ते ठिकाण सुरक्षित आहे.''

रोक्साना व सबीना यांना दुसरा पर्याय नव्हता. पुन्हा नव्याने वस्ती उभी करणे शक्य नव्हते. शिवाय जंजाविदची टांगती तलवार डोक्यावर होतीच. मलाकालची विस्थापित छावणी सुदानी सरकारने उभी केली होती. त्यांनी तेथे रेड क्रॉसला काम करायला परवानगी दिली नव्हती. फक्त काही ठिकाणी रेड क्रॉसला वैद्यकीय सुविधा उपलब्ध करून द्यायला परवानगी दिली होती. छावणीतील परिस्थिती अत्यंत हलाखीची होती. पाण्याची चणचण, अपुरा अन्नपुरवठा, अस्वच्छता नि त्यामुळे वाढलेली रोगराई यांनी तेथे राहणारे विस्थापित त्रासले होते. छावणीचे सुदानी कर्मचारी व रखवालदार दार्फुरी विस्थापितांना खूप अपमानकारक वागणूक

द्यायचे. त्यांच्यासाठी सेवाभावी संस्थांनी पाठवलेले अन्न-धान्य, औषधे, अंथरुणे-पांघरुणे व अशा वस्तू लंपास करायचे. विस्थापितांवर सतत खेकसायचे व त्यांना मारहाणही करायचे. तरुणींवर बलात्काराचे प्रकारही तेथे घडायचे. या जाचाला कंटाळून काही विस्थापित छावणीतून पळून जायचे; किंबहुना पलायन करायला प्रवृत्त करण्यासाठीच त्यांचा छळ केला जायचा.

''सबीना, काल काबकबियाहून आलेला जब्बार म्हणत होता, की येथून पळून जावे. तो म्हणतोय की इकडून इथिओपिया या देशाची सीमा फार दूर नाही. या नरकात राहण्यापेक्षा तिकडे जाऊन काहीतरी मोलमजुरी करावी, असं तो म्हणतोय. मी तरी येथे कंटाळले आहे. जाऊ या आपण त्याच्याबरोबर?''

''तूच ठरव दीदी. मी आता कसली मोलमजुरी करणार आहे?''

''तू नाही करायची, सबीना. मी आहे ना तुझा सांभाळ करायला.''

मलाकाल छावणीतील व छावणीबाहेरील दार्फुरी विस्थापित गटागटाने दार्फुरपासून दूर सुदानच्याच एखाद्या सुरक्षित ठिकाणी किंवा शेजारील इथिओपियाकडे जायचे. तेथून इथिओपियाची हद्द जवळजवळ दोनशे किलोमीटरवर होती. रोक्साना व सबीना जब्बार व अन्य आठ विस्थापितांबरोबर छावणीतून बाहेर पडले. त्यांचा म्होरक्या जब्बार म्हणाला,

''आपण इथिओपियाच्या असोसा भागाकडे जाऊ. पूर्वी मी या भागात आलेलो आहे. असोसाजवळ कॉफीचे बरेच मळे आहेत. तेथील मळेवाल्यांना मजुरांची गरज असते. तिकडे जायचा रस्ता जरा खडतर आहे. पण एकदा तेथे पोचलो, की आपले हाल कमी होतील.''

रोज जवळजवळ पंधरा ते वीस किलोमीटर चालायचे, रात्री झाडाखाली झोपायचे व वाटेतील खेड्यांतून भिक्षा मागून काहीतरी खायचे, असे करतकरत जवळजवळ दोन आठवड्यांनी ते इथिओपियाच्या हद्दीत पोचले. असोसाच्या दक्षिणेला बांबेसी या खेड्यातील एका कॉफीमळेवाल्याला सबीनाची दया आली. त्याने रोक्सानाला मजुरीसाठी ठेवून घेतले.

दिवसांमागून दिवस जात होते. सबीना पूर्णपणे उद्ध्वस्त झाली होती. एके काळी पाह्यलेली स्वप्ने स्मृतिपटलावरून पुसून टाकायचा अटोकाट प्रयत्न करत होती.

❑❑❑

- २४ -

सबीनाची शोकांतिका ऐकवून झाल्यावर जावेद म्हणाला, "चला कदमसाहेब, जेवून घेऊ व नंतर बोलत बसू."

मी घड्याळाकडे पाह्यले. बोलण्याचा नादात साडेसात कधी वाजले, समजलेच नाही. जावेद अधूनमधून सबीनाकडे व स्वयंपाकघराकडे जाऊन यायचा. थोड्यावेळाने तो मला घेऊन स्वयंपाकघराकडे गेला. तेथेच एक छोटेसे टेबल होते. त्यावर जावेदने प्लेट्स मांडल्या.

"मी आज सकाळीच काही पदार्थ बनवून फ्रिजमध्ये ठेवले होते, तुम्ही आल्यावर आपल्याला बोलता यावे म्हणून. बरे, अगदी साधा बेत आहे बरं का. मिनेस्ट्रोन सूप, चिकन सलामी पास्ता व कस्टर्ड पुडिंग केले आहे मी आज."

"बरंच केलं आहे. तुम्हाला स्वयंपाक करता येतो?'

"मी शिकून घेतलं. दुसरा काय पर्याय होता?" मी उगीचच तो प्रश्न त्याला विचारला, असे वाटले. जावेदने तिघांच्या बाउल्समध्ये सूप वाढले.

"तुम्ही व्यवस्थित जेवा हं!" सबीना मला म्हणाली.

"नक्कीच. नाहीतर जावेद मला रागावेल!" मी हसत म्हणालो.

जावेद सबीनाला सूप भरवत होता व मधूनच स्वत: घेत होता. सूपनंतर त्याने चिकन सलामीचे लहान तुकडे घातलेला फ्युसिली पास्ता वाढला. तोदेखील त्याने सबीनाला भरवला. शेवटी पुडिंगही भरवले. एक घास सबीनाला व एक स्वत:ला

असे त्याचे जेवण होत होते. जेवताना आम्ही जावेदच्या कामाविषयी, हॉलंडमधील राहणीमान अशा विषयांवर गप्पा मारत होतो. जेवण झाल्यानंतर एक गोष्ट माझ्या लक्षात आली. फक्त चमच्याने सहज भरवता येण्यासारखेच पदार्थ जावेदने बनवले होते. जेवण झाल्यावर मी दिवाणखान्यात गेलो. स्वयंपाकघरात काही आवराआवर करून पाच-दहा मिनिटांनी जावेद बाहेर आला. सबीनाही बाहेर आली.

"कदमसाहेब, मी परवा फिलिपला तुमच्याबद्दल सांगितले. त्याला तुम्हाला भेटायची उत्सुकता आहे. तो व त्याची मैत्रीण सास्किया उद्या इकडे येणार आहेत व आपणा सर्वांना लंचला कुठल्यातरी प्रसिद्ध उपाहारगृहात घेऊन जाणार आहेत. मुद्दाम तुम्हाला भेटायला येणार म्हणाला."

"अरे वा, छान! तुम्हाला त्यांनी खूप मदत केली. मलाही त्यांना भेटायची उत्सुकता होतीच."

"तुमच्या मिसेसना एकदा इकडे घेऊन या." सबीना मला म्हणाली. एव्हाना तिची भीड चेपली होती.

"पाहू कधी जमतंय. माझी बरीच फिरती असते. शिवाय या वर्षी आमचा मुलगा अक्षय बारावीची परीक्षा देणार आहे."

"कदमसाहेब, हवा छान आहे. फक्त साडेआठच वाजलेत. स्केव्हनिंगेन बीचवर एक चक्कर टाकायची का? पाच मिनिटांत आपण तेथे पोचू."

"चालेल. मला तेथील वातावरण खूप आवडतं." मी म्हणालो.

"सबीना, आम्ही बीचवर एक चक्कर टाकून येतो. तू आराम कर. एक तासाभरात आम्ही परत येऊ."

बीचवरील बार्स व उपाहारगृहे खचाखच भरली होती. शनिवार असल्याने मौजमजा करणाऱ्यांचे कंपू हास्यविनोदात दंग होते. जावेद व मी वाळूत बसलो. आमच्या समोरपर्यंत समुद्राच्या फेसाळलेल्या लाटा येऊन परतत होत्या.

"सबीनाला इकडे आणण्यात फारशा अडचणी आल्या नाहीत ना?"

"मुळीच नाही. इकडचे सारे सोपस्कर फिलिपमुळे पटपट पार पडले. तिकडे तुमच्या परिचित मिस पॅट्रिशियांनी खूप मदत केली."

"तुझा व त्यांचा बराच पत्रव्यवहार झाला असेल."

"हो. सर्वांत प्रथम जेव्हा तुम्ही मला सबीनाचा शोध लागला आहे हे कळविले, त्याच वेळी मी त्यांना एक सविस्तर संदेश लिहिला. त्यात मी सबीनाचे हॉलंडला पुनर्वसन करण्यासाठी पावले उचलत आहे, असे कळविले. त्यानंतर त्यांचा मला एक संदेश आला. तो आजही माझ्या पक्का लक्षात आहे...

'प्रिय मि. झारी,

तुमचा संदेश मिळाला. तुम्ही सबीनाच्या पुनर्वसनासाठी प्रयत्न करणार आहात, हे समजले. मी अलीकडेच बेनशांगूल छावणीत तिची भेट घेतली. तिचे पुनर्वसन करण्यापूर्वी तुम्हाला काही घडामोडींची कल्पना असणे आवश्यक आहे. त्या खूप क्लेशकारक आहेत; पण मी सत्य लपवून ठेऊ इच्छीत नाही. तुम्हालादेखील खंबीरपणे सत्याला सामोरे जावे लागेल व योग्य ते निर्णय घ्यावे लागतील.

जवळजवळ चार वर्षांपूर्वी सबीना व रोक्साना यांच्या वस्तीवर जंजाविदांनी हल्ला केला. त्या वेळी...'

पॅट्रिशियाने साऱ्या दुर्घटनेविषयी सबीना व रोक्साना यांनी काहीही न लपवता सांगितलेली माहिती त्या संदेशात लिहिली. शेवटी लिहिले,

'या पार्श्वभूमीवर तुम्ही कोणता निर्णय घेणार आहात, ते मला कळवावे. तुमच्या उत्तराची वाट पाहात आहे.

तुमची विश्वासू,
पॅट्रिशिया कॉनेली.
२ ऑगस्ट २०१०.'

''कदमसाहेब, मला वाटतं, मिस् पॅट्रिशियांना शंका आली असावी, की सबीनावर सात नराधमांनी पाशवी बलात्कार केला व तिचे दोन्ही हात छाटले, या कारणास्तव मी आता तिचा स्वीकार करणार नाही. पण मी माझ्या भावना नि इच्छा शब्दबद्ध करून त्यांना कळवू शकत नव्हतो. मी त्यांना एवढेच कळविले, की त्या दुर्घटनेमुळे तिला माझ्या आधाराची अधिकच गरज आहे. माझा तिला हॉलंडला आणण्याचा निर्णय ठाम आहे.''

''तुम्ही बेनशांगूल छावणीत जाईपर्यंत तिला तुमच्या हालचालींची कल्पना नव्हती ना?''

''हो. मिस् पॅट्रिशियांनी मी तिकडे जाईपर्यंत तिला माझ्याबद्दल काहीच सांगितले नव्हते. मला पाहताच तिला रडूच कोसळले. मीदेखील माझे अश्रू आवरू शकलो नाही. मला तिच्या बाबतीत केवढी भीषण दुर्घटना घडली आहे याची कल्पना असताना मी तिला घेऊन जाण्यासाठी एका दूरच्या देशातून आलो आहे, यावर तिचा विश्वासच बसेना. रोक्साना दीदीदेखील आमच्या अतूट प्रेमाच्या अगाध किमयेने अचंबित झाल्या.''

समोरच्या भव्य महासागराएवढे विशाल मन असलेल्या जावेदकडे पाहत मी

म्हणालो,

"जावेद, मला खरंच तुमचं कौतुक वाटतं. सबीनाच्या आयुष्यात घडलेली दुर्घटना नि तिचे अपंगत्व न विचारात घेता तुम्ही तिचा स्वीकार केला, हे केवळ तुमचं मन मोठं म्हणून!"

"कदमसाहेब, मी जर तसं केलं नसतं, तर सबीनाच्या नजरेत मीदेखील त्या क्रूर जंजाविदांसारखा अमानुष ठरलो नसतो का?"

□□□

लेखकाविषयी

उमेश कदम यांचे शालेय शिक्षण जयसिंगपूर, गडहिंग्लज व बार्शी येथे, तर उच्चशिक्षण कोल्हापूर, इंग्लंड (लंडन विद्यापीठ), ग्रीस, हॉलंड व स्वीत्झर्लंड येथे झाले. १९८० पासून १९९८ पर्यंत त्यांनी आंतरराष्ट्रीय कायद्याचे अध्यापन केले. १९९८ पासून ते आंतरराष्ट्रीय रेड क्रॉसचे युद्ध विषयक कायद्यांचे सल्लागार म्हणून काम करत आहेत. आत्तापर्यंत त्यांनी दक्षिण, दक्षिण-पूर्व व पूर्व अशिया, पूर्व आफ्रिका या विभागात काम केले आहे. सध्या त्यांची नेमणूक नैरोबी, केनिया येथे झाली आहे. आपले वडिल सुप्रसिद्ध कादंबरीकार कै. बाबा कदम यांच्याकडून त्यांनी लिखाणाची प्रेरणा घेतली. आजपर्यंत त्यांच्या 'संहार', 'उद्ध्वस्त' व 'निर्दय' या कादंबऱ्या तसेच 'दूरची माती, जवळची नाती' व 'केवळ मैत्रीसाठी...' हे कथासंग्रह प्रकाशित झाले आहेत, तर 'एक होता मित्र' हा कथासंग्रह प्रकाशनाच्या मार्गावर आहे. लिखाणा व्यतिरिक्त त्यांना चित्रकला, शिल्पकला व पाककला या मध्येही रस आहे.